പൂർണ

2024

കാവാലം ശശികുമാർ

ജനിച്ചത് ആലപ്പുഴ ജില്ലയിലെ കുട്ടനാട്ടിൽ കാവാലം എന്ന ഗ്രാമത്തിൽ, 1965 ൽ. പത്താം ക്ലാസുവരെ ആ നാട്ടിൽ പഠിച്ചു. പിന്നീട് ആലപ്പുഴ എസ്ഡി കോളെജിൽ. ബിരുദാനന്തര ബിരുദം തിരുവനന്തപുരം കാര്യവട്ടത്ത് യൂണിവേഴ്സിറ്റി സെന്ററിൽ. മലയാള സാഹിത്യമാണ് വിഷയം. ശേഷം ബിഎഡ് ബിരുദവും നേടി. പിന്നീട് ജേണലിസത്തിൽ. 'ജന്മഭൂമി' പത്രത്തിൽ 1989 ൽ സബ് എഡിറ്ററായി ചേർന്നു. കൊച്ചി, കോഴിക്കോട്, തിരുവനന്ത പുരം, ന്യൂദൽഹി എന്നിവിടങ്ങളിൽ ജോലിചെയ്തു. ഇടയ്ക്ക് ദൽഹി യിൽ നിന്നുള്ള 'ദി സൺഡേ ഇന്ത്യൻ' എന്ന വാരികയിലും 'വായന' വാരികയിലും അസിസ്റ്റന്റ് എഡിറ്ററായിരുന്നു. ഇപ്പോൾ 'ജന്മഭൂമി'യിൽ ഡെപ്യൂട്ടി എഡിറ്റർ. ബഹുഭാഷാ വാർത്താ ഏജൻസിയായ 'ഹിന്ദുസ്ഥാൻ സമാചാർ' ജേണലിസത്തിൽ ഏർപ്പെടുത്തിയ, വിവിധ ഭാഷാപത്രപ്രവർ ത്തകർക്കുള്ള 'ഭാരതീയ ഭാഷാ സമ്മാൻ' പുരസ്കാരം (2023ൽ) ലഭിച്ചു. കൊച്ചി അന്താരാഷ്ട്ര പുസ്തകോത്സവ സമിതിയുടെ കെ. രാധാകൃഷ്ണൻ സാഹിത്യ പുരസ്കാരം (2023) 'ധർമ്മായണം' എന്ന കാവ്യത്തിന് ലഭിച്ചു. വിദ്യാധിരാജ ചട്ടമ്പിസ്വാമി ചാരിറ്റബിൾ ട്രസ്റ്റിന്റെ കർമ്മശ്രേഷ്ഠ പുരസ്കാരം (2023) ലഭിച്ചു. മറ്റു പുസ്തകങ്ങൾ: വിവേകാനന്ദശില: തപസ്സും പോരാട്ടവും (കൂട്ടെഴുത്ത്), സുസമ്മത സുഷമ (ജീവിതം), നിങ്ങൾക്കും അറിയാവുന്ന ചില കാര്യങ്ങൾ (വിശകലനം), ഏറനാട് കലാപം (സമ്പാദനം, വ്യാഖ്യാനം). കൃഷ്ണകിരീടവും കർപ്പൂരാഴിയും (കവിതകൾ), തുന്നിച്ചേർക്കണമീ ഭൂമി (കവിതകൾ), ധർമ്മായണം (കാവ്യം), അമ്മത്തോന്നൽ (കവിതകൾ), കവിപൗർണമി (എസ്.രമേശൻ നായർ: കവിയും കവിതയും), മുഖം, അഭിമുഖം (പ്രസിദ്ധരുമായി സംഭാഷണം), നിരീക്ഷണം: തിരഞ്ഞെടുത്ത ലേഖനങ്ങൾ. ഭാര്യ: കുമാരിഗീത, ഹിന്ദി അധ്യാപിക. മകൻ: ജയഹരി കാവാലം (സംഗീത സംവിധായകൻ). മകൾ: ജയഗീത (എഞ്ചിനീയറിങ് കഴിഞ്ഞ് തുടർപഠനം). വിലാസം: ദക്ഷിണാ, കാവാലം. പി.ഒ, ആലപ്പുഴ, പിൻ-688506 ഫോൺ: 9446530279 email: kavalamsasikumar@gmail.com

ലേഖന സമാഹാരം

കാവാലം ശശികുമാർ

അവനവൻ കടമ

പൂർണ പബ്ലിക്കേഷൻസ്, കോഴിക്കോട്

കോഴിക്കോട് ▪ കല്പറ്റ ▪ തിരുവനന്തപുരം

Poorna Publications

Avanavan Katama
Essays
Kavalam Sasikumar

Malayalam
First Edition: February 2024

Cover design: Rabeesh

Typesetting: Poorna Clt.
Printing: Manipal Technologies

ISBN: 978-81-300-2709-8
10400(1-2024) 32.I.0.a

Published by:
POORNA PUBLICATIONS, KOZHIKODE
TBS Building, G.H. Road, Kozhikode-673001
Ph: 0495-2720085, 2720086, 2721025

Branches: **Kalpetta** 04936-203842
Thiruvananthapuram 0471-2570504

e-mail:tbsbook@gmail.com
Online Bookstore: www.tbsbook.com

എഴുത്തിലെ ദിശാബോധം

പി.എസ്. ശ്രീധരൻ പിള്ള
(ഗോവ ഗവർണർ)

കാവാലം ശശികുമാർ എഴുതിയ ലേഖന സമാഹാരമാണ് 'അവനവൻ കടമ'. ഈ പേരിലെ ലേഖനം മുതൽ 'അവർ ദിഗ്വിജയം മുടക്കാൻ വരും' എന്നതിൽ അവസാനിക്കുന്ന ഉൾക്കാഴ്ചയുള്ള 25 ലേഖനങ്ങളാണിതിലുള്ളത്. തികച്ചും കാവ്യാത്മകം എന്നു തന്നെ വിശേഷിപ്പിക്കാവുന്ന കുറിപ്പുകൾ. പൊതുവെ കാവ്യപാരമ്പര്യം പുലർത്തുന്ന ശശിയ്ക്ക് തന്റെ രചനകളുടെ ഉൾക്കരുത്തിൽ കാവ്യദേവതയുടെ കൃപാകടാക്ഷം വേണ്ടുവോളം ലഭിക്കുന്നുണ്ട്. അത് കൃത്യമായി ഈ കുറിപ്പുകളിൽ ഒളിച്ചും പാത്തും ഒഴുകി നീങ്ങുന്നു എന്നു തന്നെ പറയാം. തികച്ചും വായനാസുഖം നൽകുന്ന ലേഖനങ്ങളാണിതിലുള്ളത്. കാലികമായ സംഭവഗതികളായതിനാൽ ഓർമയിൽ ആ കാലത്തേക്കൊന്ന് തിരിച്ച് യാത്ര ചെയ്യണം എന്നേയുള്ളൂ.

പത്രപ്രവർത്തനത്തിന്റെ ആണിക്കല്ലായ നിരീക്ഷണവും ജാഗ്രതയും ഒട്ടും കൈക്കുറ്റപ്പാടില്ലാത്ത രീതിയിൽ തന്നെ ലേഖനങ്ങളിൽ നിറഞ്ഞു നിൽക്കുന്നു. നിഷ്പക്ഷമായ വിലയിരുത്തലാണ് ഓരോ സംഭവം വിശകലനം ചെയ്യുമ്പോഴും ശശി സ്വീകരിക്കുന്നത്. അതിനാൽ തന്നെ ഏതു രാഷ്ട്രീയ കാഴ്ചപ്പാടുള്ളവർക്കും തുറന്ന് സ്വീകരിക്കാൻ പറ്റുന്നതാണിത്. തന്റെ രാഷ്ട്രീയ നിലപാടും കാഴ്ചപ്പാടും എന്തുതന്നെ ആയാലും അത് കുറിപ്പുകളിൽ നിന്ന് ബഹുകാതം അകലെ സൂക്ഷിക്കാൻ അദ്ദേഹത്തിനു കഴിയുന്നത് ആ പത്രപ്രവർത്തന രീതിയുടെ ആത്മാവ് സ്വാംശീകരിച്ചതിനാലാണ്. സംഭവഗതികളുടെ മർമം കണ്ടെത്താനും അത് വായനക്കാർക്ക് മനസ്സിലാക്കിച്ചു കൊടുക്കാനും ശശി സ്വീകരിക്കുന്ന മാർഗം അഭിനന്ദനാർഹമത്രെ.

കോൺഗ്രസ്സിന്റെ 136-ാം സ്ഥാപന ദിനം ആഘോഷിക്കുന്ന വേളയിൽ പാർട്ടിക്കൊടി ഉയർത്തവെ ചരട് പൊട്ടി സോണിയയുടെ കൈയിൽ തന്നെ വീണ സംഭവത്തെ അപഗ്രഥിച്ചുകൊണ്ടാണ് ആദ്യത്തെ അധ്യായം ആരംഭിക്കുന്നത്. അതീവ ഭവ്യതയോടെയും ജാഗ്രതയോടെയും നടത്തേണ്ട ചടങ്ങാണിത്. ഇത്രയും പഴക്കവും പാരമ്പര്യവും ഉള്ള ഒരു പാർട്ടി

അതിന്റെ ജന്മദിനത്തിന് എത്രമാത്രം പ്രാധാന്യം നൽകുന്നു എന്നതിനെ ആസ്പദമാക്കിയാവുമല്ലോ മുന്നോട്ടുള്ള ഓരോ നീക്കവും. അങ്ങനെ വരുമ്പോൾ ചരടു പൊട്ടി അധ്യക്ഷയുടെ കൈയിലേക്കു തന്നെ വീഴു മ്പോൾ പതനത്തിന് തുടക്കമായി എന്ന് ആരും അനുമാനിച്ച് പോകും. ആ സംഭവത്തിന്റെ പശ്ചാത്തലത്തിലൂടെ കോൺഗ്രസ്സിനെയും കമ്യൂണിസ്റ്റ് പാർട്ടിയെയും ലേഖകൻ വിലയിരുത്തുകയാണ്. ഭാരതീയതയുടെ ചൂടും ചൂരും നിഷേധിക്കുന്ന കമ്യൂണിസ്റ്റ് പാർട്ടിക്കും, മതേതര നിലപാട് കൊട്ടി ഘോഷിക്കുന്ന കോൺഗ്രസ്സിനും ആസന്ന ഭാവിയിൽ എന്തു സംഭവി ക്കുമെന്ന് അർഥശങ്കക്കിട വെക്കാതെ പറയുന്നുണ്ട്. കോൺഗ്രസ് മുക്ത ഭാരതം എന്നത് രാഷ്ട്രീയ ലക്ഷ്യമല്ല, രാഷ്ട്രീയ ഭാവി പ്രവചനമായിരുന്നു വെന്ന് വേണം തിരിച്ചറിയാൻ. കാരണം, 'മുക്തി' സ്വയം സംഭവിക്കുകയാ ണല്ലോ. ഒരു വശത്ത് കോൺഗ്രസ്സിന്റെ സ്ഥിതി ദേശീയ തലത്തിൽ ഇങ്ങനെയാകുമ്പോൾ, ഒരുകാലത്ത് പലർക്കും പ്രതീക്ഷയേറെ നൽകിയ കമ്യൂണിസ്റ്റ് പാർട്ടിയുടെ കാര്യം അതിനെക്കാൾ പരിതാപകര മാണ് എന്ന് ശശി ചൂണ്ടിക്കാണിക്കുന്നു.

ഒരു സംഭവത്തെ മുൻനിർത്തി ദേശീയ കാഴ്ചപ്പാടോടെ കാര്യങ്ങൾ വിലയിരുത്തുകയും തന്റെ രാഷ്ട്രീയ നിലപാടിലേക്ക് വായനക്കാരെ വലിച്ചു കയറ്റാതിരിക്കുകയും ചെയ്യുന്ന ആ രീതി പ്രശംസാർഹമാണ്. ചരടു പൊട്ടിയ പാർട്ടിരാഷ്ട്രീയത്തെ അതിന്റെ ഉമ്മറത്ത് തന്നെ നില നിർത്തി കാര്യകാരണ സഹിതം ചോദ്യം ചെയ്യാൻ സാധാരണക്കാരനെ പ്രാപ്തമാക്കുന്ന ഒരു ശൈലിയാണ് ഇതിലുടനീളം കാണാനാവുന്നത്. സ്വാഭാവികമായും ഏതെങ്കിലും രാഷ്ട്രീയ ദൃഷ്ടികോണിലൂടെ ഇത്തരം സംഭവഗതികളെ നോക്കിക്കാണാനാണ് മഹാഭൂരിപക്ഷം വരുന്ന എഴുത്തുകാരും ആഗ്രഹിക്കുക. അവിടെ ലേഖകൻ വഴി മാറ്റിപ്പിടിക്കുക യാണ്. അതാണ് ലേഖനത്തിന്റെ സത്തും ശക്തിയും.

സാഹിത്യം, സാമൂഹികം, പാരിസ്ഥിതികം, വൈകാരികം, താത്വികം, അവലോകനം, ആദർശാത്മകം, ആധ്യാത്മികം...എന്നിങ്ങനെ വിവിധ തരത്തിൽ ശശിയുടെ ഉൾക്കാഴ്ചകൾ ഈ ലേഖനങ്ങളിൽ സമൃദ്ധ സാന്നിധ്യമാവുന്നുണ്ട്. രാഷ്ട്രീയം കൈകാര്യം ചെയ്യുമ്പോഴും ലേഖകൻ പുലർത്തുന്ന മിതത്വം അദ്ദേഹത്തിന്റെ ആദർശാത്മക തത്വദീക്ഷയുടെ നിദർശനമായി കാണാനാണ് ഞാൻ താൽപര്യപ്പെടുന്നത്. ഭാരതമെന്ന രാഷ്ട്രത്തിന്റെ സിരകളിലൂടെ ഒഴുകിപ്പരക്കുന്ന പക്വതയാർന്ന നിലപാടെ ന്തെന്ന് മനസ്സിലാകാത്തവരും മനസ്സിലായിട്ടും അതു പറയാത്തവരും സമ്മതിച്ച് തരാത്തവരുമുണ്ട്. അത്തരക്കാർ പ്രത്യേക ലക്ഷ്യത്തോടെ സമൂഹത്തിൽ പ്രവർത്തിക്കുന്നവരാണ്. അവരെ ഒരു തരത്തിലും നേർ വഴിയിലേക്ക് കൊണ്ടുവരാനാവില്ല. എന്നാൽ ആദ്യം സൂചിപ്പിച്ച വിഭാഗം

അങ്ങനെയല്ല. അവർ കാര്യമറിഞ്ഞാൽ അതിനനുസരിച്ച് പ്രതികരിക്കാനും തയ്യാറാവും. അത്തരക്കാർക്ക് ഈ ലേഖന സമാഹാരം ഏറെ പ്രയോജനം ചെയ്യുമെന്ന് ഞാൻ കരുതുന്നു. അറിവില്ലായ്മ ഒരു പാപമല്ലെങ്കിലും അറിവ് നേടാൻ ശ്രമിക്കാത്തത് പാപം മാത്രമല്ല കൊടിയ അപരാധവുമാണ്.

ബോധപൂർവം സമൂഹത്തിൽ അരാജകത്വം സൃഷ്ടിക്കുകയും അതിലൂടെ സ്വന്തം നേട്ടം കൊയ്യുകയും ചെയ്യുന്ന ഒരു വിഭാഗം ഇവിടെ ശക്തിപ്രാപിച്ചിട്ടുണ്ട്. അവർ സെറ്റു ചെയ്യുന്ന അജണ്ടയാണ് പൊതു സമൂഹത്തിനു മുമ്പിൽ നിർഭാഗ്യവശാൽ ആദ്യമെത്തുന്നത്. സത്യം ചെരിപ്പിടാൻ തുടങ്ങുമ്പോഴേക്കും നുണ ലോകം മുഴുവൻ സഞ്ചരിച്ചു കഴിയും എന്നു പറയാറുണ്ടല്ലോ.

ഏതായാലും വസ്തുതകളെ അതിന്റെ വേരിൽ കണ്ടെത്തി കാര്യങ്ങൾ മനസ്സിലാക്കുകയെന്ന പ്രവൃത്തി കുറച്ച് ക്ലേശകരമാണ്. അത് ഭംഗിയായി നടത്തിയാൽ മുൻപിൻ നോക്കേണ്ടതില്ല. ഇവിടെ ശശികുമാർ ചെയ്യുന്നതും മറ്റൊന്നല്ല. വായനക്കാരനെ ദിശാബോധത്തോടെ നയിക്കാൻ അദ്ദേഹം തന്റെ കഴിവുകൾ പൂർണമായി ഉപയോഗിക്കുന്നു. കാലികമായി എഴുതുന്നതായതിനാൽ പുസ്തക രൂപത്തിലാവുമ്പോൾ സമയം, വർഷം തുടങ്ങിയവ വായനക്കാരിൽ സ്ഥലകാല ഭ്രമം ഉണ്ടാക്കിയേക്കാൻ സാധ്യതയുണ്ട്. മുന്നോട്ടു പോവുമ്പോൾ കൂടുതൽ ഉത്തരവാദിത്തബോധത്തോടെ കാര്യങ്ങൾ നിരീക്ഷിക്കാനും ദിശാബോധത്തോടെ വായനക്കാർക്ക് അത് നൽകാനും അദ്ദേഹത്തിന് കഴിയും.

കാവാലം ശശികുമാർ പത്രപ്രവർത്തന മേഖലയിൽ വായനക്കാരുടെ സ്നേഹവും വിശ്വാസവും ആർജിക്കാൻ കഴിഞ്ഞ ഒരു മികച്ച പ്രതിഭയാണ്. കവി, കഥാകൃത്ത്, പ്രബന്ധകാരൻ, വൃത്താന്തകാരൻ തുടങ്ങി എഴുത്തിന്റെ വിവിധ മേഖലകളിൽ കഠിനാധ്വാനം കൈമുതലാക്കി വിജയ ത്തിന്റെ പടവുകൾ കയറിക്കൊണ്ടിരിക്കുന്ന പ്രത്യാശയുടെ പ്രതീകമാണ് ശശികുമാർ.

നമ്മുടെ മാധ്യമ- സാഹിത്യ മേഖലകൾക്ക് കാവാലം ശശികുമാർ എന്ന ധിഷണാശാലിയിൽ നിക്ഷിപ്തമായിട്ടുള്ള കഴിവുകളെ വേണ്ടത്ര പ്രയോജനപ്പെടുത്തുവാൻ കഴിഞ്ഞിട്ടില്ലെന്ന് കരുതുന്ന ഒരാളാണ് ഞാൻ. നല്ല എഴുത്തുകാരെ കണ്ടെത്തുകയെന്നത് ഒരു നല്ലസമൂഹത്തിന്റെ ബാധ്യതയും കടമയുമാണ്. അത്തരമൊരു കണ്ടെത്തൽ പ്രക്രിയ പൂർണമാക്കാൻ ഇനിയും അമാന്തിച്ചുകൂടാ.

കാവാലം നാരായണ പണിക്കരും ഡോ.അയ്യപ്പപ്പണിക്കർ സാറുമൊക്കെ കുട്ടനാടിന്റെ മണമുള്ള സാഹിതീ ഉപാസനയെ ലോക

മെമ്പാടുമെത്തിച്ചവരാണ്. കാവാലം ശശികുമാറിന് വേണ്ട പ്രോത്സാഹനം നൽകിയാൽ രാജനൈതിക-ചരിത്ര-സാഹിത്യ മേഖലകൾക്ക് ഒരു മുതൽക്കൂട്ടായി മാറാൻ അദ്ദേഹത്തിന് കഴിയുമെന്ന് ഞാൻ കരുതുന്നു.

വാക്ക് ഒരായുധമാണ്.വിശക്കുന്ന മനുഷ്യാ,പുസ്തകം കൈയിലെടുക്കൂ, അതൊരു ആയുധമാണെന്ന് പറഞ്ഞ പണ്ഡിതന്റെ വാക്കുകൾ ആഴത്തിൽ അർത്ഥമുള്ളതാണ്. മാധ്യമ വാർത്തകളിലായാലും ലേഖനങ്ങളിലായാലും കവിതയിലായാലും വാക്കുകളെ ആയുധങ്ങളാക്കി നന്മയെ പ്രസരിപ്പിക്കാൻ അദ്ദേഹത്തിന് സാധിക്കുമെന്നതിൽ എനിയ്ക്ക് ഉറച്ച വിശ്വാസമുണ്ട്.

'അവനവൻ കടമ' ചരിത്രത്തിന്റെ താളുകളിൽ സുസ്ഥിര പ്രതിഷ്ഠ നേടാൻ യോഗ്യതയുള്ള പുസ്തകമാണ്, സംശയമില്ല.

പുസ്തകത്തെക്കുറിച്ച്

പല വിഷയങ്ങളിൽ, പത്തു വർഷത്തിനിടെ, വിവിധ ആനുകാലികങ്ങളിൽ എഴുതിയ ലേഖനങ്ങളുടെ സമാഹാരമാണ് 'അവനവൻ കടമ.' അവകാശങ്ങൾക്കപ്പുറം കടമകൾ ഓർമ്മിപ്പിക്കുകയാണ് ദൗത്യം.

സാമൂഹ്യം, രാഷ്ട്രീയം, സാഹിത്യം, സാംസ്കാരികം എന്നിങ്ങനെ വിവിധ മേഖലകളിലെ വിഷയങ്ങളിൽ അതത് കാലത്ത് നടത്തിയ പ്രതികരണമാണ് അധികവും. അതുകൊണ്ടുതന്നെ ആ വിഷയങ്ങളും കാലവും ചേർത്തുള്ള വായന ആവശ്യമാണ്. എഴുതിയ വർഷം അതിന് സഹായകമായി ചേർത്തിരിക്കുന്നു.

'ജന്മഭൂമി' പത്രത്തിൽ വർഷങ്ങളായി എഴുതുന്ന 'നിരീക്ഷണം' എന്ന കോളത്തിൽ വന്ന ലേഖനങ്ങളാണ് അധികവും.

ഈ സമാഹാരത്തിന് അവതാരിക എഴുതി സഹായിച്ച ബഹു. ഗോവ ഗവർണറും എഴുത്തുകാരനുമായ ഡോ. പി.എസ്. ശ്രീധരൻ പിള്ളയോട്, ലേഖനങ്ങൾ തിരഞ്ഞെടുത്ത സുഹൃത്തും പത്രപ്രവർത്തകനും കവിയുമായ ശ്രീ കെ. മോഹൻദാസ്, പ്രസാധകരായ പൂർണ പബ്ലിക്കേഷൻസ്, എന്റെ മറ്റു പുസ്തകങ്ങൾ സ്വീകരിച്ച വായനക്കാർ എന്നിവരോട് നന്ദി അറിയിക്കുന്നു.

അമ്മയ്ക്കും അച്ഛനും ഗുരുക്കന്മാർക്കും പ്രണാമമർപ്പിച്ച്,

കാവാലം ശശികുമാർ

2024 ജനുവരി 1

ഉള്ളടക്കം

ചില ചരടുകൾ പൊട്ടുകയാണ്...

അത് സോണിയാ ഗാന്ധിയുടെ കൈയിൽത്തന്നെ വീണുവെന്നതാണ് അദ്ഭുതം! 136ാം സ്ഥാപന ദിനം ആഘോഷിക്കാൻ കോൺഗ്രസ് പാർട്ടിക്കൊടി ഉയർത്തിയപ്പോൾ ചരടുപൊട്ടി, കൊടി ഉയർത്തിയ പാർട്ടി അധ്യക്ഷ സോണിയയുടെ കൈയിൽത്തന്നെ വീണു!

ചരടുപൊട്ടിയാൽ ഏതു പട്ടവും തിരശ്ശീലയും കൊടിയും വീഴും. സ്വാഭാവികം. പക്ഷേ, കോൺഗ്രസിന്റെ കൊടി, അതിനെ രക്ഷിച്ചേക്കാമെന്ന് പ്രതീക്ഷ നൽകുന്നവരുടെ കൈയിലല്ല, പകരം, ഈ സ്ഥിതിയിലാക്കിയവരുടെ കൈയിൽത്തന്നെ വീണുവെന്നതാണ് എന്റെ അദ്ഭുതത്തിന് കാരണം. അതെ, വരാൻപോകുന്ന വൻപതനത്തിന്റെ സൂചന തന്നെയാണത്. 2022 ൽ അത് കാണാനിടയായേക്കാം. 'കോൺഗ്രസ്മുക്ത ഭാരതം' എന്നത് രാഷ്ട്രീയലക്ഷ്യമല്ല, രാഷ്ട്രീയ ഭാവി പ്രവചനമായിരുന്നുവെന്ന് വേണം തിരിച്ചറിയാൻ. കാരണം, 'മുക്തി' സ്വയം സംഭവിക്കുകയാണല്ലോ.

ഒരു വശത്ത് കോൺഗ്രസിന്റെ സ്ഥിതി ദേശീയതലത്തിൽ ഇങ്ങനെയാകുമ്പോൾ, ഒരുകാലത്ത് പലർക്കും പ്രതീക്ഷയേറെ നൽകിയ കമ്യൂണിസ്റ്റ് പാർട്ടിയുടെ കാര്യം അതിനേക്കാൾ പരിതാപകരമാണ്. അടുത്തിടെ പാർട്ടി ദേശീയതലത്തിൽത്തന്നെ സ്വീകരിച്ച നിലപാടുകളുടെ കാര്യത്തിൽ അത് വ്യക്തം.

ഇന്ത്യൻ കമ്യൂണിസ്റ്റ് പാർട്ടി ഒരിക്കലും 'ഭാരതീയ' മാകാഞ്ഞതിനാൽ 'ഇന്ത്യ'യിലെമ്പാടുമായില്ല. ഇപ്പോൾ കേരളത്തിൽ മാത്രമായി. സ്വാതന്ത്ര്യത്തെ ഒറ്റിയ ക്വിറ്റിന്ത്യാ സമരക്കാലം മുതൽ പരസ്യമായും സാമാന്യജന വിരുദ്ധരാണവർ. 2021 ലെ കാര്യം മാത്രമെടുക്കുക. കശ്മീരിലെ സമാധാനത്തിന് അവർ എതിരായിരുന്നു. കർഷകർക്ക് ക്ഷേമം-അവർ എതിരായിരുന്നു. അതിവേഗ ബുള്ളറ്റ് ട്രെയിൻപാത, മുത്വലാഖ് വിലക്കൽ, വിവാഹപ്രായം 21 ആയി നിശ്ചയിച്ചത്... ഇതിനെല്ലാം അവർ എതിരായിരുന്നു. കേരളത്തിലെ കമ്യൂണിസ്റ്റുകൾ എന്നു പറയുമ്പോൾ സിപിഎമ്മിനെ മാത്രം കണക്കാക്കിയാൽ മതി, മറ്റെല്ലാം ഇത്തിൾക്കണ്ണിക്കമ്മ്യൂണിസ്റ്റു പാർട്ടികളാണല്ലോ...

ബിജെപിയേയും സംഘപരിവാറിനേയും കുറിച്ച് ഇല്ലാത്തത് പെരുപ്പിച്ച് പറഞ്ഞാണ് കമ്മ്യൂണിസ്റ്റ് പാർട്ടിയുടെ കേരളത്തിലെ രാഷ്ട്രീയ നില നിൽപ്പ്. അവർക്ക് അതിന് തക്കരീതിയിൽ മാധ്യമങ്ങളെ വിനിയോഗി ക്കാൻ അറിയാം. എന്നല്ല, കമ്യൂണിസ്റ്റ് സർക്കാർ പക്ഷത്ത് നിൽക്കുന്ന ന്യൂസ് 24 ടിവി ചാനലിന്റെ രണ്ടാം തലവൻ, 'ഞങ്ങൾ മാധ്യമ'ങ്ങൾ സംഘടിതമായി തീരുമാനിച്ചുവെന്ന് വെളിപ്പെടുത്തിയത് വ്യക്തമാക്കു ന്നുണ്ട്, ഇവിടെ ഒരു മാധ്യമ സിൻഡിക്കേറ്റുണ്ടെന്ന്. പിണറായി വിജയൻ പാർട്ടി സെക്രട്ടറിയായിരിക്കെ, തനിക്കെതിരേ ഉണ്ടെന്ന് പറഞ്ഞിരുന്ന മാധ്യമ സിൻഡിക്കേറ്റ് ഇപ്പോൾ പിണറായിക്കും പാർട്ടിക്കും വേണ്ടി യാണ് പ്രവർത്തിക്കുന്നതെന്ന് സുവ്യക്തം.

പതാക പൊട്ടിവീണ കോൺഗ്രസ് 'പൊട്ടിപ്പൊളിയാതിരുന്ന' ഏക സംസ്ഥാനം കേരളമായിരുന്നു. രണ്ടുവട്ടം തുടർച്ചയായി പ്രതിപക്ഷത്താ യതോടെ ആ അപവാദവും മാറി. അതിന് കാരണം, ബിജെപിയെ തോൽപ്പിക്കാൻ ഒപ്പം നിൽക്കുക എന്ന സിപിഎമ്മിന്റെ ഉപദേശം കോൺഗ്രസ് നേതാക്കൾ അനുസരിച്ചതിനാലായിരുന്നു. അബദ്ധത്തിൽ ഒരിക്കൽവീണ ആ ചതിക്കുഴിയിൽ പിന്നെയും പിന്നെയും വീഴുന്ന കോൺഗ്രസ്, കേരളവും സ്വയം കോൺഗ്രസ് ഭരണവിമുക്തമാക്കിക്കൊ ണ്ടിരിക്കുകയാണ്. അപ്രതീക്ഷിതമായി അധികാരത്തിൽ വീണ്ടുമെത്തിയ കമ്യൂണിസ്റ്റുകളാകട്ടെ, അടിസ്ഥാന തത്ത്വങ്ങളിൽ നിന്നും അനുയായി കളിൽനിന്നും അതിവേഗം അകന്നകന്നേ പോവുകയാണ്. ലോക കമ്യൂണിസത്തിൽനിന്ന് 'കേരള കമ്യൂണിസ'ത്തിലേക്കു ചുരുങ്ങാനുള്ള 'അതിവേഗ കെ റെയിൽക്കുതിപ്പി'ലാണ്.

കമ്മ്യൂണിസ്റ്റ് പാർട്ടി അടിസ്ഥാന ആശയാദർശങ്ങൾ ഉപേക്ഷിക്കുന്ന അതേ തോതിൽ, അനുയായികൾ പാർട്ടിയെ ഉപേക്ഷിക്കുന്നുണ്ട്. അതിന് ആ പാർട്ടി പരിഹാരം കാണുന്നത് മത, ജാതി രാഷ്ട്രീയത്തിന്റെ അപകട കരമായ കൂട്ടിക്കുഴയ്ക്കലിലൂടെയാണ്. മതമൗലികവാദത്തിന് താളം പിടിക്കുകയും മതവർഗീയവാദികൾക്ക് താവളം കൊടുക്കുകയും ചെയ്യുന്നു. മന്നത്ത് പത്മനാഭനാണ് ആദ്യ കമ്യൂണിസ്റ്റ് സർക്കാരിനെ കിഴുക്കിയി റക്കാൻ മുന്നിൽനിന്നത്. ആ മന്നം ഇന്ന് സിപിഎമ്മിന്റെ 'പോസ്റ്റർ ബോയ്' ആകുന്നു; ഒപ്പം ഇ.എം. ശങ്കരനുപകരം ഇഎം എസിനെ അനുകരിച്ച് ആക്ഷേപിച്ച് അഭിനയിച്ച സിനിമാ നടൻ ശങ്കരാടിയും പാർട്ടി പോസ്റ്റ റാകുന്നു. വൈരുദ്ധ്യാത്മകതയുടെ പരമാവധിയിൽ പാർട്ടി അപഹാസ്യ മാകുന്നതിന് ഇങ്ങനെ പരിധിയില്ലാതെ വരുന്നു. ഒരേസമയം രണ്ടുവള്ള ത്തിൽ കാൽവെച്ച് നിൽക്കുന്ന കമ്യൂണിസ്റ്റ് പാർട്ടിയെ പിണറായിപ്പാർട്ടി യെന്ന് വിശേഷിപ്പിക്കാൻ പോലും പാർട്ടി അണികൾക്ക് മടിയില്ലാതായിരി ക്കുന്നു. മതേതരത്വത്തിന് വാദിച്ചിരുന്നവർ ഒരേസമയം ഹിന്ദുക്കളെ

കബളിപ്പിക്കാനും ഇസ്ലാമിക സംഘടനകളുടെ ഇച്ഛ നടപ്പാക്കാനും 'ഞാണിന്മേൽക്കളി' നടത്തുകയാണ്. അതിന്റെ ഏറ്റവും പുതിയ തെളിവാണ്, മലപ്പുറം ജില്ലാ പാർട്ടി സമ്മേളനത്തിലെ എഴുത്തച്ഛൻ പ്രതിമ സ്ഥാപിക്കൽ.

വിഗ്രഹമോ പ്രതിമയോ രൂപമോ സ്ഥാപിക്കാൻ ചിലരുടെ വിലക്കുള്ള മലപ്പുറം ജില്ലയിലാണ് 'ശ്രീരാമരാമ പാഹിമാം' പാടിയ തുഞ്ചത്ത് എഴുത്തച്ഛന്റെ താൽക്കാലിക പ്രതിമ സ്ഥാപിച്ചത്. താമരപ്പൂവിൽ, പത്മാസനത്തിൽ, രുദ്രാക്ഷധാരിയായി, നാരായവും കൈയിലേന്തി ഇരിക്കുന്ന എഴുത്തച്ഛനായിരുന്നു പ്രതിമയിൽ. "സാനന്ദരൂപം സകലപ്രബോധം... നമാമി തുഞ്ചത്തെഴുമാര്യപാദം" എന്ന സ്തുതിയും പ്രതിമയ്ക്ക് മുന്നിൽ എഴുതിച്ചേർത്തിരുന്നു.

മതവിശ്വാസത്തിന്റെ പേരിൽ, ജില്ലയിൽ പ്രതിമകൾ സ്ഥാപിക്കാൻ അനുവദിക്കാത്ത മതമൗലികവാദികൾ എഴുത്തച്ഛന്റെ സമാധിസ്ഥാനമായ തിരൂരിൽ പ്രതിമസ്ഥാപനം തടഞ്ഞിരുന്നു. 20 വർഷം മുമ്പ്, നഗരമധ്യത്തിൽ സ്ഥാപിക്കാൻ ശിൽപ്പി രാജൻ അരിയല്ലൂർ നിർമിച്ച പ്രതിമ 13 വർഷം ചാക്കിൽകെട്ടി സൂക്ഷിക്കേണ്ടിവന്നു. പിന്നീട് ശിൽപ്പി പഠിച്ച അരിയല്ലൂർ സർക്കാർ യുപി സ്കൂൾവളപ്പിൽ സ്ഥാപിക്കുകയായിരുന്നു. തിരൂർ തുഞ്ചൻ പറമ്പിൽ എഴുത്തച്ഛന്റെ പ്രതിമ സ്ഥാപിക്കാനുള്ള ചെയർമാൻ എം.ടി. വാസുദേവൻനായരുടെ പരിശ്രമവും അവർ പരാജയപ്പെടുത്തുകയായിരുന്നു.

എന്നാൽ, താൽകാലികമായതെങ്കിലും പ്രതിമ സ്ഥാപിച്ച സിപിഎം, 'വിപ്ലവ'മാണ് നടത്തിയതെന്നാണ് സിപിഎം നേതാക്കൾ ഒരുവശത്ത് പ്രചരിപ്പിച്ചത്. ഹിന്ദുത്വവാദികളെ തൃപ്തിപ്പെടുത്താനുള്ള ശ്രമമായിരുന്നു ഇതെന്നും സിപിഎമ്മിനെ വിശ്വസിക്കാൻ കഴിയില്ല എന്ന് തെളിയിക്കുന്നതാണ് സംഭവമെന്നും ഇസ്ലാമിക നേതൃത്വം അടക്കം പറയുന്നു.

പാർട്ടി സമ്മേളനവേദിയിൽ സിപിഎം കാട്ടിയത് തന്റേടമോ എഴുത്തച്ഛനോടുള്ള ആദരവോ ആണെങ്കിൽ, തിരൂരിൽ തുഞ്ചൻ പറമ്പിൽ എഴുത്തച്ഛൻ പ്രതിമ സ്ഥാപിക്കാൻ പിണറായി വിജയന്റെ നേതൃത്വത്തിലുള്ള കമ്യൂണിസ്റ്റ് സർക്കാർ തയ്യാറാവുമോ എന്ന ചോദ്യത്തിന് എങ്ങുനിന്നും അനുകൂല മറുപടിയില്ല.

അങ്ങനെ, കേരളത്തിലും കോൺഗ്രസ് സ്വയംപൊട്ടി വീഴുകയും പിണറായിയിലെ പാറപ്പുറത്ത് പിറന്ന സിപിഎം, വെറും 'പിണറായിപ്പാർട്ടി'യായി ഒടുങ്ങുകയും ചെയ്യുമ്പോഴും, തിരഞ്ഞെടുപ്പുരാഷ്ട്രീയ വേളയിൽ, മനസ്സുമാറ്റത്തിന് പാരമ്പര്യ വോട്ടുകുത്തികൾ തയ്യാറാകുന്നില്ല എന്നതാണ് പ്രധാന വിഷയം. പക്ഷേ, കോൺഗ്രസ് നശിക്കരുതെന്ന്

ആശിക്കുന്ന സിപിഐയും സിപിഐയുടെ സഖ്യച്ഛൂടറിഞ്ഞ കോൺഗ്രസും നാളത്തെ രാഷ്ട്രീയം സ്വപ്നം കാണുന്നുണ്ട്. തുടർഭരണത്തിന് ശേഷം ഒറ്റയ്ക്കുള്ള ഭരണം സ്വപ്നം കാണുന്ന സിപിഎമ്മും ഭരണത്തിലെത്താതെ അധികാരം അനുഭവിച്ചാസ്വദിക്കുന്നവരും മറ്റുപദ്ധതികളുമാലോചിക്കുന്നു. കേരള രാഷ്ട്രീയത്തിലെ മുന്നണി സമവാക്യങ്ങൾക്ക് മാറ്റം വരുന്ന കാലമാണ് വരാൻ പോകുന്നത്. അതെ, ചില ചരടുകൾ പൊട്ടുകയാണ്.

പിൻകുറിപ്പ്:

കിറ്റുകൊടുത്ത് കീശയിലാക്കിയ മോഡലിൽ നഷ്ടപരിഹാരം കൊടുത്ത് ഇഷ്ടക്കാരാക്കാനാവുമോ?

(2022 ജനുവരി)

തോട്ടങ്ങൾ വേണ്ട, വനം മതി

വനം വളർത്താറില്ല, അങ്ങനെ വളർത്തുന്നത് തോട്ടമായി മാറും. സാമൂഹ്യ വനവൽക്കരണമെന്നൊക്കെ പേരുവിളിക്കാമെന്നേയുള്ളു. വനവും തോട്ടവും തമ്മിൽ വലിയ അന്തരമുണ്ട്. വനം നശിപ്പിക്കുകയോ നശിക്കുകയോ ചെയ്തപ്പോഴാണ് തോട്ടങ്ങൾ നിർമിക്കാൻ തുടങ്ങിയത്. ചിലപ്പോൾ തോട്ടങ്ങൾ ഉണ്ടാക്കിയത് വനം നശിപ്പിച്ചുമാണ്.

വനവും തോട്ടവും പരിസ്ഥിതിവാദ വിഷയത്തിൽ, വനവും തോട്ടവും തന്നെയാണ്. അതായത് പ്രകൃതി, അതിന്റെ സൗകര്യത്തിൽ, സൗന്ദര്യത്തിൽ, സംവിധാനക്രമത്തിൽ സ്വയം രൂപംകൊണ്ട് ഉണ്ടാകുന്നതാണ് വനം. തോട്ടമാകട്ടെ, ഏതെങ്കിലും തരത്തിലുള്ള ആസൂത്രണങ്ങളിൽ അധിഷ്ഠിതമാണ്. അത് വനത്തിന്റെ ഏതെങ്കിലുമൊക്കെ പ്രത്യേകതകളെ മാത്രം കേന്ദ്രീകരിച്ച് നടത്തുന്ന പരിശ്രമങ്ങളുടെ ഫലപ്രാപ്തിയായിരിക്കും. തേയിലത്തോട്ടത്തിന്, റബ്ബർതോട്ടത്തിന്, പൂന്തോട്ടത്തിന് എല്ലാം അതതിന്റെ പേരിൽ കാണുന്ന പ്രത്യേക പരിഗണന ഉണ്ടായിരിക്കും. പക്ഷേ, സമഗ്രത കാണില്ല.

കൊളത്തൂർ അദ്വൈതാശ്രമാധിപതി സ്വാമി ചിദാനന്ദപുരി ഒരിക്കൽ, തോട്ടവും വനവും താരതമ്യം ചെയ്തത് ഒരു സാമൂഹ്യപാഠം പഠിപ്പിക്കാനായിരുന്നു. സാമൂഹ്യപാഠം എന്ന് പറയുമ്പോൾ, അത് സമൂഹത്തിനാവശ്യമായ എല്ലാ മേഖലയിലുമുള്ള പൊതുപാഠമായിരുന്നുവെന്നതാണ് പ്രത്യേകത. വനങ്ങൾക്കു പകരം പലരും തോട്ടങ്ങൾ നിർമിക്കുകയാണിന്ന്. തോട്ടങ്ങൾ സംരക്ഷിക്കുമ്പോൾ, അവരവർക്ക് താൽപര്യമുള്ളവ മാത്രം സുരക്ഷിതമാക്കാൻ വ്യഗ്രത കൂടും. അതിന് എതിരെന്നോ തടസമെന്നോ തോന്നുന്നവ നശിപ്പിക്കും. അത് സമഗ്രതയുടെ വനസങ്കൽപത്തെ ഇല്ലാതാക്കും. അത്തരം തോട്ടങ്ങൾക്കുപകരം വനം എന്ന സങ്കൽപം സാധ്യമായാൽ സമൂഹത്തിലെ പല പ്രശ്നങ്ങൾക്കും പരിഹാരമാകും എന്നതാണ് ശരിയായ കാഴ്ചപ്പാടെന്ന് അദ്ദേഹം ഹ്രസ്വമായി വിശദീകരിച്ചു. സംസാരവിഷയം നവോത്ഥാന നായകരെക്കുറിച്ചുള്ള പുസ്തകമായിരുന്നതിനാൽ കൂടുതൽ വിസ്തരിച്ചതുമില്ല.

വിശാലമായ സാമൂഹ്യപാഠത്തിന്റെ തലക്കെട്ടാണ് അദ്ദേഹം അവതരിപ്പിച്ചത്. മരവും വനവും തോട്ടവും നമുക്ക് എക്കാലത്തും ചർച്ചാവിഷയമാണ്. ആഗോളതാപനമായാലും ആറ്റിൽ വെള്ളം കുറഞ്ഞാലും ആദ്യം

പറയുന്ന കാരണവും വിഷയവും പരിസ്ഥിതിയും വനവും മരവുമാണ്. മരങ്ങളെക്കുറിച്ച് പാടിപ്പാടി നടന്ന സുഗതകുമാരിയും മരങ്ങളെ കെട്ടിപ്പിടിച്ചുനിന്ന് മരംമുറികൾ തടഞ്ഞ ബഹുഗുണയും ഒക്കെ നമ്മുടെ ചുറ്റും നിന്നില്ലാതെയായി. പക്ഷേ, അവർ ഉയർത്തിയ സന്ദേശങ്ങൾ നിലനിൽക്കുന്നു. പക്ഷേ, പരിസ്ഥിതിക്കുവേണ്ടി തയ്യാറാക്കിയ മാധവ് ഗാഡ്ഗിൽ റിപ്പോർട്ടും അതിനെ ലഘൂകരിച്ച കസ്തൂരിരംഗൻ റിപ്പോർട്ടും കടലാസിൽ ഒതുങ്ങുന്നു; 33% വനിതാ സംവരണ വിഷയംപോലെ.

ഇവിടെ മറ്റൊരു മരവും വനവും ഓർമവരികയാണ്. ദ്വാപരയുഗ കാലത്തെ ചരിത്രം. കൗരവരും പാണ്ഡവരും ദ്രോണാചാര്യരുടെ ശിക്ഷണത്തിൽ ആയുധപരിശീലനത്തിലാണ്. രാജ്യസംരക്ഷണത്തിനാണ് അഭ്യാസം. ശിഷ്യരെ യോഗ്യത പരിശോധിക്കാൻ വിളിച്ചു. കാട്ടിൽ, മരത്തിൽ, ശിഖരത്തിൽ ഇരിക്കുന്ന പല കിളികളിൽ ഒന്നിനെ അമ്പെയ്ത് വീഴ്ത്താൻ വിളിച്ചു. വില്ലിൽ അമ്പു തൊടുത്തവരോട് ചോദിച്ചു: എന്തു കാണുന്നു? ചിലർ വനം കണ്ടു. ചിലർ വൃക്ഷം. ചിലർ മരക്കൊമ്പ്. ഒരാൾ മാത്രമേ പക്ഷിയെ കാണുന്നതായി പറഞ്ഞുള്ളൂ. ബാക്കിചരിത്രം ആർക്കും അറിയാവുന്നത്. പക്ഷേ, കാഴ്ചയും ലക്ഷ്യവുമാണ് മുഖ്യം. ചെയ്യുന്ന പ്രവൃത്തിയിലെ ലക്ഷ്യവും ലക്ഷ്യത്തിന് കാണേണ്ട കാഴ്ചയും മുഖ്യമാണ്. അപ്പോൾ വനത്തിലാണ് നിൽപ്പെങ്കിലും കാണേണ്ടത് വനവുമല്ല. പക്ഷേ, ആ ലക്ഷ്യം വ്യക്തിയുടേതാണ്. അതിനാലാണ് ദ്രോണാചാര്യർ അമ്പെയ്യും മുമ്പ് കാണുന്നതെന്തെന്ന് ചോദിച്ചത്. അമ്പ് പാഴാക്കരുത്, പക്ഷി പറന്നുപോകരുത്.

മറ്റൊരു മഹാമരം, സിദ്ധാർത്ഥനെ ബുദ്ധനാക്കിയ ബോധിവൃക്ഷമാണ്. സ്വാർത്ഥതയിൽനിന്ന് വിട്ട്, ജീവിതത്തിന്റെ അർത്ഥം സിദ്ധിച്ച് ബോധമുണ്ടായി ബുദ്ധനായിത്തീർന്ന ചരിത്രം. വേറൊന്ന് കാളിന്ദിപ്പുഴവക്കിലെ അരയാലാണ്. ലൗകിക-ആത്മീയ ബന്ധത്തിന്റെ ആഴവും ലയവും അർത്ഥവും അനുഭവിപ്പിച്ച വൃക്ഷം. അതിനെല്ലാം മുമ്പ് 'ഊർദ്ധ്വമൂലമധഃ ശാഖം അശ്വത്ഥം' ഉണ്ട്. വേരുകൾ മുകളിലേയ്ക്കും ശാഖകൾ താഴേയ്ക്കുമായ, ഇലകൾ ഛന്ദസ്സുകളായ അരയാൽ വൃക്ഷം. അത് ബ്രഹ്മബോധതത്ത്വവൃക്ഷവുമാണ്. അത് വേദാന്തവൃക്ഷമാണ്. ആ വേദാന്തവൃക്ഷത്തിൽനിന്നാവണം വനവും തോട്ടവും എന്ന സാമൂഹ്യപാഠം സ്വാമി ചിദാനന്ദപുരി അവതരിപ്പിച്ചത്. മുകളിലേക്ക് വേരുള്ള, മുകളിൽനിന്ന് ജീവനം ഉൾക്കൊള്ളുന്ന ആ മരത്തെ തലകീഴാക്കി നട്ടുനനയ്ക്കാൻ ശ്രമിക്കുന്ന തോട്ടക്കാരെക്കുറിച്ചുതന്നെയാണ് ആ സാമൂഹ്യപാഠം.

സമൂഹത്തിലെ ഓരോരോ മേഖലയുടെ അപഗ്രഥനം നടത്തിയാൽ ഇത് വ്യക്തമാകും. ഓരോന്നായി പറയാൻ ശ്രമിക്കുന്നില്ല. പക്ഷേ,

തോട്ടങ്ങൾ ഉണ്ടാക്കുന്ന വിഭജനം, വലിയ വലിയ വിടവുകൾ സൃഷ്ടിക്കുകയാണ്. വനമില്ലാതാകുമ്പോൾ നഷ്ടമാകുന്ന ഓസോൺ പാളികൾ പോലെ, സാമൂഹ്യക്രമത്തിലെ തോട്ടങ്ങൾ പൊതുശ്വാസവായുവാണ് ഇല്ലാതാക്കുന്നത്. അത് പൊതുവഴിയിലും മതവഴിയിലുംവരെ പെരുകുകയാണ്. അവർക്കിടയിൽ ശ്വാസംമുട്ടുന്നവർക്ക് ഓക്സിജൻ സിലിണ്ടറുമായെന്നപോലെ, വിമ്മിട്ടപ്പെടുന്നവരെ സംരക്ഷിക്കുന്നവരെന്ന മറയിൽ, കുഴപ്പക്കാർ രക്ഷകരായി ചമയുകയാണ്.

തോട്ടങ്ങൾക്ക് സ്വാതന്ത്ര്യം പരിമിതമാണ്, വനത്തിൽ അങ്ങനെയല്ല. ആചാരവിചാരങ്ങൾക്ക് വനനീതി വേണമെന്ന് വാദിക്കുന്ന 'പുരോഗമന ഭാവക്കാർ' പോലും അവരവരുടെ തോട്ടങ്ങൾ സംരക്ഷിക്കുകയാണ്. മാത്രമല്ല, ആ തോട്ടമാണ് മികച്ചതെന്നു വാദിക്കുകയാണ്. മറ്റ് തോട്ടങ്ങളുടെയിടങ്ങളും വനങ്ങളും ആക്രമിക്കുകയാണ്. അത്, വേദി, രാഷ്ട്രീയമായാലും മതമായാലും സംസ്കാരമായാലും സാഹിത്യമായാലും. വനങ്ങൾ വളരട്ടെ, തോട്ടക്കാരില്ലാതെയാവട്ടെയെന്ന കാട്ടുനീതിക്കാണ്, ഇന്നത്തെ നാട്ടുനീതിയേക്കാൾ അന്തസ്സെന്ന് ഒരിക്കലെങ്കിലും തോന്നാത്തവർ കുറയും. ദൈവത്തിന്റെ നാടിനേക്കാൾ ദൈവത്തിന്റെ കാടേ ഭേദം!

പിൻകുറിപ്പ്:

രജതരേഖ (സിൽവർലൈൻ) വരയ്ക്കാൻ ഒരു കേരളമുണ്ട്; സുവർണ രേഖയ്ക്ക് കാലമാകുമ്പോൾ? 'ആരെന്നുമെന്തെന്നുമാർക്കറിയാം' എന്ന് കവി എൻ.എൻ. കക്കാട് പാടിയ ഉത്കണ്ഠ മാത്രം. 'സഫലയാത്ര'കൾക്ക് തോട്ടമല്ല, വനമാണ് വേണ്ടത്.

(2022 ജനുവരി)

ദൈവത്തിന്റെ കണ്ണുകൾ

എൻ.പി. മുഹമ്മദ് എന്ന പ്രസിദ്ധ നോവലിസ്റ്റിന്റെ പ്രസിദ്ധമായ നോവലാണ് 'ദൈവത്തിന്റെ കണ്ണ്.' 1990 ൽ പ്രസിദ്ധീകരിച്ചത്, 1993 ൽ കേന്ദ്ര സാഹിത്യ അക്കാദമിയുടെ അവാർഡ് നേടി. എക്കാലത്തും ചർച്ച യാകേണ്ട വിഷയമാണ് നോവലിൽ. പക്ഷേ, അത്രമാത്രം ചർച്ചയായി ട്ടുണ്ടോ എന്നതിൽ സംശയമുണ്ട്. അഥവാ ഇനിയും ചർച്ചചെയ്യേണ്ട തുണ്ട്. നോവലിനെക്കുറിച്ചല്ല, നോവലിന്റെ വിഷയത്തെക്കുറിച്ചല്ല, ആ പേരിനെക്കുറിച്ച് പറയാനാണ് ഇവിടെ ആ പുസ്തകം പരാമർശിച്ചത്.

ദൈവത്തിന്റെ കണ്ണ്, ഓരോ മനുഷ്യരിലും ഉണ്ടാകേണ്ട ധർമ്മബോധ ത്തിന്റെ കണ്ണാണ്. ദൈവത്തിനും മതമുണ്ടെന്ന വിശ്വാസക്കാർക്കും ദൈവമേ ഇല്ലെന്ന വിശ്വാസക്കാർക്കും ഈ കണ്ണുണ്ടായിരിക്കേണ്ടതാണ്, അഥവാ ഉണ്ട്, ആ കണ്ണ് അടച്ചുപിടിക്കാതിരിക്കേണ്ടതുണ്ട് എന്ന് പറയാ നാണ് ഇത്രയൊക്കെ വിശദീകരിച്ചത്. പക്ഷേ, അതും പോരെന്നാണ് തോന്നുന്നത്.

കണ്ണാടി ഉപയോഗിക്കുന്നത് സ്വയം തിരിച്ചറിയാനും കണ്ണ് കാണാനു മാണ്. രണ്ടിന്റെയും സ്വഭാവവും ശാസ്ത്രവും രണ്ടാണ്. കണ്ണാടിക്കു മുന്നിൽ നിന്നാലേ കാഴ്ചയിലാകൂ, ആ കാഴ്ചയും സത്യക്കാഴ്ചയല്ല, പ്രതിബിംബക്കാഴ്ചയാണ്. മറിച്ച് കണ്ണ് അങ്ങനെയല്ല, ആരോഗ്യമുള്ള കണ്ണ് കാണുന്നത് യഥാർത്ഥക്കാഴ്ചയാണ്.

കണ്ണാടിപ്രതിഷ്ഠയിലൂടെ അദ്വൈത ദർശനം സ്ഥാപിച്ച ശ്രീനാരായണ ഗുരുവിന്റെ, നാം നമ്മെ കാണുക, തിരിച്ചറിയുക, തിരുത്തുക, മാതൃക യാകുക എന്ന സന്ദേശവും മറ്റൊന്നല്ല, നാംതന്നെയാണ് സർവവും എന്ന തത്ത്വമസി ദർശനവുമാണ് നമുക്കുമുന്നിൽ സമർപ്പിച്ചത്. അതും തിരിച്ചറി ഞ്ഞവർ കുറവാണെന്നുമാത്രം. അവനവനെ തിരിച്ചറിയാനും മനുഷ്യൻ നന്നാകാനും അത് നീതന്നെയാണെന്നും സ്ഥാപിക്കുന്ന ധർമ്മബോധന മായിരുന്നുവല്ലോ അത്. ആ ധർമ്മക്കണ്ണ് കണ്ണാടിക്കുമുന്നിൽ നിൽക്കു മ്പോൾ മാത്രമല്ല, തുറന്നിരിക്കേണ്ടതെന്ന സന്ദേശവും ഗുരു നൽകി യിരുന്നു.

കാണാനുള്ള കണ്ണ്, അതിനപ്പുറം ഉൾക്കണ്ണുണ്ടായിരിക്കുക എന്നതും ജീവിതവിജയത്തിന് അനിവാര്യമാണ്. ഹരിനാമകീർത്തനത്തിൽ ഈ ലോകതത്ത്വദർശനം ഏറ്റവും ലളിതമായി വിവരിക്കുന്നുണ്ട്. 'കണ്ണിന്നു

കണ്ണ് മനമാകുന്നകണ്ണ്, അതിനു കണ്ണായിരുന്ന പൊരുളി' നെക്കുറിച്ചാണത്. ഉൾക്കണ്ണ് ഉണ്ടാവണം, അതിനുപൊരുളായ മറ്റൊരു കണ്ണു കൂടിയുണ്ടെന്നതാണ് ആ വേദാന്തം.

നമ്മുടെ കണ്ണ് നമുക്ക് മറ്റുള്ളവരെ കാണാനാണെന്നറിയുന്നതു പോലെ, മറ്റുള്ളവരുടെ കണ്ണ് നമ്മെ കാണാനാണെന്നുള്ള തിരിച്ചറിവിലാണ് അകക്കണ്ണ് തുറക്കുന്നത്. നമ്മൾ രണ്ടു കണ്ണുകൊണ്ടു കാണുമ്പോൾ നമ്മെ ആയിരക്കണക്കിന് കണ്ണുകൾ കാണുന്നുവെന്ന ബോധം ഉണ്ടാകുമ്പോഴാണ് അകക്കണ്ണുകൾ സഫലമാകുന്നത്. അതാണ് സാങ്കേതികതകൾക്കും കാണാൻ കഴിയാത്ത, അതിന്റെ പരിമിതികളും മറികടക്കുന്ന കാഴ്ച. അതാണ് ദൈവത്തിന്റെ കണ്ണ്, ധർമ്മത്തിന്റെ കണ്ണ്.

ഇത് കാലഗണന പ്രകാരം കലികാലമാണെന്ന് ചില വ്യാഖ്യാനങ്ങളുണ്ട്. കലികാലവും കഴിഞ്ഞുള്ള കാലമാണെന്ന് ഒരു കാലഗണന നടത്തി, ഒരിക്കൽ മഹാകവി അക്കിത്തം പരാമർശിച്ചത് ഓർമിക്കുന്നു. അതേത് കാലമെന്ന് പ്രമാണം ചോദിച്ചാൽ പറയാനാവില്ല, കാരണം കലികാലത്തിനപ്പുറം ചിന്തിക്കാൻ ആ പ്രമാണസ്രഷ്ടാക്കൾക്കും കഴിഞ്ഞിട്ടില്ലായിരിക്കാം. എന്തായാലും കലികാലവും കടന്നുള്ളതാണ് വർത്തമാന കാലം എന്ന് തോന്നിപ്പിക്കാത്ത ദിവസങ്ങളില്ല, പ്രത്യേകിച്ച് കേരളത്തിലെ ദിനസരി വായിച്ചാൽ. സദ്പ്രവൃത്തികളെ ദുഷ്പ്രവർത്തനങ്ങളുടെ ആധിക്യം നിഷ്പ്രഭമാക്കുന്നു. കൊള്ളയും കൊലയും ക്രൂരതകളും കാരുണ്യത്തിന്റെ നീർച്ചാലുകൾ കാണാതാക്കുന്നു. സ്വർഗവും ഭൂമിയും നരകവും അതിർത്തികളില്ലാതാകുന്നു, നരകം കൂടുതലിടങ്ങളിലേക്ക് വ്യാപിക്കുന്നു. ആകാശവും ഭൂമിയും പാതാളവും അധോലോകങ്ങളാകുന്നു. അതിലെല്ലാം കണ്ണും കാഴ്ചയുമുള്ളവർ കക്ഷിയാകുന്നു. ആയിരംകണ്ണുകൾ സാക്ഷികളാകുന്നു.

കുറ്റകൃത്യങ്ങൾ കണ്ടെത്താൻ ആധുനിക സാങ്കേതിക സംവിധാനങ്ങൾ സജ്ജമായപ്പോൾ ക്യാമറകൾ നിരക്കുന്നു, നിരത്തുന്നു. എന്തിനും തെളിവും സാക്ഷികളുമായി മനുഷ്യന്റെ കണ്ണുകൾക്കപ്പുറം വിശ്വാസ്യത ക്യാമറക്കണ്ണുകൾക്കാണെന്നുവരുന്നു. നാട്ടിൽ, പൊതു ഇടങ്ങളിൽ, തുറസിടങ്ങളിൽ മാത്രമല്ല, വീട്ടിനുള്ളിലും ക്യാമറകൾക്കാകുന്നു മുഖ്യ ഇരിപ്പിടം. ഈ നിരീക്ഷണക്ക്യാമറകൾക്ക് അജ്ഞാതനെമാത്രമല്ല, അയൽക്കാരനേയും 'ആത്മാവിനെയും' പോലും നിരീക്ഷിക്കേണ്ടുന്ന ജോലിയും വരുന്നു. അതായത് അവിശ്വാസം സമൂഹത്തിൽ, സ്ഥാപനങ്ങളിൽ, വീടുകളിൽപ്പോലുമായിക്കഴിഞ്ഞിരിക്കുന്നു. ഇതാണ് ധാർമികമായ പതനം.

തികച്ചും സാങ്കേതികമായ ഈ ക്യാമറ സംവിധാനം ചിലപ്പോഴൊക്കെ വലിയ സഹായമാകുന്നു. ഉത്തർപ്രദേശിലെ നിരീക്ഷണ ക്യാമറയിലെ

ദൃശ്യം അകലെ അമേരിക്കയിലിരുന്ന് കാണാൻ പറ്റുന്ന സംവിധാന മുണ്ടാകുന്നു. ആരും കാണില്ലെന്ന് ധരിച്ച് ചെയ്യുന്ന കൃത്യങ്ങൾ മറ്റ് ആവ ശ്യങ്ങൾക്ക് സ്ഥാപിച്ച ക്യാമറ കണ്ടെത്തി രേഖപ്പെടുത്തുന്നു. അങ്ങനെ പല സഹായങ്ങൾ, പക്ഷേ, അവശ്യമായ ഘട്ടത്തിൽ ഈ ക്യാമറകളും ചതിക്കുന്നു. അല്ലെങ്കിൽ ഈ ക്യാമറക്കാഴ്ചകളേയും ഇഷ്ടാനുസരണം, സ്വാധീനശക്തികൾ വിനിയോഗിക്കുന്നു. ഈ വ്യാപാര മേഖല പുഷ്ടി പ്പെടുന്നുവെന്നത് സത്യം, പക്ഷേ, അത് അസത്യങ്ങളുടെ പെരുപ്പത്തിന്റെ വളർച്ചയാണ്, അല്ലാതെ സാമ്പത്തിക- സാങ്കേതിക വികാസമല്ല എന്ന തിരിച്ചറിവും നമുക്കുണ്ടാകുന്നില്ല എന്നിടത്താണ് നമ്മുടെ കാഴ്ചക്കേട്.

വ്യക്തിയുടെ ധർമബോധമാണ് സമൂഹത്തിന്റേതും നാടിന്റേതും രാജ്യത്തിന്റേതുമാകുന്നത്. രാജ്യത്തിന്റെ അതിർത്തികളിൽ നടക്കുന്ന നുഴഞ്ഞുകയറ്റത്തിന്റേയും അങ്ങനെ കടത്തിവിടുന്നവരുടേയും സൂക്ഷ്മ രൂപമാണ് മനസുകളിലെ നുഴഞ്ഞുകയറ്റവും കടത്തിവിടലും. ചൈന രാജ്യം ഇന്ത്യൻ അതിർത്തികളിൽ നടത്തുന്ന അത്തരം നുഴഞ്ഞുകയറ്റ അപകടങ്ങളുടെ സൂക്ഷ്മരൂപമാണ് സംഘടനകളുടെ യോഗങ്ങളിൽ നേതാക്കൾ അണികളുടെ ഹൃദയത്തിലേക്കും തലച്ചോറിലേക്കും കടത്തി വിടുന്ന ആശയങ്ങൾ.

ഒരു വ്യക്തി, അയാൾ ഒറ്റയ്ക്കായിരിക്കെയും, ആരും കാണുകയും അറിയുകയും ചെയ്യില്ലെന്ന് ഉറപ്പായിരിക്കെയും അന്യർക്ക് ദോഷകരമോ സന്മാർഗ-സാംസ്കാര വിരുദ്ധമോ ആയ കാര്യങ്ങൾ ചെയ്യില്ലെന്ന് ഉറച്ചു നിശ്ചയിച്ച് പ്രവർത്തിക്കുന്ന ഘട്ടത്തിൽ, സ്ഥിതിവിശേഷത്തിൽ നിരീക്ഷണ ക്യാമറകൾക്ക് പ്രസക്തിയില്ലാതെ വരുന്നു. ആ ധർമബോധത്തിന്റെ കണ്ണാണ് ദൈവത്തിന്റെ കണ്ണ്. “മുകളിൽ ഒരാൾ എല്ലാം കണ്ടുകൊണ്ടി രിക്കുന്നു”വെന്ന പഴമക്കാരുടെ വർത്തമാനത്തിൽ നിറഞ്ഞു നിൽക്കു ന്നത് ആ കണ്ണാണ്. ആ ധർമബോധക്കണ്ണുള്ളവർ ഉണ്ടെങ്കിൽ ക്യാമറ ക്കണ്ണുകൾ വേണ്ട. അവർക്ക് കണ്ണാടിയിൽ നോക്കാൻ പേടിയുണ്ടാവില്ല.

ഇത് ഈശ്വരഭയംകൊണ്ടാണുണ്ടാകുന്നതെങ്കിൽ അങ്ങനെയുണ്ടാ കട്ടെ. ആദർശ നിഷ്ഠകൊണ്ടാണെങ്കിൽ, നിശ്ചയദാർഢ്യം കൊണ്ടാ ണെങ്കിൽ അങ്ങനെയാകട്ടെ.സംഘടനകളോടുള്ള പ്രതിബദ്ധതയിലൂടെ യാണെങ്കിൽ അങ്ങനെയും നിസ്വാർഥതയുടെ അനുഷ്ഠാനം വഴിയാ ണെങ്കിൽ അങ്ങനെയുമാകട്ടെ. ഏതോ ചില കണ്ണുകൾ നമ്മെ പിന്തു ടരുന്നുവെന്നും അത് സത്യം സത്യമായി ലോകത്തോട് വിളിച്ചു പറയു മെന്നും തോന്നുന്ന ഉന്നതമായ ആത്മബോധവും ധർമബോധവും സർവരിലും വ്യാപകമാകുമ്പോഴേ ഇന്നത്തെ ജനാധിപത്യക്രമത്തിലും സമത്വസുന്ദര ജീവിതാവസ്ഥ ഉണ്ടാകൂ. അതില്ലെങ്കിൽ അവിശ്വാസ ത്തിന്റെ നരകകാലം കൂടുതൽ ശക്തമാകുകയും വ്യാപിക്കുകയും

ചെയ്യും. ക്യാമറകൾക്കുമപ്പുറമുള്ള കണ്ണുകളും കാഴ്ചയും കിട്ടാൻ, വ്യക്തികൾക്ക് കഴിയണം. അത് സാമൂഹ്യ സുരക്ഷയും ഉറപ്പാക്കുമല്ലോ.

പിൻകുറിപ്പ്:

പ്രധാനമന്ത്രിയുടെ പ്രസംഗം തടസപ്പെട്ടതിന്റെ യഥാർഥ കാരണം അറിയാതെ, സ്വന്തം പ്രധാനമന്ത്രിയെ അപഹസിക്കുന്നത് കണ്ണിലോ ക്യാമറയിലോ പോലും കണ്ടിട്ടില്ല. റിപ്പബ്ലിക്ദിന പരേഡിന്റെ ഘോഷ യാത്രയിൽനിന്ന് ശ്രീനാരായണ ഗുരുവിന്റെ ഫ്ളോട്ടിനെ തഴഞ്ഞ്, ആദി ശങ്കരനെ സ്വീകരിക്കാൻ നിർബന്ധിച്ചുവെന്ന് കുപ്രചരണം നടത്തിയ പ്പോഴും അതുതന്നെ സ്ഥിതി. അതെ, ക്യാമറയല്ല, കണ്ണ്, ഉൾക്കണ്ണ്, ധർമ ബോധക്കണ്ണാണ് വേണ്ടത്.

(2022 ജനുവരി)

അവനവൻ കടമ

'അവനവൻ കടമ്പ' തനത് നാടകവേദിയുടെ പ്രയോക്താവായിരുന്ന കാവാലം നാരായണപ്പണിക്കരുടെ പ്രസിദ്ധമായ നാടകത്തിന്റെ പേരാണ്. അവന് അവൻതന്നെ കടമ്പയാകുന്നതല്ല, അവനവന്റെ കടമകളെക്കുറിച്ചാണീ വിഷയം.

'മൾട്ടി ടാസ്കു'കളുടെ കാലമായിരുന്നു ഇത്. ആയിരുന്നുവെന്ന് പറയാൻ കാരണം, എല്ലാ ടാസ്കുകൾക്കും പൂട്ടുവീണ കാലംകൂടി അതിനിടെ ഉണ്ടായതിനാലാണ്. ടാസ്കുകൾ എന്ന പ്രവൃത്തികൾ കടമകളെന്ന ദൗത്യങ്ങളെ കീഴടക്കിയ കാലവുമായിരുന്നു. ഏത് പ്രവൃത്തിക്കും 'സൈഡ് എഫക്ട്' എന്ന ഉപഫലം ഉണ്ടാകുമെന്നത് യാഥാർത്ഥ്യമാണ്. അത് സ്വാഭാവികമായി സംഭവിക്കുന്നതാണ്. അത് ബോധപൂർവമായി ഫലിപ്പിക്കുന്നതാണ് മൾട്ടി ടാസ്കുകളുടെ ബാഹുല്യ കാരണം.

മൾട്ടി ടാസ്കുകൾ എന്നാൽ, ഒരു പ്രവൃത്തിക്കൊപ്പം സംഭവിക്കാവുന്ന പ്രവൃത്തികളെ ആസൂത്രിതമായി പെരുപ്പിച്ച് പ്രവർത്തിപ്പിക്കുന്ന പദ്ധതിയാണ്. ഉൽപ്പന്നങ്ങൾ ഉണ്ടാക്കുമ്പോൾ ഉണ്ടാകുന്ന ഉപോൽപ്പന്നം പോലെ. വാസ്തവത്തിൽ ഉപോൽപ്പന്നങ്ങൾ അവശിഷ്ടങ്ങളാണ്, മറ്റൊരു തരത്തിൽ പറഞ്ഞാൽ മാലിന്യങ്ങളാണ്. അതിന് ഉപയോഗം കണ്ടെത്തി വിനിയോഗിക്കാൻ കഴിയുമ്പോൾ അത് ഉപോൽപ്പന്നമാകും. അങ്ങനെ രണ്ടും ഉൽപ്പാദിപ്പിക്കുന്ന തലത്തിലേക്ക് മാറിയാൽ അത് 'മൾട്ടി പ്രൊഡക്ഷൻ' - ബഹുഉൽപ്പാദന പ്രക്രിയയാകും. ഇതുതന്നെയാണ് മൾട്ടി ടാസ്കുകളുടെ കാര്യത്തിലും. അങ്ങനെ പ്രവൃത്തിയിലെ ബഹുതല വൃത്തികൾ മൾട്ടി ടാസ്കിന്റെയും പ്രവർത്തകന്റെയും വിലയും നിലയും നിശ്ചയിക്കുന്ന സ്ഥിതിവന്നു. ഇത് അടിസ്ഥാന യോഗ്യതയായി, മാനദണ്ഡമായി മാറിയ കാലത്തായിരുന്നു സമ്പൂർണ 'ലോക്ഡൗൺ' എന്ന സ്ഥിതിവിശേഷത്തിൽ എത്തിച്ച കോവിഡിന്റെ വരവ്. ടാസ്കുകളെല്ലാം ഏറെക്കുറേ മരിച്ചുപോയി.

മൾട്ടി ടാസ്കുകൾ മോശമാണെന്നല്ല. അതിന്റെ മൂല്യവും ശരിതെറ്റും വിലയിരുത്തുകയുമല്ല. മൾട്ടി ടാസ്കുകൾ മെയിൻ ടാസ്കിനെ പിന്നിലാക്കുകയോ അവയെ അപ്രസക്തമാക്കുകയോ ചെയ്യുന്നുണ്ടോ എന്നതാണ് ചിന്തിക്കുന്നത്. അവിടെയാണ് 'അവനവൻ കടമ്പ'യും 'അവനവൻ കടമ'യും പ്രസക്തമാകുന്നത്. നാടകമെന്നാൽ ഏതെങ്കിലും ഒരുകഥ

പറഞ്ഞ് തീർക്കേണ്ട കലയല്ല എന്ന് സ്ഥാപിക്കുക കൂടിച്ചെയ്തു 'അവനവൻ കടമ്പ'. കഥയും സംഭാഷണവും പാട്ടും കഥാപാത്രങ്ങളും ആവിഷ്കരണവുമായാൽ നാടകമായി എന്ന സങ്കൽപ്പത്തിൽനിന്ന്, നൃത്ത-ഗീത-വാദ്യങ്ങളിലെ വിവിധ കലകളുടെ ആവിഷ്കാരവും മേളനവും ചേർന്ന മൾട്ടി ടാസ്കാണ് നാടകം എന്ന് അവതരിപ്പിച്ചു സ്ഥാപിക്കുക കൂടിയായിരുന്നുവല്ലോ കാവാലത്തിന്റെ നാടകങ്ങൾ. 'എന്റെ നാടകങ്ങൾ എന്റെ മാത്രം നാടകമല്ല, അത് നാടിന്റെ കലാപാരമ്പര്യത്തിന്റെയും വിവിധ കലാകാരന്മാരുടെയും സംയുക്ത കർമ്മമാണ്, ഞാൻ സൂത്രധാരൻ മാത്രമാണ്,' എന്ന് പറയുന്ന ആളായിരുന്നു കാവാലം നാരായണപ്പണിക്കർ.

'അവനവൻ കടമ്പ' എന്ന അദ്ദേഹത്തിന്റെ നാടകത്തിലെ ഇതിവൃത്തത്തിന്റെ സൂക്ഷ്മാംശം ഈ മൾട്ടി ടാസ്കിന്റെ കടമ്പ-കടമ വിചിന്തനത്തിൽ അതുകൊണ്ടുതന്നെ ക്ലാസിക് ഉദാഹരണവുമാണ്. വിവിധ സ്വഭാവവും കർമ്മവുമുള്ളവർ നാട്ടുവിശ്വാസത്തിന്റെ ഭാഗമായ വാലടിക്കാവിലെ ഉത്സവം കാണാൻ പോകുന്നതും, കാവിലേക്ക് കടക്കാനുള്ള പ്രധാന ദൗത്യമായ കടമ്പ കടക്കലിൽ ഓരോരുത്തരും പരാജയപ്പെടുന്നതും, അവരുടെ അഹന്തയും സ്വാർത്ഥതയും മൂലം അവരവരുടെ കടമ മറന്നതിനാലാണ് കടമ്പ കടക്കാനാകാഞ്ഞതെന്നും, പരസ്പരം സഹകരിച്ചപ്പോൾ സാധ്യമായെന്നും പറയുന്നതാണ് ഒറ്റ വാക്യത്തിൽ ഒതുക്കാൻ ശ്രമിച്ചാൽ നാടകത്തിന്റെ ഇതിവൃത്തമെന്ന് പറയാം. കടമ്പ കടക്കണം, അതിന് കടമ മറക്കരുത്.

മൾട്ടി ടാസ്ക് എല്ലാവർക്കും സുസാധ്യമല്ല. അഭ്യസിച്ചാൽ, സാങ്കേതിക മേഖലയിൽ കുറച്ചൊക്കെ സാധിക്കുകയും ചെയ്യും. പക്ഷേ, അത്തരം വേളകളിൽ മുഖ്യ ടാസ്കിൽ സമ്പൂർണ വിജയമുണ്ടോ എന്ന പരിശോധനയുണ്ടാകുന്നുണ്ടോ, അതിന് പൂർത്തീകരണത്തിന്റെ പേരിൽ പരിഗണനയുണ്ടാകുന്നുണ്ടോ എന്നതാണ് വിഷയം. അധ്യാപകനും വിദ്യാർത്ഥിയും സ്വന്തം കടമകളിൽ എത്ര പൂർണത കൈവരിച്ചു എന്നതിലാവണമല്ലോ അവരവരുടെ വിജയം നിശ്ചയിക്കേണ്ടത്. അവർ ഒന്നിച്ച് പാടമൊരുക്കി, കൃഷിചെയ്ത്, വിളവെടുക്കുന്നത് അവരുടെ മൾട്ടി ടാസ്കിലെ ഉപഫലങ്ങളിലൊന്നാണ്. സർക്കാർ ഉദ്യോഗസ്ഥൻ അയാളെ ഭരമേൽപ്പിച്ചിരിക്കുന്ന ചുമതലയിൽ എത്ര കൃത്യത പുലർത്തുന്നുവെന്നതാണ് വിജയ സൂചിക. മറിച്ച്, അയാൾ മികച്ച ഗായകനും ആയിരിക്കുക എന്നത് ഉപഫലമായി വേണമല്ലോ പരിഗണിക്കാൻ. മുതിർന്ന പോലീസ് ഉദ്യോഗസ്ഥൻ മികച്ച അഭിനേതാവുമായിരിക്കാം, പക്ഷേ, ക്രമസമാധാനച്ചുമതലയുള്ളയാൾ 'ടിക്ടോക്' വിനോദത്തിൽ മുഖ്യനാണെന്നു വന്നിട്ടെന്തു കാര്യം. ഇങ്ങനെ ഓരോരോ മേഖലയിലുമുണ്ട്. അതായത്, അവനവന്റെ കടമയെന്ത്, ടാസ്ക് എന്ത്, അതിൽ എത്രത്തോളം

പ്രവർത്തന വിജയമുണ്ട് എന്നതാണ് വിഷയം. അത് മൾട്ടി ടാസ്കിലെ നേട്ടത്തിന്റെ വിജയത്തിലേക്ക് മാറുമ്പോൾ സംഭവിക്കുന്നത് ഒരു സംവിധാനത്തിന്റെതന്നെ പരാജയമായിരിക്കും. അങ്ങനെ വ്യക്തിയുടെ കടമയിലെ വീഴ്ച സമൂഹത്തിന്റെയും രാജ്യത്തിന്റെയും വീഴ്ചയാകും. മൾട്ടി ടാസ്കിലൂടെ കിട്ടുന്നുവെന്ന് തോന്നുന്ന ചില്ലറ നേട്ടങ്ങൾ പ്രധാന നേട്ടത്തിന് കോട്ടമായി മാറുകയും ചെയ്യും.

മനുഷ്യന്റെ ബുദ്ധിശക്തി ഇനിയും പൂർണമായും ഉപയോഗിക്കുന്നില്ലെന്നാണ് വിശ്വാസം. 10 ശതമാനമേ ഉപയോഗിക്കുന്നുള്ളുവെന്നത് വെറും പറച്ചിലാണ് എന്ന് ശാസ്ത്രം പറയുന്നു. പക്ഷേ, എത്ര വിനിയോഗിക്കുന്നുവെന്ന് ഇനിയും കൃത്യമായി തിട്ടപ്പെടുത്തിയിട്ടുമില്ല. എന്നാൽ, മനുഷ്യൻ സ്വന്തം ബുദ്ധിശക്തിയിൽ ആർട്ടിഫിഷ്യൽ ഇന്റലിജൻസ് (നിർമിതബുദ്ധി) ഉണ്ടാക്കിയെടുത്ത അതിബുദ്ധിമാനാണ്. ഇതിനിടെയാണ് മൾട്ടി ടാസ്കുകൾ എന്ന വിശേഷ ശേഷിയും പ്രകടിപ്പിച്ചത്. അത് ഏറെ എല്ലാ മേഖലയിലും വ്യാപകവുമായി. എന്നാൽ, കോവിഡ് രോഗബാധിതരിൽ നടക്കുന്ന പരീക്ഷണങ്ങളും പരിശോധനയും പുറത്തുവിടുന്ന പലവസ്തുതകളിൽ ഒന്ന്, മനുഷ്യരുടെ ഈ മൾട്ടി ടാസ്കിങ് കഴിവിന് രോഗബാധിതരിൽ കുറവു വന്നിരിക്കുന്നുവെന്നാണ്. ഇനിയും ശാസ്ത്രീയമായ സ്ഥിരീകരണമോ അംഗീകാരമോ ഈ കണ്ടെത്തലിന് വന്നിട്ടില്ലെങ്കിലും ആ തരത്തിലുള്ള പഠന റിപ്പോർട്ടുകൾ ഏറെയുണ്ട്.

മൾട്ടി ടാസ്ക് വേണ്ടെന്നല്ല, അത് മുഖ്യ ടാസ്കിനെ അപ്രസക്തമാക്കുന്നതാകരുത്. അവിടെയാണ് ഓരോരുത്തരുടെയും കടമയും കഴിവും വിഷയമാകുന്നത്. കടമയുടെ സമ്പൂർണ പൂർത്തീകരണത്തിനു മേൽ ഉപഫലം എത്രത്തോളം തടസമേൽപ്പിക്കാതിരിക്കുന്നു, എത്രയധികം സഹായകമാകുന്നു എന്നതാണ് കരുതിയിരിക്കേണ്ടത്. കടമയുടെ പൂർത്തീകരണത്തിന്റെ അടിസ്ഥാനത്തിൽ വേണം കർമ്മിയുടെ മൂല്യനിർണയം നടത്താൻ. പക്ഷേ, വിശാലമായ, രാജ്യതാൽപര്യത്തിന്റെ മാനദണ്ഡങ്ങൾ മാറ്റിവെച്ച്, അതത് സ്ഥാപനത്തിന്റെയോ കൂട്ടത്തിന്റെയോ സംഘടനയുടെയോ വ്യക്തിയുടെയോ മാത്രം നേട്ടം എന്നു മാത്രം മനസ്സുവെയ്ക്കുമ്പോൾ മൾട്ടി ടാസ്കുകൾ ചിലരുടെ താൽക്കാലിക നേട്ടം മാത്രമാകുന്നു. അവിടെ 'കടമ്പ'യിലെപ്പോലെ സ്വാർത്ഥതയും അഹന്തയും മുഖ്യലക്ഷ്യത്തിന് തടസമാകുന്നു.

അവനവന്റെ കടമ എന്ന സ്വധർമ്മം എത്രത്തോളം ഓരോരുത്തരും നിർവഹിക്കുന്നുവെന്ന സ്വയം വിലയിരുത്തലിലൂടെയേ ഈ ലക്ഷ്യസാക്ഷാൽക്കരണം സാധ്യമാകൂ. സ്വധർമ്മം എന്തെന്ന തിരിച്ചറിവുണ്ടാകണം. അത് വേദാന്തമാണെന്ന തള്ളിക്കളച്ചിലിനപ്പുറം അറിയണം.

'വർക്ക് ഇസ് വർഷിപ്പ്, ആൻഡ് ഡ്യൂട്ടി ഈസ് ഗോഡ്' (കർമ്മം ആരാധനയും കടമ ദൈവമാണെന്നും) ഉള്ള യുക്തിബോധം രൂപപ്പെടണം. ലളിതമായി പറഞ്ഞാൽ, അതിവേഗം പോകുന്ന വാഹനമോടിക്കുന്നയാൾ മികച്ച നർത്തകനും ആണെങ്കിലും കൂടിയാണെങ്കിലും വാഹനമോടിക്കുമ്പോൾ ഡ്രൈവർ മാത്രമായിരിക്കണമല്ലോ. അയാൾ നൃത്തം ചെയ്താലോ! നാമോരോരുത്തരും വലിയ കാര്യങ്ങൾ ചെയ്യാൻ ജനിച്ചവരാണെങ്കിലും നിക്ഷിപ്തമായ കർമ്മമേതോ അത് നിർവഹിക്കുകയാണല്ലോ കടമ. ഭഗവദ്ഗീതയിലെ മൂന്നാം അദ്ധ്യായം കർമ്മയോഗം ഈ വിഷയം വിശദമായി ചർച്ച ചെയ്യുന്നുണ്ട്, 43 ശ്ലോകങ്ങളിൽ. അർജുനന് വലിയൊരു കടമ്പ കടക്കാനുള്ള ഉപദേശമാണത്. ഏത് അർജുനൻമാർക്ക് ഏതു കടമ്പ കടക്കാനുമുള്ള മാർഗ്ഗങ്ങൾ. അത് അവനവൻ കടമ തിരിച്ചറിയാനുള്ള വഴികളാണ്. ലക്ഷ്യത്തിലേക്കുള്ള വഴിയിലെ മൾട്ടി ടാസ്കുകളല്ല, ലക്ഷ്യം പ്രാപിക്കാനുള്ള മൾട്ടി വേയ്സ്.

പിൻകുറിപ്പ്:

കർമ്മവും സ്വധർമ്മവും സംബന്ധിച്ച് ഭരണാധിപന്മാരെ അതത് കാലത്ത് അവരുടെ മേൽനോട്ടക്കാർ ഉപദേശിച്ചിട്ടുണ്ട്. ആത്മീയ ഗുരുക്കളായിരുന്നു മുമ്പ്. കേരളത്തിൽ ഏതാണ്ട് ആ സ്ഥാനത്തുള്ള ഗവർണർ ആരീഫ് മുഹമ്മദ് ഖാൻ, മുഖ്യമന്ത്രിക്ക് എഴുതിയ ഒരു കത്തിൽ ഭഗവദ് ഗീത മൂന്നാം അദ്ധ്യായമായ കർമ്മയോഗത്തിലെ 35 ാം ശ്ലോകം ഉദ്ധരിച്ചിട്ടുണ്ട്. 'സ്വധർമ്മേ നിധനം ശ്രേയഃ പരധർമ്മോ ഭയാവഹഃ' എന്ന ശ്ലോകം.

(2022 ജനുവരി)

മാവ് പൂത്തില്ല, പ്ലാവ് കായ്ച്ചില്ല

മകരത്തിൽ മാവുകൾ പൂത്തുലഞ്ഞു നിൽക്കേണ്ടതാണ്. പ്ലാവുകളിൽ ചക്ക 'വീഴേണ്ട'താണ്. മകരമഞ്ഞിൽ മാമ്പൂകരിഞ്ഞെന്ന പതംപറച്ചിൽ വീട്ടമ്മമാരിൽനിന്ന് കേൾക്കേണ്ടതാണ്. എം. ഗോവിന്ദൻ കവിതയിലെഴുതി, "മാവുകൾ പൂത്തപ്പോൾ മാളിക വീട്ടിലെ മാലതിമോൾക്കെന്തേ മൗഢ്യഭാവം" എന്ന്. ഇപ്പോൾ മാവുപൂക്കാത്തതിൽ മൗഢ്യം കൊള്ളുന്നവരുടെ കാലമാണ്.

ചക്കയുത്സവം നടത്തിയവർ പോലും കഴിഞ്ഞ ഒന്നു രണ്ടു വർഷത്തിലെ ചക്കയുടെ ധാരാളിത്തത്തിന്റെ 'ആറാട്ടും' 'പൂര'വും കണ്ട് അമ്പരന്നു. 'ചക്കകൊണ്ടുതന്നെയോ മോരും?' എന്ന് കറികളിലെ ചക്ക സാന്നിധ്യത്തെ പരിഹസിച്ചുള്ള ചൊല്ല് മധ്യതിരുവിതാംകൂറിലുണ്ട്. ചക്കയും മാങ്ങയും അതതുകളുടെ സീസണിൽ ഇല്ലാതാകുന്നത് എന്തിന്റെയെങ്കിലും സൂചനയാണോ. ആണെന്നു വേണം കരുതാൻ.

കനത്ത മഴയും വെള്ളപ്പൊക്കവും അങ്ങനെ പ്രളയവുമനുഭവിച്ച കേരളത്തിന്റെ ഈ മകരമാസത്തെ കാലാവസ്ഥ ആകെ അമ്പരപ്പിക്കുന്നതും ആലോചിപ്പിക്കുന്നതുമാണ്. 'മഴയെല്ലാം പെയ്തൊഴിയുന്നേ, മകരം മഞ്ഞു പൊഴിയുന്നേ' എന്ന അയ്യപ്പഭക്തിഗാനങ്ങൾ, മൂടിക്കിടക്കുന്ന മഞ്ഞ് പയ്യെപ്പയ്യെ ആവിയാകുന്ന പ്രഭാതത്തിൽ, കാറ്റിന്റെ ചലനത്തിനനുസരിച്ച് അടുത്തായും അകലേക്ക് പോകുന്ന പാട്ടിന്റെ ഊഞ്ഞാലാട്ടമോ എന്ന് തോന്നിപ്പിച്ച് കേട്ടിരുന്ന കാലം. 'മഞ്ഞുകാലം' എന്ന ചെറുശ്ശേരി ഗാഥയിലെ വരികൾ സ്കൂൾ പാഠപുസ്തകം നോക്കി കാണാതെ പഠിച്ച് മൂളിക്കൊണ്ടു നടന്ന കാലം, ആ മകരക്കാലം കടന്നു പോകുമ്പോൾ 'മഞ്ഞെവിടെ മക്കളേ' എന്ന് കവി ചോദിക്കുന്നതുപോലെ തോന്നിയാൽ അതിശയിക്കേണ്ട. പറഞ്ഞുവരുന്നത് മാറിപ്പോയ നമ്മുടെ ഋതുക്രമത്തെക്കുറിച്ചാണ്.

കനത്ത മൂടൽമഞ്ഞിനെത്തുടർന്ന് ദൽഹിയിലും ഉത്തരേന്ത്യൻ സംസ്ഥാനങ്ങളിലും വിമാനങ്ങൾക്ക് സർവീസ് മുടങ്ങുന്ന വാർത്തകൾ ഇത്തവണ നമ്മൾ അധികം വായിച്ചില്ല. ട്രെയിൻ സർവീസിന്റെ കാര്യവും അങ്ങനെതന്നെ. ഈ കുറിപ്പെഴുതുമ്പോൾ ന്യൂദൽഹിയിൽ തലേന്ന് മൂടൽ മഞ്ഞ് വ്യാപിച്ച വാർത്ത പത്രത്തിൽ കാണുന്നു. ഡിസംബർ മുതൽ ഫെബ്രുവരി പകുതിവരെ മുമ്പ് പതിവായിരുന്ന വാർത്ത.

ഡിസംബർ 27 ലെ ഒരു സന്ധ്യയിൽ, 20 വർഷം മുമ്പ്, ദൽഹി രാജ്പഥിൽ റിപ്പബ്ലിക്ദിന പരേഡിൽ പ്രദർശിപ്പിക്കുന്ന സാഹസികവൃത്തികളെ അനുസ്മരിപ്പിക്കും വിധം ദൽഹി രാജ്പഥ് കുറുകെക്കടന്ന് ഇന്ത്യാഗേറ്റ് ചുറ്റിപ്പോയ യാത്രയാണ് മഞ്ഞുകാലത്തെ അതിശയിപ്പിക്കുന്ന ഓർമ. ബൈക്കിന് മുന്നിൽ, ബീഡിക്കുറ്റി എരിയുന്നതുപോലെ ഒരു ചുവപ്പുനിറം മാത്രമായിരുന്നു കാണാനുണ്ടായിരുന്നത്. അത്രമാത്രം 'വിസിബിലിറ്റി' ഇല്ലാതായിരുന്നു. ദൽഹിക്കാർക്കും അത്തരം കാഴ്ചകളില്ല.

കാലാവസ്ഥ മാറുന്നുവെന്നു പറയുകയായിരുന്നു. പകലത്തെ ചൂടും കൂടുന്നു. പകലും രാത്രിയും ചൂട്, പുലർച്ചെ തണുപ്പ്, പേടിപ്പിച്ച് കൊറോണയും. ചുമയും ഏത് അസ്വസ്ഥതകളും ആദ്യം ആധിയാകുന്നു, പിന്നീട് വ്യാധിയും. കാലാവസ്ഥയിലെ ഈ മാറ്റത്തിന്റെ അടയാളങ്ങൾ മുന്നറിയിപ്പുകളാണെന്നാണ് നിരീക്ഷകരുടെ അഭിപ്രായം. മാർച്ച് മുതൽ ജൂൺ വരെ കടുത്ത വേനലും വരൾച്ചയും കരുതിയിരിക്കാനുള്ള ആഹ്വാനങ്ങൾ വന്നുതുടങ്ങി. വെള്ളത്തിന് വിഷമിക്കുന്ന കാലം വരുന്നുവെന്നാണ് മുന്നറിയിപ്പുകൾ.

മഴവെള്ളം ഇല്ലാതാകും. കുടിവെള്ളം മുട്ടും. പുഴകൾ വറ്റും. ജലജന്യരോഗങ്ങൾ വർധിക്കും. ആകെ അവതാളത്തിലാകും. കോവിഡ് വായുവിലക്കിയതുപോലെ വേനൽ വെള്ളം വിലക്കുമെന്നുവരെ താക്കീതുനൽകാൻ സ്വകാര്യ സംഭാഷണത്തിൽ കാലാവസ്ഥാ വ്യതിയാനം പഠിക്കുന്നവർ പറയുന്നു. ഇതിനുപുറമേ തീപ്പിടിത്തങ്ങൾ വ്യാപകമായ നിത്യസംഭവമാകാമെന്ന താക്കീതുമുണ്ട്.

ഇത് പരസ്യമായ ഔദ്യോഗിക മുന്നറിയിപ്പായി വരാൻ ഇനിയും കാലമെടുത്തേക്കാം. മഴക്കാലപൂർവ ശുചീകരണം മഴ കനക്കുമ്പോൾ നടത്തുന്നതും മഴക്കാല കെടുതി നമ്മുടെ ജീവിതത്തെ കെടുത്തുന്നതുമാണല്ലോ നമ്മുടെ പതിവ്. ആസൂത്രണത്തിലെ സൂത്രവിദ്യകളല്ല, കൃത്യമായ സൂത്രവാക്യങ്ങളേ നമ്മെ രക്ഷിക്കൂ എന്ന് അക്കാര്യത്തിൽ ഇനിയും നാം പഠിച്ചിട്ടില്ലാത്തതുപോലെ വരൾച്ചക്കാലത്തെ അതിജീവിക്കാനും നമുക്ക് ആസൂത്രണമില്ല എന്നതാണ് സത്യം.

ഒരിക്കൽ ഒരു ഡോക്ടറുടെ വീട്ടിലെ രോഗപരിശോധനാകേന്ദ്രത്തിൽ നിൽക്കെ രണ്ടുപേർ സംസാരിക്കുന്നത് ശ്രദ്ധിച്ചു. ഒരാൾ: ഈ സ്ഥലം വെറുതേ പുല്ലുനട്ടുകളയാതെ കടമുറികൾ കെട്ടിയിട്ടാൽ വാടകയെത്ര കിട്ടും? മറ്റേയാൾ: ഇത് വെറും പുല്ലല്ല, വളർത്തുന്നതാണ്. പൂച്ചെടികളാണ് ഈ കാണുന്നത്. വലിയ പൈസ കൊടുത്ത് നിർമിച്ച പൂന്തോട്ടമാണ്. ഡോക്ടർ പ്രകൃതി സംരക്ഷണ പ്രവർത്തകൻ കൂടിയാണ്. ആദ്യൻ: പിന്നേ, ചെടിനട്ടല്ലേ പ്രകൃതിയുണ്ടാക്കുന്നത്. അപരൻ: വീട്ടിനുള്ളിലും പുറത്തും

ചൂടു കുറയും. ആദ്യൻ: ഒവ്വ. നമ്മുടെ കാശ് കിട്ടുകയല്ലേ, അത് എങ്ങനെ ചെലവാക്കണമെന്നറിയാതെ ഡോക്ടർ കളയുകയാണ്. തണുപ്പുകിട്ടാൻ പുല്ല്! ഞാൻ ആദ്യം കേൾക്കുകയാണ്...

അതി സാധാരണക്കാരന്റെ സംസാരം കേട്ട് നമുക്ക് സംസാര ദുഃഖം കൂടിയേക്കാം. എന്നാൽ, അതിന്റെ എത്ര മടങ്ങ് ദുഃഖഭാരം നമ്മൾ താങ്ങേണ്ടി വരും ഈ ദുശ്ശകുനക്കാഴ്ചകൾ കണ്ടാൽ. ഇതൊന്നു വായിക്കുക:

"കാലാവസ്ഥാ വ്യതിയാനം എന്നത് ഒരു വർഗപ്രശ്നമാണ്. മുതലാളിത്തം അനിയന്ത്രിതമായ തോതിൽ പ്രകൃതി വിഭവങ്ങൾ ചൂഷണം ചെയ്യുന്നതാണ് വിനാശകരമായ അവസ്ഥയ്ക്ക് കാരണം." ഏതോ ഒരാൾ സാമൂഹ്യ മാധ്യമത്തിലെഴുതിയതല്ല, കമ്യൂണിസ്റ്റ് പാർട്ടി ഓഫ് ഇന്ത്യ (മാർക്സിസ്റ്റ്) എന്ന സിപിഎം, കണ്ണൂരിൽവെച്ച് നടക്കാൻ പോകുന്ന പാർട്ടി കോൺഗ്രസ് എന്ന മഹായോഗത്തിൽ അവതരിപ്പിച്ച് ചർച്ച ചെയ്ത് പാസാക്കാൻ പോകുന്ന പ്രമേയത്തിലെ വരികളാണ്. കാലാവസ്ഥാ വ്യതിയാനമുണ്ട്, അത് ഒരു വർഗ പ്രശ്നമാണ്. അത് മുതലാളിത്തം എന്ന, കമ്യൂണിസത്തിന്റെ എക്കാലത്തേയും ശത്രു നടത്തുന്ന അനിയന്ത്രിതമായ പ്രകൃതിചൂഷണത്തിന്റെ ഫലമാണ്.

വായിക്കുമ്പോൾ പാർട്ടി അനുഭാവികൾക്ക് പുളകം കൊള്ളും. വർഗ സമര സിദ്ധാന്തത്തിന്റെ പ്രകൃതി സംരക്ഷണ എഡിഷനെക്കുറിച്ച് ആത്മ ഹർഷം വരും. പക്ഷേ, ബുദ്ധിശക്തി സംഘടനകൾക്ക് പണയം വെയ്ക്കാത്ത, രാഷ്ട്രീയ അടിമകളല്ലാത്തവർ ചോദിക്കും: അപ്പോൾ കെ റെയിലിന്റെ സിൽവർ ലൈനോ? അത് പ്രകൃതിക്ക് പ്രശ്നമാണെന്നല്ലേ? കേന്ദ്ര സർക്കാരിന്റെ ബുള്ളറ്റ് ട്രെയിൻ പദ്ധതിക്കെതിരേ പാർട്ടി നടത്തുന്ന ദേശീയതല പ്രക്ഷോഭത്തിന്റെ ന്യായീകരണമല്ലേ ഈ വാക്യങ്ങൾ? അത് കേരളത്തിലെ സിൽവർ ലൈൻ പദ്ധതിക്കാര്യത്തിൽ ഇത് ബാധകമല്ലേ?

വർഗ സമര സിദ്ധാന്തത്തിൽ പണ്ടത്തെ ശത്രു ഇന്ന് മിത്രമാകുന്ന സ്ഥിതി വരാം. പക്ഷേ, പ്രകൃതിയുടെ കാര്യത്തിൽ അങ്ങനെ പറ്റുമോ? പ്രളയം കണ്ട, വെള്ളപ്പൊക്കം കാണുന്ന, വരൾച്ചയുടെ മുരൾച്ച കേൾക്കുന്ന, കുടിവെള്ളവും കിട്ടാതാകുന്ന കാലം അടുത്തടുത്തു വരുമ്പോൾ ഈ പ്രമേയത്തിന്റെ കരടിനെ, അത് 'ഏട്ടിലെ പശു'വാണെന്നും പുല്ലു തീറ്റാൻ ഉദ്ദേശിക്കുന്നില്ലെന്നും പറഞ്ഞൊഴിയാൻ പറ്റുമോ. പ്രത്യേകിച്ച് അധികാരത്തിലിരിക്കുന്ന, പുരോഗമനവും വികസനവുമാണ് കമ്യൂണിസ്റ്റ് മാർക്സിസ്റ്റ് സിദ്ധാന്തത്തിന്റെ കാതൽ എന്നു പറയുമ്പോൾ. ജീവൻ വേണം, ജീവിതം വേണം, മാമ്പൂവും മാങ്ങയും വേണം, ചക്ക വേണം, ചക്കോത്സവം വേണം. അതിന് ആസൂത്രണവും ആത്മാർത്ഥതയും വേണം. മാവും പ്ലാവും നൽകുന്നത് സൂചനകളാണ്.

പിൻകുറിപ്പ്:

"ദാപയിത്വാകരം ധർമ്യാം

രാഷ്ട്രം നിത്യം യഥാവിധി,

അശേഷാൻ കൽപ്പയേദ് രാജാ

യോഗക്ഷേമാൻ അതിന്ദ്രിതഃ" എന്ന മഹാഭാരത ശ്ലോകം ഉദ്ധരിച്ചാണ് കേന്ദ്ര ധനമന്ത്രി നിർമലാ സീതാരാമൻ ബജറ്റ് പ്രസംഗം തുടർന്നത്. അർത്ഥം ഏറെക്കുറേ ഇങ്ങനെ: 'രാജാവ് ജനക്ഷേമത്തിനായി, ധർമാടിസ്ഥാനത്തിൽ ചുമത്തുന്ന നികുതി പിരിക്കുന്നതിൽ വീഴ്ച വരുത്താതെ, രാഷ്ട്ര ഭരണത്തിനുള്ള വ്യവസ്ഥയൊരുക്കുന്നു.' അതിന് പകരം ജനതയെപ്പോലും വഞ്ചിച്ച്, അവരെ രാഷ്ട്രീയലഹരി നൽകി ഉറക്കിക്കിടത്തി, അധർമ്മത്തിന്റെ അടിത്തറയിൽ വർഗ്ഗസംഘർഷമുണ്ടാക്കുന്ന മനസുകൾക്ക് പ്രകൃതിയും പഞ്ചഭൂതവുമൊക്കെ ചൂഷണത്തിനുള്ള ദ്രവ്യങ്ങൾ മാത്രം.

(2022 ഫെബ്രുവരി)

വേണം ഭാഷയിൽ മൗലികവാദം

വാക്കാണ് ഗതി നിശ്ചയിക്കുന്നത്. 'വാക്കുകൊടുക്കുക' എന്നത് ശൈലിതന്നെയാണല്ലോ. വാക്കുപാലിക്കൽ കടമയും. വാക്കു തെറ്റിക്കലിൽ തുടങ്ങും പ്രശ്നങ്ങൾ. അത് വാക്കത്തിയെടുക്കൽവരെയെത്താം. വാക്ക് സൂക്ഷിച്ച് കൈകാര്യം ചെയ്യേണ്ടതുതന്നെയാണ്.

വാക്കുകളുടെ അർത്ഥമറിഞ്ഞ് പ്രയോഗിക്കുകയെന്നത് സിദ്ധിതന്നെ. അനാവശ്യവാക്കുകൾ ഉപയോഗിക്കാതിരിക്കുന്നതും വൈഭവമാണ്. അസ്ഥാനത്ത് ഉപയോഗിക്കുന്ന വാക്കുകളാണ് ചീത്ത വാക്കാകുന്നത്. വാക്കുകൾ യഥാസമയം ഉചിതമായി ഉപയോഗിക്കാൻ തോന്നിക്കുകയെന്നത് വലിയ വിജയമാണ്.

രാമായണത്തിൽ ഒരു കഥാപാത്രമുണ്ടല്ലോ കുംഭകർണ്ണൻ. ഉറക്കഭ്രമികളെ കുംഭകർണ്ണനെന്നു വിളിക്കാറുണ്ടെങ്കിലും കുംഭകർണ്ണന് ഒരു വാക്കുതെറ്റിയതാണ് ഉറക്കം ബാധയാകാൻ കാരണമായതെന്ന് എല്ലാവർക്കും അറിയാമായിരിക്കില്ല. തപസ്സ് ചെയ്ത് ബ്രഹ്മാവിനെ പ്രത്യക്ഷനാക്കി. മഹാവരം ചോദിക്കാൻ പോവുകയാണ് രാക്ഷസവീരൻ. ആഗ്രഹം ദേവേന്ദ്രന്റെ സിംഹാസനമാണ്. അതിലിരിക്കണം, ഭരിക്കണം. അതിന് 'ഇന്ദ്രാസനം' വേണമെന്നാണ് ചോദിക്കാൻ പോകുന്നത്. ത്രികാലജ്ഞാനംകൊണ്ട് ദേവന്മാർ അറിഞ്ഞു. അപകടമാണ്. തപസ്സുചെയ്തവർക്കു മുന്നിൽ പ്രത്യക്ഷപ്പെട്ടാൽ വരം കൊടുക്കുകയെന്നത് ഈശ്വരന്മാരുടെ വാക്കാണ്. വാക്ക് പാലിച്ചേ പറ്റൂ. അപ്പോൾ ഇന്ദ്രാസനം ചോദിച്ചാൽ! അത് തടയണം. സരസ്വതീദേവിയാണ് വാക്കിന്റെ അധിപ. നാവിൽ 'സരസ്വതീ വിളയാട്ടം' എന്നു പറയാറുണ്ടല്ലോ. സരസ്വതി ഇടപെട്ടു. 'ഇന്ദ്രാസനം' എന്നത് ചോദിച്ചപ്പോൾ കുംഭകർണ്ണന് നാവുപിഴയിൽ അത് 'നിദ്രാസനം' ആയി. ('നിർദേവത്വം' ചോദിക്കാനാഗ്രഹിച്ചു, പക്ഷേ, 'നിദ്രാവത്വം' ആയിപ്പോയി എന്നും പാഠഭേദമുണ്ട്.) അസാധാരണ ബലശാലി, ബുദ്ധിശാലി, പക്ഷേ, വിദ്യ കുറവായതിനാൽ നാവു പിഴച്ചുവെന്നർത്ഥം. ആ പിഴവുണ്ടാകാതിരിക്കാനാണ്, എഴുത്തച്ഛൻ,

"നാവിന്മേൽ നടനം ചെയ്കേണാങ്കാനനേ

യഥാ കാനനേ ദിഗംബരൻ" എന്നും

"വാരിധിതന്നിൽ തിരമാലകളെന്നപോലെ

ഭാരതീപദാവലി തോന്നേണം കാലേകാലേ

പാരാതെ സലക്ഷണം മേന്മേൽ മംഗലശീലേ”

എന്നും എഴുതിത്തുടങ്ങിയപ്പോൾ പ്രാർത്ഥിച്ചത്.

മലയാളഭാഷയുടെ ലിപി പഴയകാല ലിപി സമ്പ്രദായത്തിലേക്ക് മാറണമെന്ന് ഭാഷാ മാർഗനിർദ്ദേശകസമിതി സർക്കാരിന് കഴിഞ്ഞ ദിവസം ശുപാർശ ചെയ്തിട്ടുണ്ട്. 1971 ലായിരുന്നു അവസാന ലിപി പരിഷ്കരണം. കമ്പ്യൂട്ടർ സംവിധാനത്തിലേക്ക് അച്ചടിയും ലിപി തയ്യാറാക്കലും മാറിയകാലത്തെ പരിഷ്കാരം. കൂട്ടക്ഷരങ്ങളാണ് പഴയ ലിപിയിലേക്ക് മടങ്ങുക. ഇനി അവ ചേർത്തെഴുതണം. 26 കൂട്ടക്ഷരങ്ങളൊഴികെ ബാക്കി ചന്ദ്രക്കലയിട്ട് യോജിപ്പിച്ച് ലിപിയാക്കണമെന്നായിരുന്നു മുൻചട്ടം. അത് മാറണം. ഏകീകൃതമാകണം. കമ്പ്യൂട്ടർ സംവിധാനത്തിൽ മലയാള കൂട്ടക്ഷരങ്ങളും ലഭ്യമായിത്തുടങ്ങിയതിനാലാണിത്. മറ്റ് അക്ഷരങ്ങൾക്കൊടുവിൽ ‘ഉ’, ‘ഊ’ എന്നിവ വരാൻ പുതിയ ലിപിയായ ‘ു’ ‘ൂ’ തന്നെ തുടരണം. പക്ഷേ, 1971 ൽ എടുത്ത തീരുമാനത്തിൽ പുതിയ ലിപി പഠിക്കാൻ, പഴയത് ഉപേക്ഷിക്കാൻ വേണ്ടിവന്ന അധ്വാനം ഏറെയായിരുന്നു. കളരിക്കാലത്ത് മണ്ണിൽ തുടക്കം മുതൽ ഒടുക്കംവരെ വിരലെടുക്കാതെ ‘ശ്രീ’ എന്നെഴുതിയതും ‘കുറൂരമ്മ’ എന്ന് എഴുതാൻ ‘ക’ കഴിഞ്ഞ് ‘കമ്മലിടീച്ചതും’ അതെഴുതുമ്പോൾ തെറ്റിയതിന് തല്ലു വാങ്ങിയതും ഓർത്തിരിക്കുന്ന തലമുറയുടെ കാലത്തുതന്നെ മാറിയ ലിപിയെ മാറ്റുന്നതും പഴമയിലേക്ക് ലിപി മടങ്ങുന്നതും കൗതുകമെന്നേ പറയേണ്ടൂ. ‘അററകുററപ്പണി’ എന്നെഴുതിയിരുന്നത് ഇനി അറ്റകുറ്റപ്പണിയാകും. നല്ലത്. അക്ഷരങ്ങളുടെ ആദികാല ആഢ്യത്വം തിരികെ വരുന്നത് അലങ്കാരം കൂടിയാണ്.

ഏകീകരിക്കൽ ലിപിയിലും വരട്ടെ. ഒരേ തിരിച്ചറിയൽ കാർഡ്, ഒരേ വേഷം, ഒറ്റ തിരഞ്ഞെടുപ്പ്, ഏക സിവിൽ നിയമം... അങ്ങനെ അനാവശ്യ ബഹുസ്വരതകളുടെ അളവില്ലാത്ത അവകാശങ്ങൾ മൗലികമാകാതിരിക്കട്ടെ, തോന്ന്യവാസങ്ങൾക്കുള്ള വഴിയടയട്ടെ.

എഴുത്തിനൊപ്പം ഉച്ചാരണവും പഠിപ്പിക്കുകയും പരിശീലിപ്പിക്കുകയും മാത്രമല്ല നിർബന്ധിതമാക്കുകയും ചെയ്യുന്ന ഒരു കാലമാണ് മോഹിക്കുന്നത് എന്ന് പറഞ്ഞാൽ വേഷം അടിച്ചേൽപ്പിക്കുകയും ഇഷ്ടവേഷം ധരിക്കാനുള്ള അവകാശം നിഷേധിക്കുകയും പോലെ ഭാഷയിലും ശ്രമം എന്ന ആക്ഷേപം വരാം. പക്ഷേ, ഭാഷാ മൗലികവാദമല്ല, ഭാഷയിൽ മൗലികവാദം വേണമെന്നാണ് എന്റെ പക്ഷം.

പോരാ, ഭാഷ, അക്ഷരവും ലിപിയും ഉച്ചാരണവും വാക്കും വാക്യവും ചിഹ്നങ്ങളും രൂപഘടനയും ചേർന്നതാണെന്ന തിരിച്ചറിവ് എല്ലാവർക്കും

ഉണ്ടാക്കിക്കൊടുക്കണമെന്നാണ് അഭിപ്രായം. അത് ചിട്ടപ്രകാരം ചട്ട പ്രകാരം പാലിക്കുകതന്നെ വേണം. അല്ലെങ്കിൽ, അതിശയിപ്പിക്കുന്ന സൗന്ദര്യത്തെക്കുറിച്ച് 'ഭയങ്കര' സൗന്ദര്യമെന്ന് പറയും. കഠിനമായ തലവേദനക്കു പകരം 'നല്ല' തലവേദനയെന്നാവും പറയുക. ('നല്ല' തലവേദന മാറ്റാൻ ആരെങ്കിലും മരുന്നു കഴിക്കുമോ!) 'യഥാസമയം' കഴിക്കേണ്ട മരുന്ന് 'സമയാസമയ'ങ്ങളിൽ കഴിക്കും. 'സമയം' ഡോക്ടർ നിശ്ചയിക്കുന്നതും 'അസമയം' രോഗി തോന്നുമ്പോൾ കഴിക്കുന്നതു മാകും, രോഗി മരിക്കും. 'അതത്' എന്തിനാണെന്നറിയില്ല, 'അതാത്' എന്നാക്കി തെറ്റിക്കും. 'അടിച്ചുപൊളിച്ചുകളയു'ന്നതുപോലെ നിർമ്മിച്ച് ഉയർത്തിയ ശിൽപം 'അടിപൊളി'യാണെന്ന് പറയും. 'കലക്കരുതാത്ത' യോഗം 'കലക്കി'യെന്ന് വിളിച്ചുപറയും. കെട്ടിപ്പൊക്കിയത് കണ്ട്, 'പൊളിച്ചു' എന്ന് അഭിപ്രായപ്പെടും. അല്ലെങ്കിൽ 'തകർത്തു' എന്നാകും. 'അസാമാന്യ'മായതിനെ 'അസാധ്യ'മായിപ്പാടിയെന്ന് പുകഴ്ത്തും. 'ഒരു രക്ഷയുമില്ല' എന്ന പരാതി പ്രയോഗം പ്രശംസിക്കാനായി പ്രയോഗിക്കും. 'ഭീകരത'യെ പറഞ്ഞുപറഞ്ഞ് ലഘൂകരിക്കാനോ എന്നറിയില്ല 'ഭീകര മായ' വായന, 'ഭീകരമായ' വർത്തമാനം, 'ഭീകരമായ' തിരക്ക് എന്നെല്ലാം പ്രയോഗിക്കും. എന്തിനാണെന്നറിയില്ല, 'അതിനിടെ', 'അതേസമയം', 'എന്തായാലും' എന്നിങ്ങനെ വാക്യങ്ങൾക്കിടയിൽ കുത്തിക്കയറ്റും. എന്തിനേറെ, വാക്യത്തെ 'വാചക'മാക്കി മാറ്റും. അങ്ങനെ വാക്കു മുതൽ വാക്യം വരെ, അതിലൂടെ ഭാഷ മുതൽ സംസ്കാരം വരെ കളങ്കിതമാക്കും. ഭക്ഷണം, വേഷം, ഭാഷ തുടങ്ങിയ കാര്യങ്ങളിൽ മൗലികാവകാശത്തിന്റെ അധികാരത്തിൽ മൗലികവാദം ശക്തമാണെങ്കിലും ശരിയായ മലയാള ഭാഷക്കുള്ള മൗലികവാദികൾ ഉണ്ടാകാത്തത് അതിശയമാണ്.

പിൻകുറിപ്പ്:

ലളിതാസഹസ്രനാമം, ശ്രീവിദ്യാ ഭഗവതിയുടെ ആയിരം നാമ വിശേ ഷണങ്ങൾ ചേർത്ത സ്തോത്രമാണ്. ഹയഗ്രീവ മുനിയും അഗസ്ത്യ മഹർഷിയും തമ്മിലുള്ള സംവാദമായാണിത് പറയപ്പെട്ടിട്ടുള്ളത്. അതിൽ 678-ാമത്തെ മന്ത്രം 'ഓം ഭാഷാരൂപായൈ നമഃ' എന്നാണ്. വാഗ്ദേവത എന്ന സങ്കൽപം, ഭാഷാരൂപം, അക്ഷരം, ഗ്രന്ഥപൂജ, വിദ്യാരംഭം വാക്ക് വിശുദ്ധമാണ്, ആകണം, ആക്കണം.

(2022 ഫെബ്രുവരി)

പ്രജ്ഞാനം ആനന്ദമാക്കുമ്പോൾ

കയർ ഊഞ്ഞാലാകുന്നതും കൊലക്കയറാകുന്നതും നിമിഷാംശത്തിലെ തീരുമാനത്തിലൂടെയാണ്. തേങ്ങയുടെ തൊണ്ട് തല്ലി, ചകിരിയാക്കി, അത് പിരിച്ച് കയറാക്കിയാൽ പിന്നെ ഉപയോഗം അനുസരിച്ചാവും അതിന്റെ സ്ഥാനം. വടമായി, ദേവരഥം വലിക്കുന്നതിന് ഉപയോഗിച്ചേക്കാം. പാൽചുരത്തുന്ന പശുവിന്റെ കഴുത്തിൽ വീഴാം. ആൾക്കൂട്ടത്തെ വിലക്കാൻ വിനിയോഗിച്ചേക്കാം. ഊഞ്ഞാൽകെട്ടി, ഉല്ലസിക്കുന്ന വിശ്രമവേളകളിൽ പ്രയോജനപ്പെടുത്തിയേക്കാം. ആത്മഹത്യയ്ക്കോ കൊലയ്ക്കോ ഉപയോഗിച്ചേക്കാം. കയർ, അത് കൈകാര്യം ചെയ്യുന്ന ആളിന്റെ മനസ്സുപോലെയാവും ഉപയോഗിക്കപ്പെടുക.

കയർ എന്നല്ല, ഏത് വസ്തുവിനും ഇങ്ങനെ ഭിന്നാവസരങ്ങളും സാധ്യതകളുമുണ്ട്. രോഗചികിത്സയ്ക്ക് ഉപയോഗിക്കുന്ന കത്രിക എന്തിനെല്ലാം ഉപകരണമാകാറുണ്ട്. മുള്ളുകൊണ്ട് മുറിവേൽപ്പിക്കാനും മുള്ളെടുക്കാനും കഴിയുമല്ലോ. വാസ്തവത്തിൽ വസ്തുക്കളുടെ കാര്യത്തിലെന്നപോലെ മനുഷ്യരുടെ കാര്യത്തിലും ഈ സാധ്യതകൾ ഏറെയാണ്.

പ്രസിദ്ധമായ കഥയുണ്ടല്ലോ, ഉണ്ണിയേശുവിനെ വരയ്ക്കാൻ മാതൃകയാക്കിയ ചിത്രകാരൻ, അതേ ആളിനെ പിൽക്കാലത്ത് യൂദാസിന് മോഡലാക്കിയെന്ന കഥ. സമൂഹവും സാഹചര്യവും മനുഷ്യരെ മാറ്റുന്നുവെന്ന് സ്ഥാപിക്കാൻ ഇത് ഉദാഹരിക്കാറുണ്ട്.

നരേന്ദ്രൻ എന്ന കുട്ടി, ബിലേ എന്ന ചെല്ലപ്പേരിൽ കളിച്ചു നടക്കുമ്പോൾ അക്കാലത്ത് ബംഗാൾ തെരുവുകളിൽ ധാരാളമായിരുന്ന കുതിരവണ്ടികൾ സാഹസികമായി ഓടിക്കുന്ന കുതിരവണ്ടിക്കാരനാകണമെന്നാണ് ആഗ്രഹിച്ചത്. അർജുനന്റെ രഥം നയിക്കുന്ന ശ്രീകൃഷ്ണനെന്ന കുതിരക്കാരന്റെ ചിത്രംകാട്ടി, വിശദീകരിച്ച് കാര്യങ്ങൾ പഠിപ്പിച്ച അമ്മയാണ് ബിലേയെ, പിൽക്കാലത്തെ നരേന്ദ്രനാക്കിയത്. വീടും വീട്ടുകാരും എങ്ങനെയാണ് ഒരാളുടെ ചിന്താഗതിയെ, പ്രവർത്തനത്തെ സ്വാധീനിച്ച് വഴിതിരിക്കുന്നത് എന്നതിന് ഉദാഹരിക്കാറുള്ളതാണ് ഈ സംഭവം.

പിടിച്ചുപറിച്ചും മോഷ്ടിച്ചും ഉള്ളവരുടെ സ്വത്ത് അപഹരിച്ചിരുന്ന കായംകുളം കൊച്ചുണ്ണി, ഇല്ലാത്തവരുടെ രക്ഷകനായിരുന്നുവെന്ന വിവരണം മോശക്കാരിലും നല്ലവരുണ്ടായിരുന്നുവെന്ന് ഉദാഹരിക്കുന്നു.

ഔദ്യോഗികമായി ചുമതല വഹിക്കുന്ന, രാജ്യത്തിന് വേണ്ടി യൂണിഫോം ധരിച്ച, സുരക്ഷാ ഉദ്യോഗസ്ഥർ, നാടിന്റെയും നാട്ടുകാരുടെയും സംരക്ഷകരായിരിക്കേണ്ടവർ രാജ്യദ്രോഹികളായി മാറിയിട്ടുള്ള സംഭവങ്ങൾ ഒട്ടേറെ. യൂണിഫോമിട്ട ഇത്തരം ക്രിമിനലുകൾ പറയുന്നത് ഒരാളിൽ ത്തന്നെ ദേവനും അസുരനുമുണ്ടെന്നതാണല്ലോ. അവസരം വരുമ്പോൾ, സ്വയം പോഷിപ്പിക്കുന്ന, സാഹചര്യം വളർത്തുന്ന, മനോനില നിയന്ത്രിക്കുന്ന, ഗുണമോ ദോഷമോ പുറത്തുവരുന്നുവെന്നുമാത്രം. വിവേകശാലികളായ സചേതനങ്ങൾ പെരുമാറുന്നു, ചിലപ്പോൾ അചേതനമായ ഉപകരണങ്ങൾ അതിനായി അവർക്ക് ഉചിതമായ തരത്തിൽ വിനിയോഗിക്കുന്നു-കയർ ഊഞ്ഞാലാകുന്നു, ചിലപ്പോൾ കൊലക്കയറാകുന്നു.

രാജാവിന്റെ ധർമമാണ് ചൂതുകളി. ചൂത് ചതുരംഗമാകാം. ചതുരംഗത്തിന്റെ മറ്റൊരു പേരോ ചില്ലറ ഭേദമുള്ള കളിയിനമോ ആണ് ചെസ്സ്. ചെസ്സ് അന്താരാഷ്ട്ര തലത്തിൽ ഇന്ന് കളിയിനമാണ്. ചതുരംഗം പുരാണകാലംമുതൽ ഇന്ത്യയിൽ നിലനിന്ന, രാജാക്കന്മാർ പോലും കളിച്ചിരുന്ന കളി.

സംസ്കൃതത്തിൽ 'ദേവദത്തം' എന്ന് പരാമർശിച്ചിട്ടുള്ള ഈ കളി തന്നെയാണ് മഹാഭാരത യുദ്ധത്തിലേക്ക് കൗരവ പാണ്ഡവരെ നയിച്ച, ദ്യൂതം എന്നാണ് വിവരണങ്ങളിലുള്ളത്. രാജധർമം പാലിക്കാൻ സഹോദരങ്ങളേയും ഭാര്യ ദ്രൗപതിയേയും പണയം വെച്ച്, രാജ്യം നഷ്ടപ്പെട്ട ധർമപുത്രരുടെ ജീവചരിതത്തിൽ ഈ ചതുരംഗമുണ്ട്. സഹോദരൻ പുഷ്കരന്റെ ചതിയിൽ പെട്ട്, പന്തയത്തിൽ തോറ്റ്, രാജധർമം പാലിക്കാൻ ഭാര്യയുമായി കാടുകയറേണ്ടിവന്ന നൈഷധരാജാവായ നളന്റെയും ദമയന്തിയുടെയും വിധി നിശ്ചയിച്ചതും ചതുരംഗമായിരുന്നു. വിനോദിക്കാൻ ശ്രീകൃഷ്ണനും രാധയും ചതുരംഗം കളിച്ചിരുന്ന കാര്യവും വിരാട രാജാവായ കീചകന്റെ ചതുരംഗക്കളിയും പ്രസിദ്ധമായ ഇതിഹാസ വിവരണമാണ്. 'അക്ഷഹൃദയം' എന്ന ഒരു ശാസ്ത്രശാഖതന്നെ ഉണ്ടായിരുന്നുവെന്നാണ് പുരാണങ്ങളിലെ വിവരണങ്ങൾ. ഇതിന്റെ പേർഷ്യൻ പതിപ്പാണ് 'ചെസ്സ്' എന്ന് പറയപ്പെടുന്നു. ഏറെ സാദൃശ്യവും ഒട്ടേറെ വൈസാദൃശ്യങ്ങളുമുണ്ട് ഇവ തമ്മിൽ.

ചതുരംഗത്തിന്റെ ഈ പെരുമയുടെ ചരിതം ഓർമിപ്പിക്കുന്നതായി പ്രജ്ഞാനന്ദ രമേഷ് ബാബുവിന്റെ ചെസ് വിജയം. ലോക ചാമ്പ്യനെയാണ് പ്രജ്ഞാനന്ദ രമേഷ് ബാബു റാപ്പിഡ് ഓൺലൈനിന്റെ കളിയിലെ ഒരുഘട്ടത്തിൽ പരാജയപ്പെടുത്തിയത്. ഓൺലൈൻ റാപ്പിഡ് ചെസ് ടൂർണമെന്റായ എയർതിങ്സ് മാസ്റ്റേഴ്സിൽ നിന്ന് പക്ഷേ, പ്രജ്ഞാനന്ദ രമേഷ് ബാബു പുറത്തായി. ക്വാർട്ടറിലെത്താനായില്ല. ആദ്യ ഘട്ടത്തിലെ

അവസാന റൗണ്ടിൽ (പതിനഞ്ചാമത്തെ) റഷ്യയുടെ വ്ളാഡിസ്ലാവ് ആർട്ടെമിയേവിനെ തോൽപിച്ചെങ്കിലും ക്വാർട്ടർ കടക്കാനായില്ല.

എന്നാൽ, എട്ടാം റൗണ്ടിൽ ലോക ചാമ്പ്യൻ മാഗ്നസ് കാൾസനെയാണ് ഈ പതിനാറുവയസുകാരൻ പരാജയപ്പെടുത്തിയത്. വൻ നേട്ടമായിമാറി, തമിഴ്നാട്ടുകാരനായ, അതിസാധാരണക്കാരായ മാതാപിതാക്കൾക്ക് പിറന്ന കുട്ടിയുടെ വിജയം. തമിഴ്നാട്ടുകാരൻ വിശ്വനാഥ് ആനന്ദിന്റെയും ആന്ധ്രക്കാരനായ പി. ഹരികൃഷ്ണയുടെയും കർണാടകക്കാരി കൊനേരു ഹംപിയുടെയും പിൻഗാമിയായി പ്രജ്ഞാനന്ദ രമേഷ് ബാബു. ചെസ്സിൽ പുതിയ മഹാനേട്ടങ്ങൾക്ക് ഈ കുട്ടിക്ക് അവസരങ്ങൾ കിടക്കുന്നതേയുള്ളു. ധർമവഴിയിൽ ഇളകാതെ സഞ്ചരിച്ച ധർമപുത്രർക്ക് ലഭിച്ചതുപോലെ, നളന് ലഭിച്ചപോലുള്ള നേട്ടങ്ങൾ.

എന്നാൽ, ധർമമില്ലാത്ത വഴിയിൽ വെറും ചൂത് കളിക്കുന്നവരുടെയും കളിപ്പിക്കുന്നവരുടെയും ജന്മങ്ങൾക്ക് സംഭവിക്കുന്നതാണ് ദുരന്തം. 'കറുപ്പും വെളുപ്പും കരുക്കൾ നീക്കി കളിക്കുമ്പോൾ കാലാളായി വീഴുന്നവരെ നോക്കി കൈകൊട്ടിച്ചിരിക്കുന്നവർ'ക്ക് പക്ഷേ, ആ ചതുരംഗക്കളത്തിലെ വെറും കരുക്കളാണ്, ഒരിക്കലും പ്രജ്ഞാനം ആനന്ദം പോയിട്ട് ആവശ്യമാണെന്ന് പോലും ചിന്തിക്കാത്തവർ. അവർ 16 ന്റെ കൗമാരക്കാലത്ത് ഭീകരപ്രവർത്തനങ്ങളിലോ രാജ്യദ്രോഹ വൃത്തികളിലോ ലഹരികളിലോ മുഴുകിപ്പോകുന്നു. സ്വഭാവിയും രാജ്യഭാവിയും തകർക്കുന്നു. ധർമഭ്രംശം മൂലം തകരുന്നു. അവരുടെ മോഡലുകൾ തെറ്റെന്ന് ചൂണ്ടിക്കാട്ടാൻ വീടും സമൂഹവും നാടും മറന്നു പോകുന്നു. തേച്ചു മിനുക്കിയാൽ കാന്തിയും മൂല്യവും വയ്ക്കുന്ന കല്ലുകൾ ഏറെയുണ്ട് നമ്മുടെ സമൂഹത്തിന്റെ അടിത്തട്ടിൽ.

രാജ്യദ്രോഹപ്രവർത്തനത്തിന് കുപ്രസിദ്ധനായ ദാവൂദ് ഇബ്രാഹിമിന് കൂട്ടാളിയായതിന് മന്ത്രി (മഹാരാഷ്ട്രയിൽ മന്ത്രി നവാബ് മാലിക്) അറസ്റ്റുവരിക്കേണ്ടിവരുന്ന സ്ഥിതി വിശേഷമാണ് രാജ്യത്ത്. വീടും നാടും സമൂഹവും രാജ്യവും ഭരണകൂടവും നേർവഴിക്ക് നയിക്കാത്തവരുടെ പല കളത്തിലുള്ള ചൂതുകളി ഉണ്ടാക്കുന്ന അപകടങ്ങൾ പലതാണ്.

പ്രജ്ഞാനന്ദ രമേഷ് ബാബു ഏഴാം വയസ്സിൽ ഫിഡെ മാസ്റ്റർ പദവി നേടി. പത്തുവയസിൽ (2016) ചെസിന്റെ ചരിത്രത്തിലെ ഏറ്റവും പ്രായം കുറഞ്ഞ ഇന്റർനാഷണൽ മാസ്റ്ററായി. ലോകത്തെ ഏറ്റവും പ്രായം കുറഞ്ഞ ഗ്രാൻഡ് മാസ്റ്ററാണിപ്പോൾ. റാപ്പിഡ് ചെസ് ആണ് പ്രജ്ഞാനന്ദയുടെ പ്രത്യേകത.

ആർ. രമേഷ് ബാബുവിന്റെയും നാഗലക്ഷ്മിയുടെയും മകന് പ്രജ്ഞാനന്ദ എന്ന പേരിടാൻ നിശ്ചയിച്ചത് രക്ഷിതാക്കളാണ്. മഹാവിഷ്ണുവിന്റെ

അവതാരമായ കൽക്കിയുടെ വിശ്വാസികളായ ഇവർ സന്ദർശിക്കുന്ന ക്ഷേത്രത്തിലെ പൂജാരിമാരാണ് ഈ പേര് നിർദേശിച്ചത്. പ്രജ്ഞ എന്നാൽ അറിവാണെന്നും അതിൽ ആനന്ദമുള്ളവൻ എന്നാണ് പേരിന്റെ അർഥമെന്നുപോലും അവർക്കറിയില്ല. പുതിയ കുട്ടികൾക്ക് തമിഴ് പേരിടാൻ സ്വന്തം പേര് വിദേശിയുടേതാണെന്ന് അറിഞ്ഞോ അറിയാതെയോ (അറിഞ്ഞാണെങ്കിൽ അച്ഛനെ വിമർശിച്ചുള്ള നിലപാട്) മുഖ്യമന്ത്രി സ്റ്റാലിൻ പ്രഖ്യാപിക്കുന്നതിന് 15 വർഷം മുമ്പേയാണ് നാഗലക്ഷ്മിയും രമേഷും ഈ പേര് തിരഞ്ഞെടുത്തത്. പേരുപോലെതന്നെ വിജ്ഞാനവും പ്രജ്ഞാനവും മകൻ നേടുന്നുവെന്ന് ഉറപ്പാക്കുകയും ചെയ്തു.

അതെ, വീട്ടിൽനിന്ന് തുടങ്ങുന്നു, സമൂഹത്തിന്റെ വളത്തിൽ വളരുന്നു, രാജ്യത്തിന്റെ ആഴത്തിൽ വേരൂന്നുന്നു. ഇതിൽ ഏത് പിശകിയാലും ആനന്ദം അവനവനിൽ മാത്രമാകും. അത് അപകടമാകും. 16 തികയുന്ന പ്രജ്ഞാനന്ദ രമേഷ് ബാബുമാർ നിറഞ്ഞ നാടിന്റെ നാളെകൾക്ക് തയ്യാറാകേണ്ടത് രക്ഷിതാക്കളാണ് എന്ന് പാഠം. അപ്പോൾ നമ്മുടെ കുട്ടികൾ ചെസ്സിൽ മാത്രമല്ല, സകല ഇടങ്ങളിലും ലോകമാസ്റ്റർമാരാകുകയും ചെയ്യുമെന്നത് വാസ്തവം. അങ്ങനെ അസുരപ്രഭാവത്തിന്റെ അളവുകുറച്ച്, എല്ലാവരിലേയും ദേവത്വം നമുക്ക് വളർത്താം.

പിൻകുറിപ്പ്:

പ്രജ്ഞാനന്ദ, ഹിന്ദിക്കാർക്ക് പ്രഗ്യാനന്ദയാണ്. അവർക്ക് ദൽഹിയിലെ വിജ്ഞാൻ ഭവൻ വിഗ്യാൻ ഭവനാണ്. ജ്ഞാനി സെയിൽസിങ് ഗ്യാനി സെയിൽ സിങ്ങാണ്. ബംഗാളിയുടെ സുഭാസ് ചന്ദ്ര ബോസ് സുഭാഷ് ചന്ദ്ര ബോസും ബിബേകാനന്ദൻ വിവേകാനന്ദനുമാകുമെങ്കിൽ, അവരുടെ ടാഗൂർ നമുക്ക് ടാഗോർ ആകുമെങ്കിൽ എന്തുകൊണ്ട് പ്രഗ്യാനന്ദയെ നമുക്ക് പ്രജ്ഞാനന്ദയാക്കിക്കൂടാ. അങ്ങനെപോലും ജ്ഞാനിയാകാൻ വഴിവെക്കില്ലെന്നു വന്നാൽ?

(2022 ഫെബ്രുവരി)

ഇത് മാധ്യമങ്ങൾക്കുള്ള കിഴുക്ക്

'കടത്തനാടൻ പത്രിക'യെന്ന് പേര്. പുതുപ്പണത്തുനിന്ന് പ്രസിദ്ധീകരിക്കുന്നത്. തച്ചോളി ഒതേനൻ കൊല്ലപ്പെട്ടുവെന്നാണ് പ്രധാന വാർത്ത. അനുബന്ധമായി ഒട്ടേറെ വിശദീകരണ വാർത്തകൾ. പത്രത്തിന്റെ ഒന്നാം പേജ് നിറയെ അതുമായി ബന്ധപ്പെട്ട വാർത്തകൾ മാത്രം. 'നികത്താനാവാത്ത നഷ്ടമെന്ന് നാടുവാഴി'യുടെ പ്രസ്താവന, (ഔദ്യോഗിക പ്രതികരണം), മറ്റൊരു തലക്കെട്ട്: 'ഉറുക്കും നൂലും ധരിച്ചില്ല' (വിശ്വാസപരം), 'വിജയാഹ്ലാദം കണ്ണീർപുഴയായി' (ഹ്യൂമെൻ ഇന്ററസ്റ്റഡ് സ്റ്റോറി), 'പ്രതിമ നിർമിക്കും' (നാട്ടുകാരു'ടെ പങ്കാളിത്തം), 'നിരോധനാജ്ഞ' (സാമൂഹികം), 'കളരികൾക്ക് അവധി' (ദുഃഖാചരണം), 'കാലാവസ്ഥ' (പ്രകൃതിയുടെ പ്രതികരണം), ഫോട്ടോയ്ക്ക് പകരം ഇലസ്ട്രേഷൻ, കളർ പ്രിന്റിങ്, 'പീക്കോക്ക് മയിലെണ്ണ'യുടെ പരസ്യം (അതും മെയ്വഴക്കത്തിന് ഫലപ്രദമെന്ന വിശേഷണത്തോടെ) ഇത്രയും ചേർത്താണ് ഒന്നാം പേജ്. ഇന്റർനെറ്റ് മാധ്യമങ്ങൾ വഴി കഴിഞ്ഞ ദിവസങ്ങളിൽ വീണ്ടും പ്രചരിച്ചതാണീ പത്രത്താൾ.

വിശ്വസനീയമായ രീതിയിലാണ് വാർത്തയെഴുത്ത്. നിശ്ചയമായും മാധ്യമ പ്രവർത്തനത്തിൽ പരിചയ സമ്പന്നനോ, ദീർഘനാളായി നിരീക്ഷകനോ ആയ ഒരാൾ അല്ലെങ്കിൽ ചിലർ ചേർന്ന് തയ്യാറാക്കിയത്. പത്രത്തിന്റെ പഴക്കം തോന്നിക്കാൻ നിറം മാറ്റൽ, അവിടവിടെ കടലാസ് പൊടിഞ്ഞുപോകൽ തുടങ്ങിയ കാര്യങ്ങളിൽ ശ്രദ്ധിച്ചിട്ടുണ്ട്. അഭിനന്ദിക്കണം ഈ പരിശ്രമത്തെ.

എന്നാൽ, മലയാളത്തിൽ, പത്രമെന്ന് പറയാവുന്ന സ്വഭാവത്തിൽ അച്ചടിച്ചിറക്കിയ 'രാജ്യസമാചാരം' 1947 ലാണ് തലശ്ശേരിയിൽ നിന്നിറങ്ങിയത്. കടത്തനാട്, തലശ്ശേരിയോടടുത്ത സ്ഥലം, മലബാർ പ്രദേശം എന്നതൊഴിച്ചാൽ 'കടത്തനാടൻ പത്രിക'യ്ക്ക് അച്ചടിയുടെ വിശ്വാസ്യത ഒന്നുമില്ല. മാത്രമല്ല, അച്ചടി പ്രചാരത്തിൽ വരുന്നതിന് രണ്ട് നൂറ്റാണ്ടെങ്കിലും മുമ്പാണ് ഒതേനൻ ചരിതം. പക്ഷേ, അതൊന്നുമാലോചിക്കാതെ 'കടത്തനാടൻ പത്രിക'യിലെ ഒതേനൻ കൊല്ലപ്പെട്ട വാർത്ത വായിച്ച് രോമാഞ്ചം കൊള്ളുകയും അതിൽ 'തീയതി ഇല്ലല്ലോ' എന്ന് പരാതിപ്പെടുകയും സങ്കടപ്പെടുകയും ചെയ്യുന്ന യുക്തിവിചാരമാണ്, ഏറെനാൾ കൊണ്ട്, ഒരു കൊച്ചു സംസ്ഥാനത്തിന് താങ്ങാവുന്നതിനേക്കാൾ 'മാധ്യമ

ഭാരം' വഹിക്കുന്ന കേരളത്തിലെ പ്രബുദ്ധ വായനക്കാർ നേടിയെടുത്തത്! കുറ്റം പറയരുതല്ലോ, ശീലങ്ങൾ അങ്ങനെയൊക്കെ പരുവപ്പെടുത്തിക്കളയുമായിരിക്കും.

കേരളത്തിൽ 3.46 കോടിയാണ് ജനസംഖ്യ. അഞ്ചുവർഷം മുമ്പത്തെ ഔദ്യോഗിക കണക്കുകൾ പ്രകാരം, നാഷണൽ ഫാമിലി ഹെൽത്ത് സർവേയുടെ ഭാഗമായി രേഖപ്പെടുത്തിയ വിവരങ്ങളിൽ, കേരളത്തിൽ 44 ടെലിവിഷൻ ചാനലുകളുണ്ട്! രണ്ട് പ്രമുഖ കേബിൾ ടിവികൾ. ലോക്കൽ ചാനലുകൾ വേറെ. വാർത്തകൾക്കു മാത്രം 11 ചാനലുകൾ. എട്ടെണ്ണം ആത്മീയ ചാനൽ. സിനിമകൾക്കു മാത്രം രണ്ടെണ്ണം. സംഗീതത്തിനു മാത്രമായി രണ്ടെണ്ണം. ഒരു വിദ്യാഭ്യാസ ചാനൽ.

പ്രഭാത ദിനപത്രങ്ങൾ 15 എണ്ണം. സായാഹ്ന പത്രങ്ങൾ, ഉച്ചപ്പത്രങ്ങൾ, ചെറുകിട പത്രങ്ങൾ വേറെ. ഇതിനു പുറമേ, വാരിക, ദ്വൈവാരിക, മാസിക എന്നിങ്ങനെ പ്രസിദ്ധീകരണങ്ങൾ വേറെ 26 എണ്ണം. കുട്ടികൾക്കു മാത്രമായി 20 പ്രസിദ്ധീകരണങ്ങളുണ്ട്. വനിതകൾക്കു മാത്രമായി ഒമ്പതെണ്ണം! ഇതിനെല്ലാം പുറമേ ഇന്റർനെറ്റ് വാർത്താ സംവിധാനങ്ങൾ, ഓൺലൈനുകൾ, പോർട്ടലുകൾ, യു ട്യൂബ് ചാനലുകൾ... ഒരു കൊച്ചു സംസ്ഥാനത്തിന്റെ കാര്യമാണ്. 15 പ്രധാന ദിനപത്രങ്ങൾക്കു മാത്രമായി മുക്കാൽക്കോടിയിലേറെ വായനക്കാരുണ്ടെന്നാണ് കണക്ക്. ഇനിയും കൃത്യമായി കണക്കാക്കാനാവാത്തതാണ് മറ്റ് മേഖലയിലെ കാഴ്ചക്കാരുടെയും വായനക്കാരുടെയും കേൾവിക്കാരുടെയും എണ്ണം. തികച്ചും അമ്പരപ്പിക്കുന്നുണ്ട് കേരളം ഇക്കാര്യത്തിൽ.

അതിനിടെയാണ് ഒരു ടെലിവിഷൻ, സംപ്രേഷണം നിർത്താൻ ഇടയായത്. അഥവാ അവർക്ക് സംപ്രേഷണത്തിനുള്ള അനുമതി സർക്കാരിൽ നിന്ന് പുതുക്കിക്കിട്ടാതായത്. അതിനുള്ള കാരണങ്ങൾ ഇന്നതിന്നത് എന്ന് അക്കമിട്ട് ഔദ്യോഗികമായി നിരത്തിക്കൊണ്ട് പുറത്തുവന്നിട്ടില്ലെങ്കിലും അക്കാര്യത്തിൽ ആധികാരികമായി പറയേണ്ട സർക്കാരും, സർക്കാർ പറഞ്ഞതിനെ വിശകലനം ചെയ്ത് ശരി തെറ്റുകൾ വിധിക്കേണ്ട കോടതിയും വ്യക്തമാക്കി. അനുമതി പുതുക്കാത്തത്, ആ മാധ്യമം രാജ്യതാൽപര്യങ്ങൾക്കും നിയമ-ചട്ട വ്യവസ്ഥകൾക്കും വിരുദ്ധമായി പ്രവർത്തിക്കുന്നുവെന്ന കാരണത്താലാണ്. ആ വിഷയവും ചർച്ച ചെയ്യുന്നതിന് രാജ്യത്തെ മറ്റ് മാധ്യമങ്ങൾക്ക് അനുമതിയുണ്ടെന്നും നിയന്ത്രണമില്ലെന്നുമുള്ളത്, അനുമതി കിട്ടാതെ പോയത് കൃത്യമായ കാരണത്താലാണെന്നതിന് തെളിവാണ്. മാത്രമല്ല, ടെലിവിഷൻ സംപ്രേഷണത്തിന് അനുമതി നഷ്ടമായ അതേ കമ്പനിക്കും കമ്പനിയുടെ നടത്തിപ്പുകാർക്കും അവരുടെതന്നെ മറ്റ് രൂപത്തിലുള്ള മാധ്യമങ്ങളിലൂടെ പ്രചാര

ണത്തിനും മാധ്യമ പ്രവർത്തനത്തിനും വിലക്കില്ലെന്നത് സർക്കാർ-കോടതി തീരുമാനങ്ങൾക്കെതിരെ ചിലർ നടത്തുന്ന പ്രചാരണത്തിന് അടിസ്ഥാനമില്ലെന്ന് അവർ തന്നെ വ്യക്തമാക്കുന്നുമുണ്ട്. മറ്റൊന്നു കൂടി ശ്രദ്ധിക്കേണ്ടത്, അനുമതി കിട്ടാതെ പോയതിന്, നടത്തുന്ന കുപ്രചരണങ്ങളുടെ സ്വഭാവവും രീതിയുമാണ്. 'അയാൾ ഇന്നതാണ്' എന്ന് മറ്റുള്ളവർ വിധിക്കുന്നത് ഒരുപക്ഷേ, നൂറുശതമാനം ശരിയാകണമെന്നില്ല; വിശ്വസനീയവും. എന്നാൽ, 'ഞാൻ ഇന്നതാണ്' എന്ന് സ്വയം പറയുകയും അത് തെളിയിക്കുകയും ചെയ്യുമ്പോൾ നമുക്ക് വിശ്വസിക്കാം. അനുമതി കിട്ടാത്ത ടിവി ചാനൽ അവരുടെ മറ്റ് വാർത്താ വിനിമയ സംവിധാനങ്ങൾ വഴി, അനുമതി നിഷേധിക്കലിനെക്കുറിച്ച് സ്വയം പ്രകടിപ്പിക്കുന്നതെല്ലാം തന്നെ സർക്കാരിന്റെ തീരുമാനം ശരിയായെന്ന് ആരും സമ്മതിക്കുന്ന തരത്തിലാണ്. ഇവിടെ വിഷയം അതല്ലാത്തതിനാൽ ഇതിവിടെ നിർത്താം.

മാധ്യമങ്ങൾ തമ്മിൽ നടക്കുന്ന നിലനിൽപ്പിന്റെയോ പിടിച്ചെടുക്കലിന്റെയോ മത്സരത്തിലാണ് "കടത്തനാടൻ പത്രികകൾ" ജനിക്കുന്നത്. നർമ്മത്തിലൂടെ വിമർശന ധർമ്മം വെളിവാക്കുന്ന പാരമ്പര്യമുണ്ട് മലയാളി മനസ്സിന്. 'കുഞ്ചൻ നമ്പ്യാർ'മാരാണ് ഓരോ മലയാളിയും ചെറിയൊരംശത്തിലെങ്കിലും. ഏറിയും കുറഞ്ഞും ആഴവും പരപ്പും വ്യത്യസ്തമായിരിക്കുമെന്നു മാത്രം. തന്റേതായ വിമർശന വിശകലനം നടത്തിയേ അവർ എന്തും വിശ്വസിക്കൂ. പക്ഷേ, ആദ്യം പറയുന്നത് അടിസ്ഥാന വിശ്വാസമാവുകയും അത് സത്യമല്ലെങ്കിലും കുറച്ചെങ്കിലും യഥാർത്ഥ വസ്തുതയെ സംശയിപ്പിക്കാൻ പാകത്തിൽ ബോധത്തിൽ അവശേഷിപ്പിക്കുകയും ചെയ്യുമെന്ന അപകടമുണ്ട്. അതുകൊണ്ടുതന്നെ ആദ്യം പറയാനുള്ള മത്സരത്തിൽ അപകടം പിണയാതെ നോക്കേണ്ടതുമുണ്ട്.

കഴിഞ്ഞ ദിവസം ഒരു പ്രമുഖ ടിവി വാർത്താ അവതാരക അഭിപ്രായപ്പെട്ടു; ഇത്രമാത്രം സമ്മർദ്ദം വാർത്താ വായനയിലും അവതരണത്തിലും അനുഭവിച്ച കാലമുണ്ടായിട്ടില്ലെന്ന്. റിപ്പോർട്ടർമാർ "ലൈവ് റിപ്പോർട്ടിങ്ങിന്" മടിക്കുന്നുവത്രേ. കാരണം, ഒരു വാക്കു തെറ്റിയാൽ ഉണ്ടാകുന്ന വിമർശനം തന്നെ. രോഗി ഡിസ്ചാർജായി എന്നതിന്, 'പോസ്റ്റുമോർട്ടം കഴിഞ്ഞു' വെന്ന് പറയേണ്ടിവരുന്നത് സമ്മർദ്ദം കൊണ്ടാണോ, അത്തരം അപരാധങ്ങൾ വിമർശനകാരണമാകുന്നത് സമ്മർദ്ദമുണ്ടാക്കുന്നതാണോ എന്നത് 'കോഴിയോ മുട്ടയോ ആദ്യം' എന്ന ചോദ്യം പോലെയാണ്.

മത്സരത്തിൽ ഒന്നാമനാകുന്നത് മത്സരചട്ടവും ചിട്ടയും തെറ്റിക്കാതെയാവണമല്ലോ. മത്സരത്തിന്റെ കാലത്ത് മുറ തെറ്റിക്കാതെതന്നെ മത്സരിക്കണം. പക്ഷേ, നിർഭാഗ്യത്തിന് അങ്ങനെയല്ല. അത് ഉണ്ടാക്കുന്നത് മാധ്യമ മേഖലയിലൂടെ ആകെ പ്രതിസന്ധിക്കുള്ള അവസരങ്ങളാണ് എന്നതാണ് അപകടം.

യുദ്ധം പൊടുന്നനെയാണ് പ്രത്യക്ഷത്തിലാകുന്നത്. അതിനുള്ള അവസരം രൂപപ്പെടുന്നത് ഏറെനാൾ മുമ്പേയാവും. തെരുവിൽ രണ്ടുപേർ തമ്മിൽത്തല്ലുംപോലെ ക്ഷണമാത്ര വികാരംകൊണ്ടുണ്ടാകുന്നതല്ല ഇക്കാലത്ത് യുദ്ധം. 2014 മുതൽ ഉക്രൈനിന്റെ രാഷ്ട്രീയ-നയതന്ത്ര ഇടപാടുകളിലെ മാറ്റങ്ങളുടെ പരിണാമമാണ് 2022 ലെ റഷ്യയുടെ ഉക്രൈൻ ആക്രമണകാരണം. അവിടേക്ക് തൊഴിലിനോ പഠനത്തിനോ പോകുന്നവർ അക്കാര്യം സൂക്ഷ്മമായി നിരീക്ഷിച്ചിട്ടില്ല. ആ ജോലി അതത് സർക്കാരുകളെ ഏൽപ്പിക്കുകയും അവരെ വിശ്വസിച്ച് പോവുക യുമായിരുന്നു. അതേ വിശ്വാസം യുദ്ധകാലത്ത് ആ സർക്കാരുകളുടെ പ്രവർത്തനത്തിൽ പ്രകടിപ്പിക്കണം. അതാണ് 'സിറ്റിസൺസ് ഡ്യൂട്ടി' അഥവാ പൗരന്റെ കടമ. മറിച്ച്, മാധ്യമങ്ങളുടെ താളത്തിന് ചുവടു വയ്ക്കാനും വായ്ത്താരി ഏറ്റുപറയാനും തുടങ്ങിയാൽ അത് 'സിറ്റിസൺ ജേർണലിസ'ത്തിന്റെ പേരിലായാലും അപകടമാണ്. അത് ചെയ്യിക്കുന്ന മാധ്യമങ്ങൾ കാണിക്കുന്ന, ആവേശംകൊണ്ടുള്ള അബദ്ധവും മാധ്യമ ങ്ങളുടെ താൽപര്യത്തിൽ അനുവർത്തിക്കുന്നവരുടെ അബദ്ധവും ചേർന്നുണ്ടാക്കുന്ന അപകടം വലിയ ദുരന്തമാകാം. ശരിയാണ്, ഞങ്ങൾ സുരക്ഷിതരാണെന്ന അറിയിപ്പ് അകലെയുള്ള വീട്ടുകാർക്ക് കൊടുക്കാൻ കഴിയുന്നത്, ആധുനിക വാർത്താ വിനിമയ സംവിധാനത്തിൽ നല്ലതാണ്. എന്നാൽ, അതിനപ്പുറം "ആഘോഷമാകുമ്പോൾ" അപകടമാണ്. സിറ്റിസൺസ് ജേർണലിസത്തിൽ ആർക്കും വിവരദാതാവായി മാധ്യമങ്ങളി ലൂടെ റിപ്പോർട്ടു ചെയ്യുവാനവസരം തുറക്കും. പുതിയ ബ്ലോഗിങ്, വ്ളോഗിങ് സംവിധാനം ഇടനിലക്കാരില്ലാതെ ആർക്കും ബഹുജന മാധ്യമമായി മാറാൻ സഹായിക്കും. പക്ഷേ, റിപ്പോർട്ടർക്കും കാഴ്ച/ കേൾവി/വായനക്കാർക്കും ഇടയിൽ 'എഡിറ്റർ' ഇല്ലാതെ വന്നാൽ അബദ്ധങ്ങൾ അപകടം വരുത്തും. ഉക്രൈനിലെ യുദ്ധത്തിൽ ഇന്ത്യ ക്കാർ അകപ്പെട്ടു, രക്ഷിക്കാനാളില്ല, സർക്കാർ ഒന്നും ചെയ്യുന്നില്ല എന്ന് ഇല്ലാവാർത്ത പറഞ്ഞ യുപിയിലെ പെൺകുട്ടിയുടെ വ്ളോഗ് അങ്ങനെ യാണ് ചതിച്ചത്. എഡിറ്ററില്ലാതെ വന്നാൽ അധികൃതർക്ക് എഡിറ്റ് ചെയ്യേണ്ടി വരും. അബദ്ധങ്ങളല്ല, ബോധപൂർവം സൃഷ്ടിക്കുന്ന 'സുബദ്ധ മായ അബദ്ധ'മാണെന്നു വരുമ്പോൾ നിയന്ത്രണങ്ങളും വേണ്ടി വരും. അതല്ലെങ്കിൽ "കടത്തനാടൻ പത്രികകൾ" ചതിയൻ ദൗത്യവുമായി വിലസുമ്പോൾ തഥ്യയും മിഥ്യയും തിരിച്ചറിയാനാവാത്ത ഭ്രമാവസ്ഥ വരും. അതിന്റെ സർക്കാസ്റ്റിക്-സർറിയലിസ്റ്റിക് - മാജിക്കൽ റിയലിസ മാതൃകയാണ് "കടത്തനാടൻ പത്രിക". സത്യമോ നുണയോ, സാധ്യ തയോ സങ്കൽപ്പമോ, നർമ്മമോ കുസൃതിയോ എന്നൊന്നും തിരിച്ചറി യാനാകാത്ത സ്ഥിതി. അത് ഒരു വ്യവസായത്തെ തകർക്കും, ആ

വ്യവസായം അത്ര വൈകാരികമായ മേഖലയിലാകുമ്പോൾ രാജ്യ താൽപര്യം പ്രധാനമായി പരിഗണിക്കേണ്ടിയും വരും. വാർത്താ മാധ്യമ ങ്ങൾ, ഏത് രാജ്യത്തിന്റെയും പ്രതിരോധ മേഖലയിലെ അതിനിർണായ കമായ ആയുധങ്ങളിൽ ഒന്നുതന്നെയാണ്. എതിർ രാജ്യങ്ങൾക്ക് അതെടുത്ത് ദുർവിനിയോഗിക്കാൻ അവസരങ്ങൾ ഉണ്ടാകാതെ നോക്കേ ണ്ടതും മാധ്യമധർമ്മമാണ്. അങ്ങനെ 'കടത്തനാടൻ പത്രിക' മാധ്യമ ങ്ങൾക്കുള്ള കിഴുക്കു കൂടിയാണ്.

പിൻകുറിപ്പ്:

മാധ്യമങ്ങൾക്ക് സർക്കാർ വായ് മൂടിക്കെട്ടിയ, ഇരുണ്ട ഒരു കാലമു ണ്ടായിരുന്നു ഇവിടെ. ഇന്ദിരാഗാന്ധി പ്രഖ്യാപിച്ച അടിയന്തരാവസ്ഥ ക്കാലത്ത്- 1975 മുതൽ 77 വരെ. അത് അവരുടെ അധികാരം സംരക്ഷി ക്കാനായിരുന്നു. ഇന്ന് മാധ്യമങ്ങൾക്ക് ലഭിക്കുന്ന പ്രവർത്തന സ്വാതന്ത്ര്യം അതിരില്ലാത്തതാണ്. പക്ഷേ, അത് ദുർവിനിയോഗിക്കുകയും മാധ്യമ സ്വാതന്ത്ര്യം തടയപ്പെടുന്നുവെന്ന് ആരോപിച്ച്, അതിരില്ലാത്ത വിമർശനം നടത്തുകയും ചെയ്യുന്നതും ഇവിടെയാണ്. ഇങ്ങനെയാണ് ചരിത്രത്തിലെ വൻ ദുരന്തങ്ങളെ വിശുദ്ധമാക്കുന്നത്.

(2022 മാർച്ച്)

പഴയ മട്ടിലേക്ക്, പുതിയ പ്രശ്നങ്ങളിലേക്ക്

അതിജീവിക്കുക, പോരടിച്ച് വിജയിക്കുക, വെല്ലുവിളി ഏറ്റെടുക്കുക തുടങ്ങിയവയൊക്കെ വികാര സംക്രമണത്തിനുള്ള വാക്പ്രയോഗങ്ങളാണ്. പ്രശ്നങ്ങളുണ്ടാവുകയും അതിന് അനുകൂലമായ പരിഹാരമുണ്ടാവുകയും ചെയ്യുമ്പോൾ മറ്റുള്ളവർക്കും പ്രത്യാശ നൽകാനുള്ള ചില ഭാഷാപരമായ പൊടിക്കൈകൾ. അതിനപ്പുറം, പിടിച്ചുനിന്നവന്, രക്ഷപ്പെട്ടവന് മാത്രമേ അറിയൂ അനുഭവിച്ചതിന്റെ ആഴവും ആഘാതവും. 2019 മുതൽ മൂന്നു മൂന്നര വർഷം കേരളം അനുഭവിച്ച വെല്ലുവിളികൾ ഒരു സംസ്ഥാനത്തിന് താങ്ങാനാവാത്തതാണ്. തുടർച്ചയായി വന്ന ദുരന്തങ്ങൾ. ഭരണകൂടം വരുത്തിവെച്ച പ്രളയവും പ്രകൃതിദുരന്തമായ പ്രളയവും തുടർച്ചയായി രണ്ടുവർഷം. പിന്നാലെ കോവിഡ്. അതിൽ, കോവിഡ് എന്ന ദുരന്തം ലോകമാകെ ബാധിച്ചതായിരുന്നു.

സ്കൂൾ-കോളജ് കാമ്പസുകളിൽ വിദ്യാർത്ഥി യൂണിയനുകൾ പണ്ട് വിളിക്കുമായിരുന്ന മുദ്രാവാക്യമുണ്ട്, ഏറെ ആവേശം ജനിപ്പിക്കുന്നതായിരുന്നു അത്. അവയുടെ രചയിതാക്കൾക്കുണ്ടായിരുന്ന കൽപനാശേഷിയെ പ്രശംസിക്കണം. ചില സാമ്പിൾ: “ചോരച്ചാലുകൾ നീന്തിക്കയറിയ, മരണത്തിന്റെ മുഖത്ത് ചവിട്ടിയ...” കക്ഷിഭേദമില്ലാതെ ഇവ പ്രകടനങ്ങളിൽ പ്രയോഗിച്ചിട്ടുണ്ടെന്നു തോന്നുന്നു. അങ്ങനെ മരണത്തെ മുഖത്ത് ചവിട്ടി, അതിന്റെ രൂപം വികലമാക്കി, ഇനി പരസ്യമായി എങ്ങും വരാൻ മടിക്കുന്ന പരുവത്തിലാക്കിയതിന്റെ വീരത്വമാണത്. അതാണ് പൊതുവേ നമ്മുടെ പ്രതിരോധക്കരുത്ത്. ഏത് അന്തരാള ഘട്ടത്തെയും നാമിങ്ങനെ അതിജീവിക്കും. നാം എന്നു പറയുമ്പോൾ കേരളമോ, ‘നമ്പർ വൺ കേരളമെന്നോ’ ഒന്നുമല്ല അവകാശവാദം. മനുഷ്യരുടെ പൊതുസ്വഭാവമങ്ങനെയാണ്. അതുകൊണ്ടാണല്ലോ കവി സുഗതകുമാരി എഴുതിയത്- “പാൽച്ചിരി കണ്ട് മൃതിയെ മറന്നേ പോകും പാവം മാനവഹൃദയം” എന്ന്.

പഴയവീട് പൊളിച്ച് പുതിയ വീടു വയ്ക്കണം, അതുവരെ വാടകവീട്ടിലേക്ക് മാറണം. അപ്പോഴാണ് പഴയ വീട്ടിൽ സംഭരിച്ചിരിക്കുന്ന വസ്തുക്കൾ പലതും അനാവശ്യമാണെന്ന് തിരിച്ചറിയുന്നത്. പിന്നെ,

പുതിയ വീട്ടിലേക്ക് കയറുമ്പോൾ വാടകവീട്ടിൽ സൂക്ഷിച്ചിരുന്നവ പലതും അനാവശ്യമെന്ന് മനസ്സിലാക്കുന്നു. പഴയവീടും വാടകവീടും പുതിയ വീടുമൊഴിഞ്ഞു പോകുന്ന വേളയിൽ ആരുടെയും ആവശ്യങ്ങൾ വളരെ കുറവായിരിക്കും ആർക്കും. പക്ഷേ, "മരണം വരുമിനിയെന്നു നിനച്ചിഹ മരുവുക സതതം" എന്നു പാടുന്നവരിൽ പലർക്കും അതിന്റെ അർത്ഥം ശരിയായി അറിയില്ല. "ചത്തുപോം നേരം വസ്ത്രം അതു പോലും ഒത്തിടാകൊണ്ടുപോകാനൊരുത്തർക്കും" എന്ന് ജ്ഞാനപ്പാന ഓർമിപ്പിച്ചാലും ഓർമിക്കില്ല. എന്നല്ല, അത് നിരാശ പരത്തുന്ന തത്ത്വ ശാസ്ത്രമാണെന്ന് പ്രത്യയശാസ്ത്രംകൊണ്ട് എതിർക്കുകയും ചെയ്യും. എന്നാൽ, മൂലധനത്തേയും മുതലാളിത്തത്തേയും നിരാകരിച്ചതാണ് ആ തത്ത്വമെന്ന് പ്രതിപാദിച്ചാൽ, അത് ഇംഗ്ലീഷിലല്ലാത്തതിനാലും വിദേശി പറഞ്ഞതല്ലാത്തതിനാലും അംഗീകരിക്കുകയുമില്ല. പാവം മാനവ ഹൃദയ ത്തെക്കുറിച്ച് പറഞ്ഞുവന്നതാണ്.

കാലം മോശമാകുന്നുവെന്നും കെട്ടകാലമെന്നും മഹാദുരിതകാല മെന്നുമൊക്കെ ഓരോരോ കാരണങ്ങളുടെ പേരിൽ ഓരോരോ അവസര ങ്ങളിൽ ഉത്കണ്ഠപ്പെടുന്നതും നമ്മുടെ ശീലമാണ്. അന്തരിച്ച, പ്രൊഫ. തുറവൂർ വിശ്വംഭരൻ സാർ, അദ്ദേഹത്തിന്റെ അഗാധവും പരപ്പേറിയ തുമായ വിജ്ഞാനബോധത്തിൽ ഒരിക്കൽ ഇങ്ങനെ പറഞ്ഞു: "നിങ്ങൾ ഇന്നത്തെ കാലം മോശമാണെന്നും മഹാമോശമാണെന്നും പ്രസ്താവിച്ച് സമയം കളയേണ്ടതില്ല. മോശമാക്കാതിരിക്കാൻ നിങ്ങളാൽ എന്തു ചെയ്യാ നാവുമോ അത് ചെയ്തുകൊണ്ടേയിരിക്കുക. കാലം നമ്മുടെ സങ്കൽപ പരിധിയിലുള്ള ഒരു നൂറ്റാണ്ടിനു മുമ്പ് തുടങ്ങിയതല്ല. ഇരുണ്ടകാലം എന്നൊക്കെ വിശേഷിപ്പിച്ചിട്ടുള്ള കാലമുണ്ടായിരുന്നു. മനുഷ്യൻ മൃഗമായി ത്തന്നെ ജീവിച്ചകാലം. അത് കടന്നാണ് ഇന്നത്തെ സ്ഥിതിയിൽ വന്നത്. പ്രകൃതിക്കറിയാം-പ്രശ്നങ്ങൾക്ക് പരിഹാരമെന്താണെന്ന്. എന്നു കരുതി ഇച്ഛാനുസരണമുള്ള ജീവിതാസ്വാദനം ആവാമെന്നല്ല അതിനർത്ഥം. കൂടുതൽ മോശമാക്കാതെ ജീവിക്കുക." വിശദീകരണം ഏറെ സ്പഷ്ട മായി. അതിനൊപ്പം, "ആവുമെങ്കിൽ കുറ്റമകറ്റാനും ശ്രമിക്കുക" എന്നു കൂടി ചേർത്തപ്പോൾ സമഗ്രമായി.

പക്ഷേ, പാവം മാനവഹൃദയങ്ങൾ മൃതിയെ മറന്ന് അഭിരമിക്കുമ്പോൾ അറിയുന്നില്ലല്ലോ, അറിവുള്ളവരെ കേൾക്കുന്നുമില്ലല്ലോ എന്നോർത്ത് സങ്കടപ്പെടാനേ കഴിയൂ.

ആദ്യം പറഞ്ഞ, മൂന്നു മൂന്നര വർഷത്തെ കെടുതിക്കാലത്തുനിന്ന് കരകയറുന്നതിന്റെ പ്രകടനങ്ങൾ ചുറ്റും കാണുന്നു. യുദ്ധത്തിനെതിരെ വിദ്യാർത്ഥികൾ പ്രകടനം നടത്തുന്നു, രാഷ്ട്രീയ പാർട്ടികൾ പ്രക്ഷോഭ

ങ്ങളിലേക്ക് കടക്കുന്നു, സ്കൂൾ, കോളജ്, ഓഫീസുകൾ സാധാരണ മട്ടിലാകുന്നു, വിപണികളും ചന്തകളും തിരക്കുള്ളതാകുന്നു. നിരത്തിൽ വാഹനങ്ങൾ യാത്രക്കുരുക്കിൽ പെടുന്നു. ട്രെയിനുകൾ ലേറ്റാകുന്നു. ഒക്കെയും പഴയമട്ടിലേക്ക്, പുതിയ പ്രതിസന്ധികൾ 'അതിജീവിച്ച്', പഴയ പ്രശ്നങ്ങളിൽ നിന്ന് അവയ്ക്ക് പരിഹാരം കാണണമെന്ന് ഓർമിക്കാതെ, പുതിയ പ്രശ്നങ്ങൾ ഉണ്ടാക്കാൻ തുടങ്ങിയിരിക്കുന്നു.

പൊതു പ്രകടനങ്ങളിൽ ഏറ്റവും ആഹ്ലാദവും ആവേശവും ആനന്ദവും ആൾക്കൂട്ടവും കാണുന്നത് ഉത്സവങ്ങളിലാണ്. ഉത്സവമെന്നാൽ ക്ഷേത്രോത്സവമെന്നു പറയണം. ആഘോഷങ്ങൾ അതിരില്ലാതെ എന്നാണ് വിശേഷിപ്പിക്കേണ്ടത്. 'ഉത്സവം' എന്ന വാക്കും അങ്ങനെയാണല്ലോ അർത്ഥം ദ്യോതിപ്പിക്കുന്നത്. കവിഞ്ഞൊഴുക്ക്, കൃത്യമായി പറഞ്ഞാൽ മുകളിലേക്കുള്ള കവിഞ്ഞൊഴുക്ക്. ആ ഒഴുക്കിന് പ്രത്യേകതയുണ്ട്. ഒഴുകുന്നത് നദികളാണ് എന്നാണ് വയ്പ്പ്. മുകളിലേക്ക് ഒഴുകുന്ന നദി, ശാസ്ത്രീയമായി അസാധ്യമാണ്; ഭൂഗുരുത്വ പ്രതിഭാസം ഉള്ളിടത്തോളം. അതിനാൽ മുകളിലേക്ക് ഒഴുകുന്നത് നിറഞ്ഞു തുളുമ്പലാണെന്ന് ഉറപ്പ്. മനസ്സിന്റെ നിറഞ്ഞു തുളുമ്പലാകണം ഉത്സവം. അതിന് ആഹ്ലാദം തന്നെയാവണം അടിസ്ഥാനം. അതുകൊണ്ടുതന്നെ ഉത്സവങ്ങൾ പലതരത്തിൽ പ്രോത്സാഹിപ്പിക്കേണ്ടതുമാണ്. പക്ഷേ, കവിഞ്ഞൊഴുകുന്നത് പാഴായിപ്പോകാതെ നോക്കേണ്ടതുണ്ട്.

ഉത്സവം, നാടിന്റെ ഒത്തുചേരൽ കേന്ദ്രത്തിൽ നടക്കുന്ന ആഘോഷമാണ്. ചരിത്രപരമായി നോക്കുമ്പോൾ ക്ഷേത്രങ്ങളാണ് ആദ്യകാലത്തെ ഒത്തുചേരൽ സ്ഥലം. ക്ഷേത്ര കേന്ദ്രിതമായി വളർന്ന സംസ്കാരവും കലയും വിദ്യാഭ്യാസവും ആരോഗ്യ സംരക്ഷണവും ആത്മീയാനുഭൂതിയുമൊക്കെ വ്യക്തിക്കും സമൂഹത്തിനും ഏറെ ഗുണപ്രദമായിരുന്നുവെന്നതിന് ചരിത്രപരമായ തെളിവുണ്ട്. ഏതോ കാലത്ത് പൗരോഹിത്യത്തിന്റെ അധീശത്വം നേടിയ ആധിപത്യത്തിൽ പുഴുക്കുത്തുകളോ അപഭ്രംശങ്ങളോ സംഭവിച്ചു. പക്ഷേ, അതിനു മുമ്പുണ്ടായിരുന്ന നന്മ കാണാതിരുന്നുകൂടല്ലോ. സംസ്കാരത്തിന്റെ പ്രഭവവും പ്രസാരണവും ക്ഷേത്രപരിസരത്തു നിന്നായിരുന്നു. കലകൾ അറുപത്തിനാലും അങ്ങനെ വളർന്നു. ഇന്നും ക്ഷേത്ര ശിൽപ്പകലകൾ ലോകത്ത് മറ്റൊരിടത്തുമില്ലാത്ത തരത്തിൽ നമ്മുടെ സമ്പത്താണ്. അത് വിശാലമായ മറ്റൊരു ചർച്ചാ വിഷയമാണ്. ഒട്ടേറെ പണ്ഡിതർ അതിനെക്കുറിച്ച് ചർച്ചയും ചെയ്തിരിക്കുന്നു. പക്ഷേ, ആ ചർച്ചകൾ വേണ്ടവിധം ചർച്ചയാകുന്നില്ല എന്നു മാത്രം. ഒരുകാലത്ത് പൗരോഹിത്യ ദുഷിപ്പായിരുന്നു തടസമെങ്കിൽ ഇക്കാലത്ത് രാഷ്ട്രീയ തത്ത്വശാസ്ത്രങ്ങളിൽ ചിലതിന്റെ വിലക്കുകളാണ് വെല്ലുവിളിക്കുന്നത് എന്നുമാത്രം.

ക്ഷേത്രങ്ങൾ ആരു ഭരിക്കണമെന്ന വിഷയവും തർക്കത്തിലാണ്. ആരു ഭരിച്ചാലും ക്ഷേത്രാനുബന്ധിയായി സമാജ വികസനം ഉണ്ടാകുന്നുണ്ടോ എന്നതാണ് വിഷയം. ദേവസ്വം ബോർഡു വഴി സർക്കാർ നിയന്ത്രിച്ചാലും നാട്ടുകാർ നിയന്ത്രിക്കുന്നതിനെ സർക്കാർ പിടിച്ചെടുത്താലും ആർക്കു വേണ്ടി എന്ന ചോദ്യത്തിനുത്തരത്തിലാണ് പ്രസക്തി. ക്ഷേത്രങ്ങൾ വിശ്വാസികളുടെ മാത്രമല്ല, ജനങ്ങളുടെയാകെ അഭയകേന്ദ്രമാകണം; ആദായ കേന്ദ്രമല്ല. ക്ഷേത്രത്തിലെ ആചാരാനുഷ്ഠാനങ്ങൾ തികച്ചും മതസംസ്കാരാചാരപ്രകാരം തന്നെയാകണം. തന്ത്രിയാണല്ലോ ക്ഷേത്രത്തിന്റെ പരമാധികാരി അക്കാര്യത്തിൽ. അത് ക്ഷേത്രത്തിലെ മൂർത്തിയുടെ കാര്യം. എന്നാൽ, ക്ഷേത്രങ്ങൾ നൽകുന്ന സേവനങ്ങൾ ആർക്കും വിനിയോഗിക്കാൻ കഴിയുന്ന സംവിധാനത്തിന് എന്താണ് തടസ്സം. മതേതരമെന്ന പ്രയോഗത്തിൽ അർത്ഥം മാറിപ്പോയ വാക്കുപയോഗിക്കാത്തത് മനപ്പൂർവമാണ്.

എന്നാൽ, ക്ഷേത്രങ്ങൾ സർക്കാരിന്റെ മേൽനോട്ടത്തിലുള്ള സംവിധാനങ്ങൾ ഭരിക്കുമ്പോൾ, വിശ്വാസങ്ങൾ ചോദ്യം ചെയ്യാനും സംസ്കാരം ഇല്ലാതാക്കാനും വിവാദങ്ങൾ വിളയിക്കാനുമുള്ള വാശിയോടെയുള്ള ശ്രമങ്ങളാണ് അവിടെ ഇന്ന് നടക്കുന്നത്.

ഉത്സവത്തിന്റെ നടത്തിപ്പിന് നിയോഗിക്കപ്പെടുന്ന സമിതികൾ, ക്ഷേത്രകേന്ദ്രിതമായി, പ്രാദേശിക സാമൂഹ്യ സേവന സംവിധാനം ക്രമപ്പെടുത്തിയാൽ അത് പ്രാദേശികമായ വികസനത്തിന് സഹായകമാകില്ലേ. എന്തുകൊണ്ട് നടപ്പിലാക്കിക്കൂടാ. ആലോചിച്ച് സമയം കളയേണ്ടതല്ല വിഷയം. ആലോചന ഏറെ നാളായി പലരും നടത്തുന്നു. വിദ്യാഭ്യാസം, ചികിത്സ, തൊഴിൽ, വിതരണം, വിപണനം അടക്കം സേവനങ്ങൾക്ക് എന്തുകൊണ്ട് സംവിധാനം ക്രമപ്പെടുത്തിക്കൂടാ. ആവുന്നതേയുള്ളൂ. പക്ഷേ, അത് കൂറ്റൻ സ്ഥാപനവൽക്കരണത്തിന്റെ തോതിലേക്ക് വളരരുത്, അതിന് ചിന്തിക്കുക പോലും അരുത്. അങ്ങനെ വന്നാൽ എതിർക്കാൻ മൂന്നുകൂട്ടർ സന്നദ്ധരാകും.

ഒന്ന്: ക്ഷേത്ര കേന്ദ്രിത സംഘടിത സമാജം എന്ന സങ്കൽപം പ്രാവർത്തികമായാൽ 'കടയടയ്ക്കേണ്ടി വരു'മെന്ന് ഭയക്കുന്ന രാഷ്ട്രീയ പാർട്ടികൾ.

രണ്ട്: വിവിധ മേഖലയിലെ കോർപ്പറേറ്റ് ഭീമന്മാർ.

മൂന്ന്: ഇടനിലക്കാർ. ഇവരുടെ തടസ്സങ്ങളെ 'അതിജീവിക്കാൻ' പ്രാദേശികമായ സംവിധാനങ്ങൾ ഒരുക്കി പ്രതിരോധിക്കണം. ഇത് പുതിയ ചിന്തയൊന്നുമല്ല, നിർദേശവും. പക്ഷേ, പലകാലമായി പ്രാവർത്തികമാകാതെ കിടക്കുന്ന ആശയമാണ്. പോയകാലത്തെ 'വെല്ലുവിളികൾ' ഇനിയുമുണ്ടാകില്ലെന്നുറപ്പില്ല. അപ്പോൾ കരുതലായി മാറാം ഈ സങ്കൽപം.

പിൻകുറിപ്പ്:

2022 ഫെബ്രുവരിയിൽ നടന്ന അഞ്ച് സംസ്ഥാനങ്ങളിലെ നിയമസഭാ തിരഞ്ഞെടുപ്പ് ഫലം പലതരത്തിൽ വിശകലനം ചെയ്യപ്പെടുന്നു. എന്നാൽ, പാരമ്പര്യ രാഷ്ട്രീയ വിശ്വാസങ്ങൾ തെറ്റെന്ന് തെളിയിച്ച് ഒരു പാർട്ടി തുടർച്ചയായി നേട്ടം ഉണ്ടാക്കുന്നത് എന്തുകൊണ്ടെന്ന് പഠിക്കാൻ ആരും മെനക്കെടുന്നില്ല. ആ പാർട്ടിയുടെ, ബിജെപിയുടെ, ഉത്ഭവം, വളർച്ച, അവരെ പിന്നിൽ നിന്ന് സഹായിക്കുന്നവർ, പദ്ധതി, രീതി, നയം എന്നിവയെക്കുറിച്ച് ഗൗരവമായി പഠിക്കാൻ പലരും എന്തുകൊണ്ട് തയ്യാറാകുന്നില്ല എന്ന് അതിശയിച്ചു പോകും. ടൈംസ് ഓഫ് ഇന്ത്യ പോലൊരു പത്രത്തിന്റെ സാമ്പത്തിക നയനിലപാടുകൾ സ്വരൂപിക്കുന്ന സ്വാമിനാഥൻ.എസ്.അയ്യർ (സ്വാമിണോമിക്സ്) പോലുള്ളവരും- ഉപരിപ്ലവമായി, കവല പ്രസംഗങ്ങളിലെ രാഷ്ട്രീയ കൂലിപ്പണിക്കാരുടെ തലത്തിലാണ് ചിന്തിക്കുന്നതും എഴുതുന്നതും. വിഭീഷണൻ രാമായണത്തിൽ പറയുന്ന വാക്യമാണ് ചേർച്ച. “അല്ലാ.....എന്തറിയുന്നു വിഭോ.”

(2022 മാർച്ച്)

ക്യാമറക്കണ്ണും അകക്കണ്ണും

സത്യജീവിതത്തിനായി, നിത്യജീവിതത്തിലൂടെയുള്ള പാച്ചിലാണെവിടെയും. കോവിഡ്ബാധക്കാലത്തെ പ്രതിസന്ധികൾക്കു ശേഷം നിലനിൽക്കാനുള്ള പെടാപ്പാടിൽ കിട്ടുന്ന ഏത് പിടിവള്ളിയിലും തൂങ്ങാൻ ആളുകൾ മത്സരിക്കുകയാണ്. നെട്ടോട്ടമാണെവിടെയും. ഒതുങ്ങി ജീവിക്കാൻ പഠിപ്പിച്ച കോവിഡ് കാലം, വലിയൊരു വിഭാഗത്തെ ആഡംബരത്തിൽനിന്ന് അകറ്റിയിട്ടുണ്ട്. 'തലയണമന്ത്ര'മെന്ന പ്രസിദ്ധ സിനിമയിലെ കാഞ്ചനയെപ്പോലെ, കൊക്കിലൊതുങ്ങാത്തത് കൊത്താതിരിക്കാൻ വിവേകമതികൾ ശ്രദ്ധിക്കുന്നു. 'അവിടെയുണ്ട്, അതിനാൽ ഇവിടെയും വേണ'മെന്ന അയൽപക്കം നോക്കിയുള്ള ജീവിതത്തിനും അറുതിവന്നിട്ടുണ്ടെന്നാണ് പൊതുവെ വിലയിരുത്തൽ. നല്ലത്, ഉപഭോഗ സംസ്കാരത്തിന് ജീവിതം അടിമകിടത്തുന്ന അബദ്ധത്തിൽ നിന്ന് ആളുകൾ പിന്മാറുന്നുവല്ലോ!

മറുഭാഗവുമുണ്ട്. 'പച്ചക്കറിക്ക് വില കൂടുന്നു'വെന്ന് പരാതിപ്പെടുമ്പോൾ 'കർഷകർക്ക് നല്ല വിലയും കിട്ടുന്നുണ്ട്' എന്ന് തിരിച്ചറിയുന്നിടത്താണ് മനുഷ്യൻ സാമൂഹ്യജീവിയാകുന്നത്. അതിൽ, ഇടനിലക്കാരൻ ചൂഷണം ചെയ്യുന്നുവെന്നറിഞ്ഞ്, അത് തടയുന്നിടത്താണ് ഭരണസംവിധാനം മികവുറ്റതാകുന്നത്. ഇടനിലക്കാർക്കും അതൊരു ജീവിതോപാധിയായിരിക്കെ, ജീവിക്കാൻ അവർക്കും സംവിധാനമുണ്ടാകുമ്പോഴാണ് സാമൂഹ്യജീവിതചക്രം ഫലവത്താകുന്നത്. 'രക്ഷന്തിസ്മഃപരസ്പരം' -തമ്മിൽത്തമ്മിൽ രക്ഷിച്ച്-മുന്നേറുന്ന സംവിധാനമാണ് കുറ്റമറ്റതാകുന്നത്.

'ന രാജ്യം ന രാജാസീത്

ന ദണ്ഡോ നച ദണ്ഡികാഃ

ധർമ്മേണൈവ പ്രജാ സർവേ

രക്ഷന്തിസ്മഃ പരസ്പരം' എന്നാണ് ആ ശ്ലോകം. മഹാഭാരതത്തിലെ ഭീഷ്മപർവത്തിലെ ഭീഷ്മവാക്കാണ്. പണ്ഡിതമ്മന്യർ പോലും മഹാഭാരതത്തിന് 5000 വർഷം പഴക്കം സമ്മതിച്ച് നൽകിയിട്ടുണ്ട്. അതായത്, 'രാജ്യമില്ലാത്ത, രാജാവില്ലാത്ത, മർദ്ദിതരില്ലാത്ത, മർദ്ദകരില്ലാത്ത, തമ്മിൽത്തമ്മിൽ രക്ഷിച്ച് സർവരും ധാർമികതയിൽ ജീവിക്കുന്ന കാലം' എന്നർഥം.

അങ്ങനെയൊരുകാലത്ത്, കെ റെയിൽ പോലുള്ള ഭരണപിടിവാശി ഉണ്ടാവില്ല, അതിന്റെ പേരിൽ സ്ത്രീകൾക്ക് തെരുവിൽ കിടന്നുരുളേണ്ടി വരില്ല, അവരെ പരസ്യമായി വസ്ത്രാക്ഷേപം ചെയ്ത് 'അധികാരികൾക്ക്' മർദ്ദിക്കേണ്ടിവരില്ല, അത്തരം ചെയ്തികൾക്ക്, 'പ്രജകളുടെ ഭരണം' എന്ന കള്ള ലേബലൊട്ടിച്ച് അതിനെ ജനാധിപത്യമെന്ന് വിളിച്ച് ഇസത്തിന്റെ പിൻബലം കൊടുക്കേണ്ടിവരില്ല. ഭീഷ്മർ പറഞ്ഞ ആ ഭരണ ദർശന ത്തിനപ്പുറം ഒരു ഇറക്കുമതിയിസവും വരില്ല.

അവരവർക്കുള്ള പങ്ക്, അനർഹമല്ലാത്ത, അധാർമികമല്ലാത്ത മാർഗ ത്തിൽ നേടുമ്പോഴാണ് സമതാളത്തിൽ പ്രകൃതിയും മനുഷ്യനും ഒപ്പം നിലനിൽക്കുന്നത്. ഒന്ന് മറ്റൊന്നിനെ കൊന്നുതിന്നുന്നത് ചില വേളകളിൽ ധർമാധിഷ്ഠിതമായ കർമമാകും, അത് വിനോദശീലമാകുമ്പോൾ അധാർ മികമാകും. ആപേക്ഷികമെന്നും അതിനെ വിളിക്കാനാവില്ല. കാരണം, ലക്ഷ്യം മാർഗത്തെ സാധൂകരിക്കുമെന്ന തത്ത്വംപോലും ചിലപ്പോൾ തീരെ യുക്തമല്ലാതാകും. ലക്ഷ്യം വ്യക്തിഗതവുമാകാം, പക്ഷേ, ഫലം എന്തെന്നതാണ് യഥാർത്ഥ ചോദ്യം. അതുതന്നെയാണ്, 'അവനവനാത്മ സുഖത്തിനാചരിക്കുന്നവ അപരന്നു സുഖത്തിനായ് വരേണം' എന്ന് ലളിതമായി, ഉപനിഷദ്ദർശനത്തെ ശ്രീനാരായണ ഗുരു ആത്മോപദേശ മാക്കിയത്. ഭഗവദ്ഗീത ആറാം അധ്യായത്തിൽ നാൽപതാം ശ്ലോകത്തിൽ പറയുന്നു: 'ന ഹി കല്യാണകൃത് കശ്ചിദ് ദുർഗതിം താത ഗച്ഛതി' (നന്മ ചെയ്യുന്നവർക്ക് ഒരിക്കലും തിന്മ സംഭവിക്കില്ല). ഈ ശ്ലോകാർത്ഥം സ്വാമി വിവേകാനന്ദൻ വിശദീകരിക്കുന്നു. 'ത്യാഗമാണ് മുഖ്യ സംഗതി. ത്യാഗം കൂടാതെ ആർക്കും തികച്ചും പ്രാണാർപ്പണം ചെയ്ത് പരമാർത്ഥ മായി പ്രവർത്തിക്കാനാവില്ല. ത്യാഗി സകലപേരോടും സമഭാവത്തിൽ വീക്ഷിക്കുന്നു; സകലരേയും സേവിക്കുന്നതിൽ ഉത്സുകനാകുന്നു. നീ വേദാന്തം പഠിച്ചിട്ടുണ്ടല്ലോ; സർവരേയും സമഭാവത്തിൽ വീക്ഷിക്കണം,' എന്ന് ശിഷ്യനുമായുള്ള സംവാദത്തിലാണിത് പറയുന്നത്. 'നിന്നെ പ്പോലെ അയൽക്കാരനേയും സ്നേഹിക്കണ'മെന്ന വാക്യത്തിന്റെ സാരവും അതുതന്നെ. പക്ഷേ, ഫലത്തിൽ ചിന്തയെത്താതെ ലക്ഷ്യത്തിൽ മുന്നേ റുമ്പോൾ ഉണ്ടാകുന്ന ബാധ്യതകളാണ് ഏറെ. 'കർമം ചെയ്യുക, ഫലം ഇച്ഛിക്കരുത്' എന്ന സൂക്തത്തെ അക്കൂട്ടർ തെറ്റായി വ്യാഖ്യാനിച്ച് പിന്തുണ നേടുകയും ചെയ്യും. ഫലമില്ലാതെ ഒരു കർമവുമില്ലെന്ന യുക്തിബോധ മെന്നും ആ കടുത്ത വരട്ടുയുക്തിവാദക്കാർക്കുപോലും അക്കാര്യത്തിൽ ഉണ്ടാകുകയുമില്ല.

പറഞ്ഞുതുടങ്ങിയത് കോവിഡനന്തര സാമൂഹികാരോഗ്യം, ശാരീരികാ രോഗ്യം പോലെതന്നെ കരുതിയിരിക്കേണ്ടതാണെന്നാണ്. ഓരോ മേഖല യിലും ഫലപ്രാപ്തിയും അതിന്റെ ഗുണദോഷവും കരുതിയറിഞ്ഞു

തന്നെ വേണം മുന്നേറാൻ. പക്ഷേ, ആ കരുതൽ ഉണ്ടോ! കോവിഡ് പകർച്ചക്കാലത്ത് കൈകഴുകാനും മാസ്ക് വയ്ക്കാനും കൂട്ടുകൂടാനും നിയന്ത്രണ നിയമങ്ങൾ കൊണ്ടുവന്നതുപോലെ സാമൂഹ്യ ജീവിതത്തിൽ സകലതിനും നിയന്ത്രണം സാധ്യമല്ലല്ലോ. വ്യക്തികൾ, വസ്ത്രത്തിന്റെ പേരിലും ഭക്ഷണക്കാര്യത്തിലും മാത്രമല്ല സ്വന്തം ശരീരംകൊണ്ടു പോലും സ്വന്തം ഇഷ്ടാനുസരണമുള്ള ജീവിതസ്വാതന്ത്ര്യം അവകാശപ്പെടുമ്പോൾ, നിയമങ്ങൾ ഉണ്ടായാലും ലംഘിക്കാനാവുമല്ലോ അവർക്ക് പ്രേരണ. 'മാറ്റുവിൻ ചട്ടങ്ങളേ' എന്നാണല്ലോ പൊതു മുദ്രാവാക്യം. അത് ഏത് സദുദ്ദേശ്യത്തിൽ ഉപയോഗിച്ചോ, അതിന്റെ ദുരുദ്ദേശ്യത്തിൽ സാർവത്രികമാക്കിയപ്പോൾ ആനന്ദിച്ചവർപോലും ഇന്ന് ചൊറിയണക്കാട്ടിൽ കയറിയ സ്ഥിതിയിലാണല്ലോ.

സാമൂഹികാരോഗ്യം സംരക്ഷിക്കാൻ ഓരോ വ്യക്തിക്കും കടമയുണ്ട്. ഒരു രാഷ്ട്രത്തിന്റെ ഭാഗമായി നിന്ന് സ്വയം വികസിച്ചും സമൂഹത്തെ വികസിപ്പിച്ചും രാഷ്ട്രത്തിന്റെ വികസനത്തിൽ പങ്കാളിയാകുന്നതിന് അതത് രാജ്യത്തിന്റെ ഭരണഘടനാ സംവിധാനത്തിനുള്ളിൽ നിന്നുള്ള പ്രവർത്തനങ്ങൾ നിർബന്ധമാണ്. അത് വ്യക്തികൾ ലംഘിക്കുമ്പോഴാണ് നിയമപരമായ നടപടികൾക്ക് ഭരണകൂടം നിർബന്ധിതമാകുന്നത്. അത്തരം ചട്ടലംഘനങ്ങൾ ചിലർക്ക് ഏതെങ്കിലും പ്രത്യേക പരിഗണനയിൽ കിട്ടുമ്പോഴാണ് മറ്റു ചിലർക്ക് എതിർപ്പുണ്ടാകുന്നത്. സാമൂഹിക അസ്വാരസ്യങ്ങൾ രൂപപ്പെടുന്നത്. 2022 മാർച്ച് മാസം, ഐക്യരാഷ്ട്ര സഭയിൽ, അതായത് വിവിധ ലോകരാജ്യങ്ങളുടെ പൊതുവേദിയായ, ഏറ്റവും മേൽത്തട്ടിലുള്ള സംവിധാനത്തിൽ, ഉയർന്നുവന്ന ആവശ്യം 'ഒരു പ്രത്യേക മതത്തിൽ പെട്ടവരോടുള്ള വിവേചനത്തിനെതിരേ' പ്രമേയം പാസാക്കണമെന്നതായിരുന്നു. അങ്ങനെയൊരു പ്രമേയം അവതരിപ്പിക്കുവാനോ ചർച്ച ചെയ്യുവാനോ വേദിയൊരുക്കുമ്പോൾ, അത് മറ്റു മതങ്ങൾക്കും ബാധകമാകുന്ന തരത്തിലാക്കുമ്പോഴാണല്ലോ അതിൽ 'രാഷ്ട്രങ്ങളുടെ ഐക്യത്തിനുള്ള സഭ' എന്ന സങ്കൽപം സഫലമാവുന്നത്. പക്ഷേ, അതുണ്ടാകാത്തപ്പോൾ ലോകത്തെ ഏറെക്കുറെ സകല മതങ്ങളുടെയും വിശ്വാസികളുള്ള ഭാരതത്തിന് അക്കാര്യം ചൂണ്ടിക്കാണിക്കാതിരിക്കാനാവില്ലല്ലോ. ഭാരത പ്രതിനിധി ഈ വിഷയം അവതരിപ്പിക്കുകതന്നെ ചെയ്തു. കോവിഡ് പോലെ, മതമോ ജാതിയോ വിശ്വാസമോ പരിഗണിക്കാതെ പിടിപെടുന്ന, രോഗത്തിന്റെ താണ്ഡവത്തിനുശേഷവും യുഎൻ പോലുള്ള വേദിയിൽ ഇത്തരത്തിൽ ചിന്താ സൂക്ഷ്മതയില്ലാത്ത പ്രവർത്തനം സംഭവിക്കുന്നത് ഗുരുതരമായ വിഷയം തന്നെ. അപ്പോൾപ്പിന്നെ വ്യക്തികളുടെ ഭാഗത്തുനിന്നുണ്ടാകുന്ന, ചെറു സമൂഹത്തിൽ നിന്നുണ്ടാകുന്ന വീഴ്ചകളെയോ കുറ്റങ്ങളെയോ അപലപിച്ചിട്ടെന്ത് ഫലം എന്ന തോന്നലുമുണ്ടായിപ്പോകുമല്ലോ ചിലർക്കെങ്കിലും.

ആരുടെ ചെയ്തികളെയും വീക്ഷിക്കാൻ 'നിങ്ങൾ ക്യാമറ നിരീക്ഷണ ത്തിലാണ്' എന്ന അറിയിപ്പുബോർഡ് വയ്ക്കുന്ന, വയ്ക്കേണ്ടുന്ന കാല മുണ്ടാവുകയാണ്. ക്യാമറകളുടെ ധാരാളിത്തംകൊണ്ടും നിരീക്ഷണ അറിയിപ്പു ബോർഡുകൾകൊണ്ടും മനുഷ്യർ തമ്മിൽത്തമ്മിൽ കാണാനാ വാത്ത നിലയുണ്ടാകുമെന്ന സ്ഥിതിവരാം. അപ്പോഴും 'ലംഘനങ്ങൾ' തുടരുകയും ചെയ്യാം. പക്ഷേ, വലിയൊരു നിരീക്ഷണ ക്യാമറ എവിടെയോ ഉണ്ടെന്നും ആ നിരീക്ഷകൻ അല്ലെങ്കിൽ നിരീക്ഷകർ ചെയ്തികളെല്ലാം ഓരോരുത്തരുടേതും രേഖപ്പെടുത്തുന്നുണ്ടെന്നും തിരിച്ചറിയുന്ന കണ്ണ് ഓരോരുത്തരുടെയും ഉള്ളിൽ ഉണ്ടാവുന്ന കാലമുണ്ടായാൽ കൃത്രിമ ക്യാമറകൾ വേണ്ടാതെ വരും. ആ അകക്കണ്ണിനെക്കുറിച്ചാണ് ഹരിനാമ കീർത്തനത്തിൽ ഗഹനമായി വിവരിക്കുന്നത്.

"അർക്കാനലാദി വെളിവൊക്കെ ഗ്രഹിക്കുമൊരു
കണ്ണിനുകണ്ണ്, മനമാകുന്ന കണ്ണ,തിന്
കണ്ണായിരുന്ന പൊരുൾ താനെന്ന് ഉറയ്ക്കുമളവ് ആനന്ദമെന്ത്?"

എന്ന് കവി എഴുത്തച്ഛൻ ചോദിക്കുന്നത്. എല്ലാം കാണുന്ന ഒരു കണ്ണുണ്ടെന്ന് കാണുന്ന കണ്ണ് ഉണ്ടാവുക!

അതുതന്നെയാണ് മനസ്സാക്ഷി, ധർമ്മബോധം. അത് ഉള്ളിലുണ്ടാ വുമ്പോൾ കൃത്രിമ ക്യാമറകൾ വേണ്ടാതാകും. ചട്ടങ്ങൾക്കും നിരോധന ങ്ങൾക്കും ഐക്യരാഷ്ട്രസഭയ്ക്കും അധിക ജോലി ഭാരമില്ലാതിരിക്കും. അനാരോഗ്യകരമായ മത്സരമില്ലാതാകും. സ്വയംപര്യാപ്തരും സ്വയം നിയന്ത്രിതരും സ്വയം ശിക്ഷിതരുമായ ജനതയുടെ ആ സാമൂഹ്യക്രമം സംഭാവ്യമാകുമോ എന്ന സംശയത്തോടെയാവും ഈ ഭാവനയെ ഉൾക്കൊള്ളാൻ ശ്രമിക്കുക. അതിനുമേൽ കടുത്ത, യുക്തികൾ അവതരി പ്പിക്കാൻ ശ്രമിക്കുന്നതാണ് ശരാശരി മനുഷ്യ മനസ്സുകളുടെ രീതി. എന്നാൽ, വിരുദ്ധരുണ്ടെന്നും അവരെ വിനാശം ചെയ്താൽ സ്വർഗലോകം കിട്ടുമെന്നും കേട്ടാൽ യുക്തിചിന്തയൊന്നും ഇല്ലാതെ അതിലേക്ക് തിരിയുന്നവരും എത്രയൊക്കെ ദുഷ്ടത കാട്ടിയാലും അവസാന നിമിഷം ഈശ്വരനിൽ സമർപ്പിച്ചാൽ ഈശ്വരപാദം പൂകാമെന്ന് വിശ്വസിക്കു ന്നവരും കർമങ്ങളോരോന്നും അപരന്നും സുഖത്തിനാക്കുന്നതാണ് ശരിയായ മാർഗമെന്ന് തിരിച്ചറിയുന്നില്ല. അതിനാൽത്തന്നെ അകക്കണ്ണു കൾ തുറക്കുന്നതിനു പകരം പരസ്പരം സംശയിച്ച് കൃത്രിമ ക്യാമറ ക്കണ്ണുകൾ പ്രതിഷ്ഠിക്കുന്ന തിരക്കിലാകുന്നു ഓരോരുത്തരും!

അപ്പോൾ റഷ്യയും ഉക്രൈനും മതിയാക്കിയാലും, അശോക ചക്ര വർത്തിമാർക്കുണ്ടായതുപോലെ കിരീടംവെച്ച തലകൾക്ക് തത്ത്വ ജ്ഞാനം പുലർന്നാലും, അവർ കെടുത്തിയ, കെടുത്തുന്ന പ്രജകളുടെ

മനസ്സിലെ വിളക്കുകൾ ഇരുട്ടുപരത്തിക്കൊണ്ടിരിക്കും. 'രക്ഷന്തിസ്മ പരസ്പരം' എന്ന മന്ത്രസദൃശമായ തത്ത്വങ്ങൾ കണ്ടെത്തുകയും അനുശീലിക്കുകയുമാണ് മാർഗം. പക്ഷേ, ആർക്കുണ്ട് അതിലേക്ക് ആകർഷണം. പ്രധാന വിഷയം വേഗംവേണോ, അതിവേഗം വേണോ, അമിതവേഗം വേണോ, അതീതവേഗം വേണോ എന്നതാണിപ്പോൾ; ഗതി എന്തായാലും ആർക്കെന്ത് എന്ന ചിന്തയിലാണ് അധോഗതിയെന്നു മാത്രം.

പിൻകുറിപ്പ്:

ബഹുകോടി ധനം ചെലവിട്ട് പ്രചാരണം നടത്തി നിർമിക്കുന്ന സിനിമകൾക്ക് കിട്ടുന്നതിനേക്കാൾ സ്വീകാര്യത 'ദ കശ്മീർ ഫയൽസ്' എന്ന ചിത്രത്തിന് കിട്ടി, സംഘടിത പരിശ്രമമാവാം ഒരു കാരണം. പക്ഷേ, മോശമാണ് ഉൽപ്പന്നമെങ്കിൽ ഏറെക്കാലം ഒരേസ്ഥലത്ത് വിൽപ്പന നടക്കില്ലല്ലോ. ചിത്രത്തിന്റെ വരവുണ്ടാക്കിയ മറ്റൊരു കാര്യം ശ്രദ്ധിക്കാതെ പോകരുത്. തീയറ്ററിൽ ദേശീയഗാനം കേൾപ്പിക്കുന്നത് വിവാദമായി കേരളത്തിൽ. ഇപ്പോൾ സിനിമയ്ക്കുശേഷം ഒരു സംഘടനയുടെ പ്രാർത്ഥന പാടുന്ന സ്ഥിതി വന്നു. ഈ മാറ്റത്തിനിടയാക്കിയ മാറ്റങ്ങളും സമൂഹം ചർച്ച ചെയ്യുന്നു. കോഴിയോ ആദ്യം കോഴിമുട്ടയോ എന്ന ചോദ്യങ്ങളും ഉയരും. അതും ക്യാമറയിൽ രേഖപ്പെടുത്തിയിട്ടുള്ളതുണ്ടാവും.

(2022 മാർച്ച്)

സ്വാമി വിവേകാനന്ദൻ കണ്ട അമ്മ

പശ്ചിമ ബംഗാളിനും കേരളത്തിനും ഏറെ സമാനതകളുണ്ട്. കാലാവസ്ഥ മുതൽ സാമൂഹ്യ-രാഷ്ട്രീയ കാര്യങ്ങളിൽ വരെ ഇത് വ്യക്തമാണ്. ആദ്ധ്യാത്മിക പ്രസ്ഥാനങ്ങളുടെ കാര്യമെടുത്താലും വിപ്ലവ പ്രസ്ഥാനങ്ങളുടെ കാര്യം പരിശോധിച്ചാലും അതിശയിപ്പിക്കുന്ന തരത്തിൽ സമാനത കാണാം. ഭൂമിശാസ്ത്രപരമായി നോക്കുമ്പോൾ ഭാരതത്തിന്റെ രണ്ടറ്റത്തുള്ള ഈ രാജ്യങ്ങൾക്കു തമ്മിലുള്ള സമാനത, മറ്റിടങ്ങളിൽ കാണുന്ന നാനാത്വത്തിലെ ഏകത്വത്തേക്കാൾ ഏറെയാണ്.

വിദ്യാഭ്യാസത്തിന്റെയും വിപ്ലവത്തിന്റെയും കാര്യമായിരിക്കും പലർക്കും സമാനതകളിൽ ആദ്യം മനസ്സിൽ തോന്നുക. സ്വാഭാവികം. ഇംഗ്ലീഷ് വിദ്യാഭ്യാസത്തിന്റെ പ്രചാരം ബംഗാളിലും കേരളത്തിലും അതിവേഗം പടർന്നു. കേരളത്തിൽനിന്നുള്ള പല പ്രമുഖരും ഇംഗ്ലീഷ് വിദ്യാഭ്യാസ സൗകര്യംകൂടി കണക്കാക്കി അന്നത്തെ കൽക്കട്ടയ്ക്ക് വണ്ടികയറി. അവർ കേരളത്തിലേക്ക് രാഷ്ട്രീയംകൂടി മടക്കിക്കൊണ്ടുവന്നു. കമ്മ്യൂണിസ്റ്റ് ആശയങ്ങൾക്ക് കേരളത്തിൽ പ്രചാരം കൂടാനും അതിന്റെ വ്യാപനത്തിനു ഗതിവേഗം വർദ്ധിക്കാനും ഈ ബംഗാൾ-കേരള ബന്ധം കാരണമായി. അതേ സമയം, ദേശീയ പ്രസ്ഥാനങ്ങളുടെ വേരോട്ടത്തിനു പുറമേ ആദ്ധ്യാത്മികാശയങ്ങളുടെ ആവിഷ്കാരവും ഇതിനൊപ്പം നടന്നുവെന്നതാണ് സത്യം. അത് പലരും ബോധപൂർവ്വം മറക്കുകയോ മറയ്ക്കുകയോ ചെയ്യുന്നുണ്ടെങ്കിലും.

സാംസ്കാരിക രംഗത്തെ ഈ പ്രസാരണത്തിന്റെ പരകോടിയിലാണ് സ്വാമി വിവേകാനന്ദൻ, അദ്ദേഹത്തിന്റെ ആത്യന്തിക ലക്ഷ്യസാധ്യത്തിനുള്ള ഉജ്ജ്വല തുടക്കമായി കന്യാകുമാരിയിലെത്തിയതും ധ്യാനനിഷ്ഠനായതും. അതിനു മുമ്പേ കേരളത്തിൽ അദ്ദേഹം സ്വാത്മപ്രഭാവം പ്രകടമാക്കുകയും സ്വാധീനം ഉണ്ടാക്കുകയും ചെയ്ത വൃത്താന്തങ്ങൾ വിസ്തരിക്കേണ്ടതില്ല. സ്വാമിജിയുടെ സ്വാധീനം ലോക ആദ്ധ്യാത്മിക മേഖലയിൽ, കേരളത്തിൽ പ്രത്യേകിച്ച്, സ്പഷ്ടമായിട്ടുള്ളത് ആർക്കും കൺതുറന്നാൽ കാണാവുന്നതേയുള്ളൂ. സ്വാമിജി ഭാവിലോകത്തെയും ഭാവി ഭാരതത്തെയും കുറിച്ച് നടത്തിയ പ്രവചനങ്ങളിൽ കേരളം എങ്ങനെ നിർണ്ണായകമായി മാറിയെന്നത് കാലചരിത്രം പഠിച്ചാൽ കണ്ടറിയാവുന്നതാണ്. സ്വാമി വിവേകാനന്ദൻ നടത്തിയ പ്രവചനങ്ങളുടെ പല രൂപം

കൊള്ളലിൽ പ്രമുഖമാണ് സദ്ഗുരു മാതാ അമൃതാനന്ദമയി ദേവിയുടെ നമുക്കിടയിലെ സാന്നിദ്ധ്യമെന്ന് നേരായി നിരീക്ഷിച്ചാൽ വ്യക്തമാകും.

സ്വാമി വിവേകാനന്ദൻ ഇങ്ങനെ പ്രവചിച്ചു: *"ഭാരതീയ മഹർഷി മാരുടെ നാവിൽനിന്നുദിച്ച മതതത്ത്വങ്ങൾ ഭാരതീയ വേഷത്തിലുള്ള ഒരു ഭാരതീയ സ്ത്രീ പ്രചരിപ്പിച്ചാൽ നടക്കാൻ പോകുന്ന ഒന്നിന്റെ കാഴ്ചയാണ് ഞാൻ കാണുന്നത്. പാശ്ചാത്യ ലോകത്തെ മുഴുവൻ ആറാടിക്കുന്ന വൻ തരംഗം ഉണ്ടാകുകതന്നെ ചെയ്യും. മൈത്രേയി, ഖന, ലീലാവതി, സാവിത്രി, ഉഭയഭാരതി എന്നിവരുടെ നാട്ടിൽ ഇതു ചെയ്യാൻ ധൈര്യപ്പെടുന്ന ഒരു സ്ത്രീ ജനിക്കില്ലന്നോ? ഈശ്വരനറിയാം."* (വിവേകാനന്ദ സാഹിത്യ സർവസ്വം മൂന്നാം ഭാഗം)

സ്വാമി വിവേകാനന്ദൻ ഒന്നേകാൽ നൂറ്റാണ്ടിനു മുമ്പ് അതു പ്രവചിച്ചു. അമ്മയുടെ ജീവിതം അത് സാർത്ഥകമാക്കുന്നു. അദ്ഭുതമാണ്, അനി വാര്യതയാണ് ഈ യാഥാർത്ഥ്യം. ബംഗാളിനും കേരളത്തിനും തമ്മിലുള്ള ഈ ഇഴബന്ധം മറ്റ് ഏതു മേഖലയിലുള്ളതിനേക്കാളും പ്രധാനവും മൂല്യവത്തുമാണ്.

ആത്മീയ മേഖലയിലെ കണ്ണിത്തുടർച്ചയാണ് ഒരു രാജ്യത്തിന്റെ സാംസ്കാരിക സമ്പത്ത്. സ്വാമി വിവേകാനന്ദൻ ഭാരതത്തിന്റെ ഭാവിക്ക് മഹദ്‌വനിതയായി, മൈത്രേയി, ഖന, ലീലാവതി, സാവിത്രി, ഉഭയ ഭാരതി തുടങ്ങിയ പുണ്യജന്മങ്ങളുടെ ഇക്കാലത്തെ അവതാരമായി അമ്മ മാറിയെന്ന യാഥാർത്ഥ്യം തിരിച്ചറിയപ്പെടാൻ വൈകിപ്പോയെന്ന താണ് വാസ്തവം.

സ്വാമി വിവേകാനന്ദന്റെ ചിന്തകളെയും ദർശനങ്ങളെയും പിന്തുടർന്ന ഭഗിനി നിവേദിതയുടെ 125-ാം ജന്മവാർഷികത്തിലാണ് അമ്മയുടെ 64-ാം പിറന്നാൾ വന്നത്.

മാർഗരറ്റ് നോബിൾ എന്ന വിദേശ വനിത സ്വാമി വിവേകാനന്ദനിലൂടെ ഭാരതത്തെയും ഭാരത ദർശനങ്ങൾ അറിയുകയും സമ്പൂർണ്ണ ഭാരതീയ ആവുകയും സ്വജീവിതം രാജ്യത്തിനു സമർപ്പിക്കുകയും ചെയ്ത സുകൃതാത്മാവായിരുന്നു. ബംഗാളിന്റെ കേരളവുമായുള്ള ആത്മീയ സമാനതകളുടെ കാര്യം പറഞ്ഞുവല്ലോ. ആത്മീയത, ഭാരതത്തിൽ ആർക്കുംതന്നെ, സ്വാർത്ഥ സാധനയായിരുന്നില്ല. സാമൂഹ്യ വിപ്ലവത്തിന് ആത്മ സാധന വിനിയോഗിക്കുകയായിരുന്നു ആത്മീയ നേതാക്കൾ. പക്ഷേ, ഭൗതിക വിപ്ലവമെന്ന പരിഷ്കാരം പാശ്ചാത്യാശയമായി വന്ന പ്പോൾ ആ പരിഷ്കാരത്തിനു പ്രായോജകർ കൂടി. കാരണമുണ്ട്, തികച്ചും വൈദേശികമായ രാഷ്ട്രീയ അധിനിവേശ അടിമത്തത്തിൽ നിന്ന് രക്ഷപ്പെടാൻ മറ്റൊരു വൈദേശികാശയം എന്ന എളുപ്പവഴി ചില

രെയെങ്കിലും ആകർഷിച്ചു. ബ്രിട്ടീഷ് സാമ്രാജ്യത്വത്തിനെതിരേയുള്ള കോൺഗ്രസ് പ്രസ്ഥാനത്തിന്റെ (ഇന്നത്തെ രാഷ്ട്രീയ കോൺഗ്രസല്ല) പോരാട്ടങ്ങൾക്ക് വീര്യം പോരെന്ന തോന്നൽ ചിലർക്കുണ്ടായി എന്ന താണ് സത്യം. അതിനും അപ്പുറത്തേക്ക് ചിന്തിച്ചാൽ, അന്താരാഷ്ട്ര തലത്തിൽ രൂപപ്പെട്ട ഏതെങ്കിലും രാഷ്ട്രീയ പദ്ധതി അതിനു പിന്നി ലുണ്ടായിരുന്നില്ലേ എന്നും സംശയിക്കണം. കാരണം, ബ്രിട്ടീഷ് വാഴ്ച ക്കെതിരേ പോരാടിയ കോൺഗ്രസ് നയിച്ച ഗാന്ധിജി ഏറെക്കുറേ ആത്മീയപാതയിൽ സഞ്ചരിക്കുന്ന സംന്യാസ ഭാവക്കാരനായിരുന്നല്ലോ. ആത്മീയശക്തിയുടെ നേർവഴിയിൽ രാജ്യം പോകാനിടയുണ്ടെന്നും അത് പിൽക്കാലത്ത് ദോഷമായിത്തീരുമെന്നും കണ്ടുപിടിച്ച വൈദേശിക ശക്തികളുടെ ഇറക്കുമതിയായിരുന്നില്ലേ വിപ്ലവ കമ്മ്യൂണിസമെന്ന ആശയം. പിൽക്കാലത്ത് കമ്മ്യൂണിസ്റ്റ് നേതൃത്വം എതിർത്തത് ആത്മീയ-ആദ്ധ്യാത്മിക ശക്തികളെയായിരുന്നുവെന്ന ചരിത്രംകൂടി ചേർത്തു വായിക്കുമ്പോൾ അത് ശരിയെന്നു സങ്കൽപ്പിക്കാൻ സാധ്യതയേറും.

എന്നാൽ, ബംഗാളിൽ പിറന്ന സാമൂഹ്യപരിഷ്കരണാശയങ്ങൾക്ക് സമാനമായി കേരളത്തിലുമുണ്ടായി മാറ്റങ്ങൾ. സാമൂഹ്യാനാചാര ങ്ങൾക്കും അയിത്തത്തിനും വർഗ്ഗ-ജാതി വിവേചനത്തിനുമെതിരെ അന്നാട്ടിലും ഇവിടെയും പ്രസ്ഥാനങ്ങളുണ്ടായി. രാമകൃഷ്ണ പരമ ഹംസരും സ്വാമി വിവേകാനന്ദനും ടാഗോറും ബങ്കിം ചന്ദ്രയും ശ്രീനാരായണ ഗുരുവും അയ്യൻകാളിയും ചട്ടമ്പി സ്വാമിയും ബംഗാളിന്റെയോ കേരളത്തിന്റെയോ മാത്രം ആചാര്യന്മാരല്ലെന്നായി. ചെറുതല്ല ഈ സമാനതാ ബന്ധങ്ങൾ.

ബംഗാളിൽ ദക്ഷിണേശ്വരത്ത് രാമകൃഷ്ണ പരമഹംസരെന്ന മഹാ തപസ്വിക്ക് ആത്മീയത മാത്രമായിരുന്നു കൈമുതൽ. സർവ്വം സമർപ്പിച്ച് ദേവിക്കു മുമ്പിൽ അർച്ചകനായും രക്ഷകനായും കൈക്കുഞ്ഞായും കളിക്കൂട്ടുകാരനായും സാധകനായും സാധ്യനായും മാറിയ അവതാര പുരുഷൻ രാമകൃഷ്ണ പരമഹംസരുടെ ജീവിതത്തിന് ഭൗതികഭാവം തീരെ ഉണ്ടായിരുന്നില്ല. പണം അനാവശ്യമാണെന്നും അതു തൊട്ടാൽ തനിക്കു പൊള്ളുമെന്നും ഗുരു പറഞ്ഞതുകേട്ട് ശിഷ്യൻ നരേന്ദ്രൻ (സ്വാമി വിവേകാനന്ദന്റെ പൂർവാശ്രമത്തിലെ പേര്) പരീക്ഷിച്ച കഥ പ്രസിദ്ധമാണ്. പരമഹംസർക്ക് പണം വേണ്ടിയിരുന്നില്ല. പക്ഷേ, അദ്ദേ ഹത്തിന്റെ സാധനയ്ക്ക് ആവശ്യമായ ഭൗതിക സൗകര്യമൊരുക്കാൻ റാണി രാസാമണിയെന്ന സമ്പന്നയായ ഭക്തയുണ്ടായിരുന്നു. മീൻപിടു ത്തക്കാരുടെ വിഭാഗത്തിൽ ജനിച്ചു വളർന്ന, സമ്പന്നമായ സൗകര്യങ്ങൾ ഉണ്ടായിരുന്ന, ആത്മീയ ബോധവതി. ജീവിതകാലം മുഴുവൻ ആത്മീയ സേവനവും പ്രസാരണവും നടത്തിയ പരമഹംസരുടെയും അമ്മയുടെ,

മാതാ അമൃതാനന്ദമയി ദേവിയുടെയും പ്രഭാവത്തിനു സമാനതകൾ ഏറെയാണ്. ലാളിത്യം, ചിന്ത, സംഭാഷണം, പ്രവൃത്തി, സാധന അങ്ങനെ ഓരോ രംഗത്തും ഈ ചാർച്ച കാണുന്നു, അല്ല, തുടർച്ച കാണുന്നു. മഹദാശയങ്ങളും മഹാത്മാക്കളും കാലത്തിന്റെ സുദീർഘമായ ശൃംഖല യിലെ കണ്ണികളാണല്ലോ.

പരമഹംസരുടെ ജീവിതകാലത്ത് സമൂഹത്തിനു വേണ്ടിയിരുന്നത് ആത്മീയമായ ശക്തിപ്പെടലായിരുന്നു. 'ദൈവം ഉണ്ടോ?' എന്ന് സംശയി ക്കുന്ന തലമുറയുടെ കാലം, യുക്തിയിലൂടെ എന്തും കണ്ടെത്തുകയും വിശ്വസിക്കുക്യും ചെയ്യുക എന്ന കാലാതീതമായ പദ്ധതിയെ കുയു ക്തികൾകൊണ്ട് ഖണ്ഡിച്ചിടുന്ന കാലമായിരുന്നു അത്. ഉപരിപ്ലവമായ വിപ്ലവാശയങ്ങൾ പലതും തീക്കാറ്റായി പടർന്നിരുന്നു അക്കാലത്ത്. അന്ന്, ആത്മീയഗതി നിയന്ത്രിക്കാൻ, ഭക്തിയും വിശ്വാസവും സാധനയും അർപ്പണവും അവതാരം പൂണ്ട പരമഹംസർ അതിലൊക്കെ മാത്രം അഭിരമിച്ച് അനുഭവിച്ചും അനുഭവിപ്പിച്ചും ഉദാഹരിച്ചു. അന്ന് പരമ ഹംസർക്ക് ഭൗതിക കാര്യങ്ങൾക്കും സമ്പത്തിനും ആവശ്യകത അത്ര യേറെയില്ലായിരുന്നു. വേണ്ടിവന്നിരുന്ന ചില്ലറക്കാര്യങ്ങൾ റാണി രാസാ മണി നോക്കി നടത്തി.

എന്നാൽ, അടുത്ത കണ്ണിയുടെ കാലത്ത്, അമ്മയ്ക്ക് ഒരേ സമയം സമ്പന്നതയുടെ ധൂർത്തിന്റെയും ഈശ്വര പരാങ്മുഖതയുടെയും ഇരട്ട ക്കരുത്തിനെ അതിജീവിക്കേണ്ട യത്നം വന്നു ചേർന്നു. അതുകൊണ്ടു തന്നെ അത്രയേറെ ശക്തിയാർജ്ജിക്കുകയും വേണ്ടിവന്നു. അമ്മ ഒരേ സമയം ആത്മീയ-ഭൗതിക മേഖലയുടെ ശാക്തീകരണത്തിൽ ശ്രദ്ധവെച്ചു, വിജയിച്ചു, ദൗത്യവിജയം തുടർന്നു വരുന്നു. ലോകമെമ്പാടുംനിന്ന് റാണി രാസാമണിമാർ അമ്മയുടെ ഇച്ഛകൾ നടപ്പാക്കാൻ സ്വയം സമർ പ്പിതരായി, ഞാൻമുമ്പേ, ഞാൻമുമ്പേ എന്നു മുന്നോട്ടു വന്നു, വന്നുകൊ ണ്ടിരിക്കുന്നു. 'സാ വിദ്യാ യാ വിമുച്യതേ'- എന്ന ഉപനിഷദ് തത്ത്വം നടപ്പാക്കാൻ, വിദ്യകൊണ്ട് വിമുക്തരാകാൻ, മോക്ഷപ്രാപ്തരാകാനുള്ള വഴിയിലെ അമ്മയുടെ പരിശ്രമങ്ങളാണ് അനവധി വിദ്യാഭ്യാസ സ്ഥാപ നങ്ങൾ. ഉപനിഷ് സാരങ്ങളുടെ സാഹിത്യ പ്രചാരകനായിരുന്ന മഹാ കവി കാളിദാസൻ ഓർമ്മിപ്പിച്ചതുപോലെ, 'ശരീരമാദ്യം ഖലു ധർമ്മ സാധനം'- ധർമ്മസാധനയ്ക്ക് ശരീരം ആവശ്യമാണെന്ന തത്ത്വം സാർത്ഥക മാക്കാൻ, വിദ്യയ്ക്കൊപ്പം ആരോഗ്യവും എന്ന പദ്ധതി അമ്മ ആതുരാല യത്തിലൂടെയും അനുബന്ധ സേവനങ്ങളിലൂടെയും നടപ്പാക്കുന്നു. ചെറുതല്ല ഈ സാന്നിദ്ധ്യം ആത്മീയ-ഭൗതിക മേഖലയിൽ സമൂഹത്തി ലുണ്ടാക്കുന്ന പരിവർത്തനം.

സ്വാമി വിവേകാനന്ദൻ വിഭാവനം ചെയ്ത, *'ഭാരതീയ മഹർഷിമാരുടെ നാവിൽനിന്നുദിച്ച മതതത്ത്വങ്ങൾ ഭാരതീയ വേഷത്തിലുള്ള ഒരു ഭാരതീയ സ്ത്രീ പ്രചരിപ്പിച്ചാൽ നടക്കാൻ പോകുന്ന ഒന്നിന്റെ കാഴ്ച..'* അതാണ് ലോകമെമ്പാടുമുള്ള അമ്മയുടെ തേജപ്രസാരണം കാണിക്കുന്നത്.

സ്ത്രീശക്തിയുടെ ഉയർച്ചയ്ക്കൊപ്പം സ്വാമി വിവേകാനന്ദൻ പല വട്ടം ആവർത്തിച്ച മറ്റൊന്നുകൂടിയുണ്ട്, സമൂഹത്തിലെ അധഃസ്ഥിത വിഭാഗത്തിന്റെ ഉന്നമനം. കർമ്മഗുണങ്ങളുടെ അടിസ്ഥാനത്തിൽ വിഭജിച്ചിട്ടുള്ള വർണ്ണ സങ്കൽപ്പങ്ങളിൽ ശൂദ്ര വിഭാഗത്തിന്റെ മേൽക്കോയ്മ, അഥവാ, സമുന്നതിയിലേക്കുള്ള വളർച്ച സ്വാമി ആവർത്തിച്ചു പറഞ്ഞിരുന്നു. ആത്മീയ-സാംസ്കാരിക-സാമൂഹ്യ മേഖലയിലെ അമ്മയുടെ ഉയർച്ചയും വളർച്ചയും മറ്റെന്താണ് പ്രകടമാക്കുന്നത്.

ഈ ചിന്തയുടെ പരിസമാപ്തി ഇങ്ങനെയാകട്ടെ: ആത്മശക്തിയാണാദ്യം ആവശ്യം, അടിസ്ഥാനാവശ്യവും. പക്ഷേ, ദേഹിക്കു മാത്രമായി നിലനിൽപ്പില്ലല്ലോ, ദേഹമില്ലാതെ. അതിനാൽ, ഭൗതികതയുടെ വളർച്ചയും ആവശ്യമാണ്. എന്നാൽ, മാറിയ ലോകക്രമത്തിൽ, ജനാധിപത്യ സംവിധാനത്തിൽ, ഭരണം അഥവാ അധികാരമാണ് പലതിലും നിർണ്ണായകമാകുന്നത്. അത് തികച്ചും സ്വാഭാവികമാണ്. അവിടെ, മേൽപ്പറഞ്ഞ ആത്മീയതയോ, സാംസ്കാരികതയോ രൂപപ്പെടുത്തുന്ന പ്രവർത്തന പദ്ധതിക്ക് സാക്ഷാത്കാര തടസ്സം നേരിട്ടാൽ ഇന്നത്തെ കാലത്ത് എല്ലാം ഏട്ടിലെ പശുവെപ്പോലെയാകും; അത് പുല്ലുതിന്നില്ലല്ലോ. എന്നാൽ, ഇപ്പോൾ അതും സാധ്യമായിരിക്കുന്നുവെന്നതാണ് പ്രത്യേകത. ഭാരതമാതാവ് ഒരിക്കൽ ഇരുന്നിരുന്ന, പ്രൗഢവും മഹത്തും യശസ്വിയുമായ സൗവർണ്ണ സിംഹാസനത്തിൽ, ലോകത്തിനു നെറുകയിൽ, സർവ്വൈശ്വര്യങ്ങളോടെയും വീണ്ടും വിരാജിക്കുന്ന കാലമുണ്ടാകുമെന്ന് സ്വാമി വിവേകാനന്ദൻ സ്വപ്നം കാണുകയും പ്രവചിക്കുകയും ചെയ്തിരുന്നു. ഇന്ന്, അമ്മയെ അറിയുന്ന, അമ്മയുടെ മനസ്സിലുള്ളത് പ്രാവർത്തികമാക്കുന്ന പദ്ധതി ഉള്ളിലുള്ള ഒരു ഭരണാധികാരി, ലാളിത്യത്തിന്റെയും ശുഭചിന്തയുടെയും ഇച്ഛാശക്തിയുടെയും ആത്മീയ കരുത്തിന്റെയും പിന്തുടർച്ചക്കാരനായി, നരേന്ദ്ര മോദിയെന്ന പിന്നാക്ക സമൂഹത്തിന്റെ പ്രതിനിധി പ്രധാനമന്ത്രി പദത്തിലെത്തുകയുംകൂടി ചെയ്തിരിക്കെ ഒരു മഹാദൗത്യത്തിന്റെ സഫലീകരണം സാധ്യമാകുന്നുവെന്നുതന്നെയാണ് നമുക്ക് വിശ്വസിക്കാനാവുക.

(2016 ആഗസ്ത്)

സ്വരൂപവും അവരുടെ സ്വത്വവും

വെളിപ്പെടുന്നതും വെളിച്ചപ്പെടുന്നതും തമ്മിൽ വലിയ അന്തരമുണ്ട്. വെളിപ്പെടുത്തുന്നതിൽ കൃത്രിമത്വം ഏറെയുണ്ടാവും. സ്വയം പറയുകയോ മറ്റുള്ളവരെക്കൊണ്ട് പ്രചരിപ്പിക്കുകയോ ചെയ്യുന്നത് യാഥാർത്ഥ്യമാകണമെന്നില്ല. നിർണായക നിമിഷത്തിൽ, സ്വയം വെളിച്ചപ്പെടുമ്പോഴാണ് യാഥാർത്ഥ്യം മറയില്ലാതെ പുറത്തുവരുന്നത്. വ്യക്തികളുടെ കാര്യത്തിലും സംഘടനകളുടെയും സമുദായത്തിന്റെയും അതുകൊണ്ടുതന്നെ നിശ്ചയമായും രാഷ്ട്രങ്ങളുടെ കാര്യത്തിലും അത് ശരിയാണ്.

എന്നാൽ, ഈ മാറ്റുരയ്ക്കലിനു വിധേയമാകുന്ന സാഹചര്യങ്ങൾ വ്യക്തികൾക്കു കുറവാണ്. സമൂഹത്തിനും രാഷ്ട്രങ്ങൾക്കും അത്യപൂർവമാണ്. പക്ഷേ, അത്തരം സന്ദർഭങ്ങളാണ് വിലയിരുത്തപ്പെടാനുള്ള സുവർണാവസരങ്ങൾ. പ്രച്ഛന്നവേഷങ്ങൾ (ഫാൻസിഡ്രസ്) അഴിച്ചുവച്ച് വെളിച്ചപ്പെടുന്നതാണ് ആത്മാവ് അഥവാ സ്വത്വം. ആ സ്വത്വത്തിലൂടെ വിലയിരുത്തുമ്പോഴേ വ്യക്തിയുടേതായാലും സമൂഹത്തിന്റേതായാലും രാഷ്ട്രത്തിന്റെതായാലും യഥാർത്ഥ ശക്തിയും ദൗർബല്യവും ബോധ്യമാകൂ. വ്യക്തികൾക്ക് ഒരിക്കലും സമ്പൂർണതയില്ലെന്നാണ് സങ്കൽപ്പം. അത് ഏറെക്കുറേ ശരിയാണുതാനും. കാരണം സാഹചര്യങ്ങൾക്കും സന്ദർഭങ്ങൾക്കും അനുസരിച്ച് പ്രവർത്തിക്കുന്നതാണല്ലോ ജീവത് സ്വഭാവം. അപ്പോൾ ആപദ്ധർമങ്ങളിലൊരു വ്യക്തി ചെയ്യുന്നത് ധർമത്തിന്റെ മാനദണ്ഡം വച്ചുനോക്കുമ്പോൾ ഒരുപക്ഷേ, വിചാരണക്കു വിധേയമാക്കാവുന്ന പ്രവൃത്തിയായേക്കാം. അതുകൊണ്ടാണ്, "പൂരുഷൻ തൻ ദിവ്യതയ്ക്കു പൂർത്തിയില്ലാ, കരിപ്പുള്ളി സൂര്യനിലും സുലഭം താൻ സൂക്ഷിച്ചുപാർത്താൽ," എന്ന് മഹാകവി ഉള്ളൂരും, "ചില വീഴ്ച മഹാനുശോഭയാം, മലയിൽ കന്ദരമെന്നമാതിരി" എന്ന് കുമാരനാശാനും പാടിയത്. വ്യക്തികൾക്കപ്പുറം പ്രതീകങ്ങളെ വിശ്വാസത്തിന്റെയും ദർശനത്തിന്റെയും ആധാരമാക്കിയതിനു പിന്നിലെ വേദാന്ത രഹസ്യവും അതുകൊണ്ടുതന്നെയാകണം. രാഷ്ട്രീയ സ്വയംസേവക സംഘത്തിന്റെ ഗുരുസ്ഥാനത്ത് കാവി ധ്വജത്തെ പരമപവിത്രമായി അവരോധിക്കാൻ സംഘസ്ഥാപകൻ ഡോ. കേശവ ബലിറാം ഹെഡ്ഗേവാർ തീരുമാനിച്ചതും അതുകൊണ്ടുതന്നെയാണ്. ഓം എന്ന ബീജാക്ഷരത്തെ സനാതനധർമത്തിന്റെ ആധാരമാക്കി ഋഷിവര്യന്മാർ ഉദ്ഘോഷിച്ചതിന്റെ ഉള്ളർത്ഥം ഗ്രഹിച്ചാണ് 'ഡോക്ടർജി' ആ തീരുമാനം കൈക്കൊണ്ടതും.

മാതൃകാ പുരുഷനായ ശ്രീരാമചന്ദ്രൻ ചില ഘട്ടത്തിലെങ്കിലും വിമർശനത്തിനു പാത്രമാകുന്നത് നേരത്തേ പറഞ്ഞ വ്യക്തികളിലെ അപൂർണത അഥവാ വിലയിരുത്തലിലെ വിഭിന്നത കൊണ്ടാണ്. രാക്ഷസ രാജാവായ രാവണൻ ചില ഘട്ടങ്ങളിൽ സദ്ഗുണനാണെന്ന വാദം ഉയരുന്നതും അങ്ങനെയാണ്. ഭഗവാൻ ശ്രീകൃഷ്ണൻ ചിലരാൽ വിചാരണ ചെയ്യപ്പെടുന്നതും ദുര്യോധനൻ ന്യായീകരിക്കപ്പെടുന്നതും ആ വഴിക്കാണ്. പക്ഷേ നിർണായക നിമിഷത്തിൽ ഇവരുടെയെല്ലാം സ്വത്വം വെളിച്ചപ്പെടുന്ന ഘട്ടത്തിലാണ് അവരവരുടെ മഹത്വം നാം തിരിച്ചറിയുന്നത്. ധർമ്മത്തെ രക്ഷിക്കുകയെന്ന ആത്യന്തിക ധർമ്മത്തിലാണ് രാമനും കൃഷ്ണനും ചെയ്യുന്ന കർമ്മങ്ങൾക്കെല്ലാം ന്യായം. അതിന് ആർക്കും എതിരു പറയാനുമാവില്ല. എന്നാൽ രാവണനും ദുര്യോധനനും ധർമ്മത്തെ തിരിച്ചറിഞ്ഞിട്ടും അധർമ്മം ചെയ്യുന്നിടത്താണ് അവർ അവരുടെ സ്വത്വം വെളിപ്പെടുത്തുന്നത്.

വ്യക്തികളുടെ കാര്യത്തിലെന്നപോലെ ഓരോ സമൂഹത്തിനും സംഘടനകൾക്കും രാഷ്ട്രങ്ങൾക്കും ഈ സ്വത്വമുണ്ട്. പ്രഖ്യാപിക്കപ്പെടുന്ന തനിമയും പ്രത്യക്ഷത്തിൽ ബോധ്യമാകുന്ന വസ്തുതയും നിർണായക നിമിഷത്തിൽ വെളിച്ചപ്പെടുന്ന യാഥാർത്ഥ്യവും തമ്മിലുള്ള വേർതിരിച്ചറിയലാണ് വ്യക്തിയുടെയും സംഘടനയുടെയും രാഷ്ട്രങ്ങളുടെയും സ്വത്വം സുവ്യക്തമാകുന്നത്. ആ മാറ്റുരയ്ക്കലിലാണ് പലരുടെയും പൊങ്ങച്ചം പൊളിയുന്നത്. അതിലൂടെയാണ് ഭാവിയെക്കുറിച്ചുള്ള പ്രതീക്ഷ കരുപ്പിടിപ്പിക്കാൻ അവസരമൊരുങ്ങുന്നത്. സംഘടനകളും പാർട്ടികളും രാഷ്ട്രങ്ങളും വ്യക്തികളും പ്രഖ്യാപനത്തിൽ മാനവികതയും സ്ഥിരസമത്വവും സാഹോദര്യവും സ്വാശ്രയത്വവും സ്വാതന്ത്ര്യവും പ്രഖ്യാപിക്കുന്നവരാണെങ്കിലും പ്രവൃത്തിപഥത്തിൽ അവ എത്രത്തോളം പ്രയോഗതലത്തിൽ വരുന്നുവെന്നത് വിലയിരുത്തുമ്പോഴാണ് അതിലെ കടുത്ത ഭിന്നതകൾ വ്യക്തമാകുന്നത്. ഏതു സംഘടനയുടെയും ലക്ഷ്യം ജനാധിപത്യ സംവിധാനത്തിൽ ജനതാത്പര്യ സംരക്ഷണവും അവരുടെ പുരോഗതിയും ക്ഷേമവുമായിരിക്കും. പക്ഷേ പ്രവൃത്തിപഥത്തിൽ, സൂക്ഷ്മ വിശകലനത്തിൽ, സംഘടനയിലെ അംഗങ്ങൾക്കു വേണ്ടിയായി സംഘടനയുടെ ലക്ഷ്യം ചുരുങ്ങുന്നു. വിവിധ പാർട്ടികൾ, അവരുടെ പ്രവർത്തനത്തിന്റെ നിയമാവലിയിൽ പറയുന്ന കാര്യങ്ങൾക്ക് ഒരുപക്ഷേ, സമാനതയാണ് അധികവും. എല്ലാവർക്കും ജനക്ഷേമവും രാഷ്ട്രപുരോഗതിയും തന്നെയാവും ലക്ഷ്യം. പക്ഷേ, പാർട്ടികളുടെ പ്രവർത്തനപദ്ധതിയിൽ എന്തെന്തെല്ലാം പൊതുതാത്പര്യവിരുദ്ധമായവയുണ്ടാകുമെന്ന് വിശകലനം നടത്തിയാൽ വ്യക്തമാകും. ഏറ്റവും വലിയ വിശ്വ സാഹോദര്യവും വിശ്വമാനവികതയും പ്രസംഗിക്കുന്ന വ്യക്തികളുടെയും വ്യക്തി

ജീവിതത്തിൽ വിരുദ്ധമായ ചര്യ കണ്ടുകൂടായ്കയില്ല. അതിനേക്കാൾ ശ്രദ്ധേയമാണ് രാഷ്ട്രങ്ങളുടെ പ്രഖ്യാപിത നിലപാടുകളിൽ നിന്നുള്ള വ്യതിചലനങ്ങളുടെ വിലയിരുത്തലിൽ തെളിയുന്ന യാഥാർത്ഥ്യം. ഒരു രാഷ്ട്രം, അതിന്റെ പ്രഖ്യാപിത നിലപാടിൽനിന്ന് വ്യതിചലിച്ച് പോവുകയും നിർണായക സന്ദർഭങ്ങളിൽ ആ നിലപാടിലും പ്രഖ്യാപിത നിലപാടിലും നിന്നു വ്യത്യസ്തമായി സ്വത്വസംസ്കാരം വെളിപ്പെടുത്തുകയും ചെയ്യുമ്പോഴാണ് ഒരുപക്ഷേ, അവർ വെളിപ്പെടുത്തുന്നവയേക്കാൾ വെളിച്ചപ്പെടുന്ന ആ സ്വത്വമാണ് ശാശ്വതവും സത്യവുമെന്ന് നമുക്ക് ബോധ്യമാകുന്നത്.

വസുധൈവ കുടുംബകം-ലോകം ഒരു തറവാട്, എന്ന് ഋഷിമാർ പറഞ്ഞപ്പോൾ, വിശ്വം ഭവത്യേക നീഡം-ലോകം ഒരു പക്ഷികൂടുപോലെ ഒന്നാണ്, എന്ന് അവർ ഉദ്ഘോഷിച്ചപ്പോൾ ലോകത്തെ വിവിധ രാഷ്ട്രങ്ങൾ ഒന്നൊന്നായി രൂപപ്പെടുകയോ അവയ്ക്കൊക്കെ പ്രത്യേകം പ്രത്യേകം ഭരണസംവിധാനങ്ങളും ഭരണാധികാരികളും ഒന്നും നിലവിൽ വരികയോ സംഭവിച്ചിട്ടുണ്ടായിരുന്നിരിക്കില്ല. മാനവികതയും മാനുഷികതയും ജീവനത്വരയും മാത്രമായിരുന്നിരിക്കണം ലോകമെമ്പാടും നിലനിന്നിരുന്നത്. കാരണം, ഇനിയും കാലപ്പഴക്കം എത്രയെന്ന് കൃത്യമായി നിർണയിക്കപ്പെട്ടിട്ടില്ലാത്ത വേദോപനിഷത്തുക്കളിലാണല്ലൊ ആചാര്യന്മാർ ആ ദർശനങ്ങൾ അവതരിപ്പിച്ചത്. ചിലർ അയ്യായിരം വർഷമെന്നൊക്കെ സമ്മതിക്കാതെ സമ്മതിച്ചു നൽകിയ പാരമ്പര്യത്തിനപ്പുറം രൂപംകൊണ്ട ജനപദമൊന്നും മറ്റ് ഒരു ലോകത്തുമില്ലെന്നതാണ് വാസ്തവം. ഗ്രീസിലെയും ഈജിപ്തിലെയും സംസ്കാരത്തിനും ഭാരത സംസ്കാരത്തിന്റെ പഴമ ആരും അവകാശപ്പെടുന്നില്ല. കൊളംബസ് കണ്ടെത്തിയശേഷം രൂപം കൊണ്ട് ഇന്നത്തെ അമേരിക്കയുടെ ആദിസംസ്കാരവും അവർതന്നെ പേരിട്ടു വിളിച്ച റെഡ് ഇന്ത്യൻസിന്റേതായിരുന്നല്ലൊ. എന്നാൽ, പിൽക്കാലത്ത് രൂപപ്പെട്ട രാജ്യങ്ങൾ, അവരവരുടെ നയവും രാഷ്ട്രീയവും സംവിധാനവും സ്വീകരിച്ചു. അറുപത്തിയെട്ടാം സ്വാതന്ത്ര്യദിനമാഘോഷിച്ച ഇന്ത്യയ്ക്ക് അതിനപ്പുറം ഒരു ഭാരതം ഉണ്ടായിരുന്നുവെന്ന് ചിന്തിക്കാനോ സമ്മതിക്കാനോ തയ്യാറാകാത്തവർ നമ്മുടെ നാട്ടിലുള്ളതുപോലെ പുതുലോകരാഷ്ട്രങ്ങളുടെ ചരിത്രം പരിശോധിച്ചാൽ ഇത്തരത്തിൽ ഒരു സൗകര്യപൂർവമായ മറവിയോ, സാങ്കേതികമായ പോരായ്മയോ അവിടങ്ങളിലുമെല്ലാം ഉണ്ടെന്ന് വ്യക്തമാകും. ചരിത്രത്തെ ബി.സി.യും എ.ഡിയുമായി മാറ്റി, ക്രിസ്തുവിന്റെ ജനനത്തിലും മരണത്തിലും ആധാരമാക്കി കാലഗണനയെ കെട്ടിയിട്ടപ്പോൾ സംഭവിച്ചത് സാംസ്കാരികമായ, ചരിത്രപരമായ, ഒരു ഹിമാലയൻ അബദ്ധമാണല്ലോ.

വിദേശികൾ ഭാരതത്തിൽ വന്നില്ലായിരുന്നെങ്കിൽ, ഇവിടെ കോളനി ഭരണം നടപ്പിലായിരുന്നില്ലെങ്കിൽ, ഭാരതത്തിന്റെ ചരിത്രം എന്താകുമായിരുന്നു. 2014 ആഗസ്ത് 15 ന് 68-ാം സ്വാതന്ത്ര്യവാർഷിക ദിനം ആഘോഷിച്ചപ്പോൾ ചിലർക്കെങ്കിലും യുവഭാരതം എന്ന ചിന്ത ഉള്ളിൽ തോന്നിയിരിക്കണം. ചിലർക്ക് ഹാവൂ സ്വാതന്ത്ര്യം അനുഭവിക്കാൻ തുടങ്ങിയിട്ട് 68 വർഷമായെന്ന് ആശ്വാസം ജനിച്ചിരിക്കണം. പക്ഷേ, അതിനും മുമ്പ്, നൂറ്റാണ്ട് മുമ്പ് ഭാരതീയത അനുഭവിച്ചവർ ഇന്നില്ലാത്തതിനാൽ അവരുടെ വികാരം അറിയാൻ മാർഗ്ഗമില്ല. നമ്മുടെ ഇന്നത്തെ പ്രധാനമന്ത്രി പോലും സ്വാതന്ത്ര്യലബ്ധിക്കുശേഷം ജനിച്ചയാളാണ്. ഭാരതവും ഇന്ത്യയും തമ്മിലുള്ള ദൂരം വളരെ വലുതാണ്. അനുസ്യൂതത്വം, തുടർച്ച, നഷ്ടപ്പെട്ട ഒരു രാഷ്ട്രത്തിന്റെ വെളിപ്പെടുത്തലും വെളിച്ചപ്പെടലും ഇന്നത്തെ കാലത്ത് ഏറെ ആഴത്തിൽ വിശകലനം ചെയ്യപ്പെടേണ്ടതാണ്. ഒരുപക്ഷേ, സുദീർഘ കാലമെടുത്ത്, സമഗ്രമാക്കാൻ സർവ സന്നാഹങ്ങളും സൗകര്യങ്ങളും ഒരുക്കിക്കൊണ്ട് നടത്തേണ്ട ഒരു ഗവേഷണം.

ഭാരതത്തിൽ സംഭവിക്കുന്ന സ്വത്വം വെളിച്ചപ്പെടലിനെ കാണേണ്ടത്, അയൽ രാജ്യങ്ങളിലും അന്യരാജ്യങ്ങളിലും സംഭവിക്കുന്ന സമാനമായ വെളിച്ചപ്പെടലുകളെ വിലയിരുത്തിക്കൊണ്ടാകണം. രാഷ്ട്രങ്ങളുടെ സ്വത്വം വെളിപ്പെടാൻ തുടങ്ങിയത് ഇരുപതാം നൂറ്റാണ്ടിന്റെ അവസാനത്തിൽ 21-ാം നൂറ്റാണ്ടിന്റെ തുടക്കത്തിൽ എന്നുപറയാം, സോവ്യറ്റ് യൂണിയനിലാണ്. ശാസ്ത്ര-സാങ്കേതിക-സായുധരംഗത്ത് വമ്പൻ ശക്തിയായിരുന്ന യുഎസ്എസ്ആർ കമ്മ്യൂണിസ്റ്റ് സോഷ്യലിസ്റ്റ് പ്രത്യയശാസ്ത്രത്തിൽ അധിഷ്ഠിതമായ സുഘടിതമായ ഒരു രാജ്യ സമൂഹമെന്ന സ്ഥാനം വഹിച്ചിരുന്ന രാഷ്ട്രമാണ്. മിഖായേൽ ഗോർബച്ചേവ് എന്ന വിപ്ലവകാരിയായ കമ്മ്യൂണിസ്റ്റ്, സോവ്യറ്റ് യൂണിയൻ എന്ന കൃത്രിമ ഭരണ സംവിധാനത്തിൽ അഴിച്ചുപണിക്ക് തയ്യാറായി. അമേരിക്കൻ സ്വാധീനമെന്നോ അന്തിക്രിസ്തുവിന്റെ അവതാരമെന്നോ എന്തൊക്കെ പേരിട്ടുവിളിച്ചാലും വിമർശിച്ചാലും സംഭവിച്ചത് അതാണ്. ഗ്ലാസ്നോസ്തും പെരിസ്ട്രോയ്കയും പോലുള്ള നയനിലപാടുകളിലൂടെ യുഎസ്എസ്ആർ ന്റെ അടഞ്ഞുകിടന്ന വാതായനങ്ങൾ തുറന്നിട്ടു. കാറ്റുകയറിയിറങ്ങിയപ്പോൾ സോവ്യറ്റ് യൂണിയൻ എന്ന കൃത്രിമ രാഷ്ട്രീയ സഖ്യ സംവിധാനം പൊളിഞ്ഞു. റഷ്യ ഇന്നും നിലനിൽക്കുന്നു. സോവ്യറ്റ് റഷ്യ സ്വത്വം വെളിച്ചപ്പെടുത്തുകയായിരുന്നു. അവിടെ പക്ഷേ, ഇപ്പോഴും ചെറുരാജ്യങ്ങൾ റഷ്യൻ ഭരണസംവിധാനത്തിനോട് കലഹിക്കുന്നുണ്ട്. അതും സ്വത്വത്തിന്റെ വെളിപ്പെടലുകളാണ്. റഷ്യ ഇന്ന് കടന്നുപോയിക്കൊണ്ടിരിക്കുന്ന രാഷ്ട്രീയ വഴികളിൽ ഒറ്റക്കുനിന്നു ശക്തി പ്രകടിപ്പിച്ചിരുന്ന കൃത്രിമ മുഷ്കില്ല, പകരം സാധ്യമായ എല്ലാ സംവിധാനങ്ങളുമായുള്ള സഖ്യത്തിലേക്കും സമവായത്തിലേക്കുമുള്ള പരിണാമമാണ് കാണുന്നത്.

ചൈനയിലേക്ക് കണ്ണുതിരിക്കുക. കമ്മ്യൂണിസ്റ്റ് രാജ്യമായ ചൈന മുതലാളിത്തത്തിന്റെ ചുടലപ്പറമ്പാണെന്നായിരുന്നു വിശ്വാസം. ഇന്നും ചൈനീസ് കമ്മ്യൂണിസ്റ്റ് പാർട്ടി അവരുടെ ഭരണനയം മറ്റൊന്നാണെന്ന് പറഞ്ഞിട്ടില്ല. പക്ഷേ, ചൈന ഏറെമാറിപ്പോയി. ശ്രീബുദ്ധന്റെ സംസ്കാരം ഏറെക്കുറേ ഉള്ളിലാവാഹിക്കപ്പെട്ട ചൈനക്ക് കൃത്രിമ കമ്മ്യൂണിസ്റ്റ് ഭരണ സംവിധാനത്തിൽനിന്ന് സ്വത്വത്തിലേയ്ക്ക് മടങ്ങാൻ മടി മാറിയിട്ടുണ്ട്. ഇനി അത് പൂർത്തീകരിക്കപ്പെടണമെന്നുമാത്രം. തിബത്ത് കൈയടക്കിയ കമ്മ്യൂണിസ്റ്റ് ചൈനക്ക് ആ സംസ്കാരത്തെ ഇല്ലാതാക്കാനായില്ലെന്നു മാത്രമല്ല, മാറ്റുരച്ചപ്പോൾ തിബത്തൻ സാംസ്കാരികതയുടെ സംസ്കാരം സ്വീകരിക്കാൻ നിർബന്ധിതമാവുകയും ചെയ്തു. അടുത്തിടെ ഭാരതം സന്ദർശിച്ച ചൈനീസ് പ്രസിഡന്റ് സീ ജിങ് പിങ്ങിനെ, ഗുജറാത്തിനുള്ള ശ്രീബുദ്ധ പാരമ്പര്യ സമ്പത്ത് പ്രദർശിപ്പിച്ച പ്രധാന മന്ത്രി നരേന്ദ്ര മോദി പരോക്ഷമായി വിശദീകരിച്ചത്, തിബത്തൻ ആത്മീയ നേതാവ് ദലൈലാമക്ക് ചൈനയുടെ വധഭീഷണിയിൽനിന്ന് ഭാരതത്തിൽ അഭയം കൊടുത്തിരിക്കുന്നതിന്റെ യുക്തികൂടിയായിരുന്നു. നാളെ, മാറിക്കൊണ്ടിരിക്കുന്ന, സ്വത്വം തിരിച്ചറിഞ്ഞുകൊണ്ടിരിക്കുന്ന ചൈന, ഭാരതവുമായുള്ള തർക്കങ്ങൾക്ക് വിരാമമിടുകയും തിബത്തൻ ആത്മീയ നേതാവായ ദലൈലാമക്ക് സ്വരാജ്യത്ത് തിരികെവരാനുള്ള അനുമതി കൊടുക്കുകയും ചെയ്യില്ലെന്ന് എങ്ങനെ പറയാനാവും. കാരണം ചൂണ്ടിയാണ് ഭാവിയുടെ സാധ്യത പറയുന്നതിനാധാരമെങ്കിൽ അത് സംഭവിക്കുകതന്നെ ചെയ്യും. ജപ്പാനിൽ സംഭവിച്ച മനംമാറ്റങ്ങൾ നോക്കുക. ശരിയാണ്, ജപ്പാൻ അവർ പ്രഖ്യാപിച്ചിരുന്നതുപോലെ സ്വാശ്രയത്വവും ദേശാഭിമാനവും രാഷ്ട്രസ്നേഹവുമൊക്കെ വലിയ തോതിൽ ആണെങ്കിലും അവർക്ക് ഭാരതം പോലൊരു വമ്പിച്ച രാഷ്ട്രത്തെയല്ലാതെ മറ്റൊന്നിനേയും ആശ്രയിക്കാനും കൂട്ടുചേർക്കാനുമാവില്ലെന്ന പൈതൃക സ്വത്വം അവർ തിരിച്ചറിഞ്ഞിരിക്കുകയാണ്.

അമേരിക്കയിലേക്കാവാം നോട്ടം. ബരാക് ഒബാമയുടെ വഴി വേറിട്ടതുതന്നെയാണ്. ഒബാമയുടെ നിറമോ മതമോ ഉപജാതിയോ ഒന്നുമല്ല വിഷയം. ലോകപോലീസിന്റെ നയത്തിൽനിന്ന് അമേരിക്ക ഏറെമാറിക്കൊണ്ടിരിക്കുന്നു. യുദ്ധങ്ങൾ ഉണ്ടാക്കുകയും ആയുധം വിറ്റഴിക്കുകയും സമ്പത്ത് കോരിവാരിക്കൂട്ടുകയും വികസ്വരരാജ്യങ്ങളെ ചൊൽപ്പടിക്കു നിർത്തുകയും മറ്റും മറ്റും ചെയ്തിരുന്ന അമേരിക്കയുടെ അടിത്തറ ഇന്ന് പക്ഷേ, മുതലാളിത്തത്തിന്റെ രാക്ഷസീയതയിലല്ലെന്ന് സ്പഷ്ടമാണ്. നൂറ്റാണ്ടിനുമുമ്പ് ചിക്കാഗോയിൽ അമേരിക്കൻ പാതിരിമാർ, മതാധിപത്യം സ്ഥാപിക്കാൻ വിളിച്ചുചേർത്ത ലോകമത പാർലമെന്റിൽ സ്വാമിവിവേകാനന്ദൻ ഒരു ചെറു പ്രസംഗത്തിലൂടെ അവർക്കു നേർവഴി തുറന്നു

കാട്ടിക്കൊടുത്തു. പക്ഷേ, അടിത്തട്ടിലുള്ളവർക്ക് അത് തിരിച്ചറിയാനാ യെങ്കിലും അധികാരത്തിലുള്ളവർ അംഗീകരിക്കാൻ മടിച്ചു. ഭൗതികത യല്ല, അതിനപ്പുറം മാനവികതയ്ക്കു മുഖവും മൂല്യവുമുണ്ടെന്ന് അവരെ ബോധ്യപ്പെടുത്താനുള്ള വിത്ത് സ്വാമിജി വിതച്ചു; 1893 സപ്തംബർ 11-ന്. പിന്നെയും ഭൗതികപ്പാച്ചിലിൽ മുന്നോട്ടുപോയപ്പോഴാണ് മറ്റൊരു സപ്തംബർ 11 ൽ അമേരിക്ക വിറച്ചത്; 2001 സപ്തംബർ 11-ന്. ലോക ഭീകരവാദിയായ ബിൻലാദനെ ന്യായീകരിക്കുകയല്ല, മറിച്ച് വിനാശ വൃത്തിയിലൂടെയായാലും തെറ്റായ വിശ്വാസങ്ങളെ തകർക്കാൻ ഉപകര ണമായിത്തീർന്ന ലാദന്റെ പ്രവൃത്തി അമേരിക്കൻ മനസ്സിന് സ്വത്വം തിരിച്ചറിയാനുള്ള വഴി തുറന്നുവെന്ന് ചൂണ്ടിക്കാട്ടുകയാണ്.

ദ്രൗപതിയെ സഭ്യസദസ്സിൽ കൈയേറ്റം ചെയ്ത ദുശ്ശാസനനും ദുര്യോ ധനനുമാണല്ലോ അനിവാര്യമായ ധർമസ്ഥാപനത്തിന് വഴിയൊരുക്കിയ മഹാഭാരതയുദ്ധത്തിലേക്കുള്ള വേഗത കൂട്ടിയ ദുഷ്ടമനസ്സുകൾ. 2001-നു ശേഷം 12 വർഷം, ഒരു വ്യാഴവട്ടം കഴിഞ്ഞു; 1893 -നു ശേഷം 121 വർഷം കഴിയുന്നു, ഭാരതത്തിൽനിന്നു രണ്ടാമതൊരു നരേന്ദ്രൻ 2014 ലെ സപ്തംബറിൽ ചെന്ന് പിടിച്ചു കുലുക്കിയത് അമേരിക്കയുടെയും ഉള്ളി ലുള്ള ഭാരത സ്വത്വത്തെത്തന്നെയാണെന്ന് പറയുന്നതിൽ തെറ്റില്ല. അമേരിക്ക ഇന്ന് ഏറെ മാറിപ്പോയിരിക്കുന്നു. ഒബാമയ്ക്ക് തീരുമാനങ്ങൾ എടുക്കുമ്പോൾ മുൻഗാമികളായ ബുഷുമാരേയും ക്ലിന്റനേയുംകാൾ കൂടുതൽ ആലോചിക്കേണ്ടിവരുന്നു. സമന്വയത്തിന്റേയും സമവായ ത്തിന്റെയും സാധ്യതകൾ ഒബാമ ആരായുന്നു.

ലോകത്തെ ഇസ്ലാമിക രാജ്യങ്ങളുടെ കാര്യം പറയേണ്ടതില്ല. ഇസ്ലാം എന്നാൽ സാഹോദര്യവും സമാധാനവുമാണെന്നാണ് ചിലരുടെ വാദം. പക്ഷേ, ഇസ്ലാമിക രാജ്യങ്ങളിലും കനത്ത രക്തരൂഷിത കലാപങ്ങളാണ്. ഷിയകളും സുന്നികളും തമ്മിൽ കാണുന്നത് കാഫിറുകളെപ്പോലെ യാണ്. ഇറാനും ഇറാഖും ഇസ്ലാമിക രാജ്യങ്ങളാണെങ്കിലും തമ്മിൽ പോരും ഉള്ളിൽ പോരും അവിടെ തകൃതിയാണ്. അവിടെയും മാറ്റത്തി നുള്ള കാറ്റുവീശിത്തുടങ്ങി. സ്വത്വം വെളിച്ചപ്പെടുന്നതിനു പക്ഷേ, രൂപ പ്പെടുന്ന ആഗോളചിന്തയുടെ സന്തതിയാണ് മുസ്ലിംബ്രദർഹുഡ് എന്നാണ് വ്യാഖ്യാനവും സങ്കൽപ്പവും. എന്നാൽ, അവരും ആനുകാലികമായ രക്ത പഥത്തിലാണ് സഞ്ചാരം. പക്ഷേ, ഒരുകാര്യം പ്രത്യേകം ശ്രദ്ധേയമാണ്. ഇസ്ലാമിക മതവിഭാഗത്തിൽ നിന്നാണ് മതമൗലികതാ വാദത്തിന്റെയും പ്രവർത്തനത്തിന്റെയും തുടക്കം. ഇപ്പോൾ ആ വിഭാഗത്തിനിടയിൽ നിന്നു തന്നെ മൗലികവാദങ്ങൾക്ക് വിരുദ്ധമായ നിലപാടുകൾ തലപൊക്കു ന്നുണ്ട്. പക്ഷേ അതിനെ അതിജീവിക്കാൻ ഭീകരവാദം ഒരു വഴിക്ക് ശക്തി പ്പെടുന്നുണ്ടെന്നത് വേറേ കാര്യം. എന്നിരിക്കിലും സ്വത്വത്തിലേക്കുള്ള

തിരിച്ചറിവിലേക്കുള്ള മാർഗം തുറക്കപ്പെടുന്നുവെന്നത് ശുഭകാര്യമാണ്. സിറിയയിൽ, ഈജിപ്തിൽ എന്നുവേണ്ട ഒട്ടുമിക്ക ഇസ്ലാമിക രാജ്യങ്ങളിലും നിലവിലുണ്ടായിരുന്ന സംവിധാനങ്ങൾക്കും സമ്പ്രദായങ്ങൾക്കും മാറ്റമുണ്ടാകുന്നു.

പാക്കിസ്ഥാനിലെ കാര്യം പ്രത്യേകിച്ച് പറയേണ്ടതുണ്ട്; അഫ്ഗാനെയും ബംഗ്ലാദേശിനെയും ചേർത്ത്. പാക്കിസ്ഥാൻ ഏറെ മാറിപ്പോയിരിക്കുന്നു. സൈന്യാധിപനായിരിക്കെ പണ്ട് ഭരണം പിടിച്ചെടുത്ത ജനറൽ മുഷാറഫിനെ പാക്കിസ്ഥാൻ ജനത കഴിഞ്ഞ തെരഞ്ഞെടുപ്പിൽ തള്ളിക്കളഞ്ഞു. ഏറെക്കുറെ സമാധാനകാംക്ഷിയായ, ഭരണപരമായ കാഴ്ചപ്പാടു ഇത് നവാസ് ഷെരീഫിനെ സ്വീകരിച്ചു. ഭാരതവിരോധവും മതമൗലികവാദവും മാത്രം അടിത്തറയാക്കി ജനവികാരം മുതലെടുത്തിരുന്ന ബേനസീർ ഭൂട്ടോയുടെ അനന്തരാവകാശികളെ സർദാറിനെയും മകനെയും നാട്ടുകാർ തള്ളി. ക്രിക്കറ്റ് കളത്തിലെ തന്ത്രങ്ങൾ രാഷ്ട്രീയത്തിൽ പയറ്റി നോക്കിയെങ്കിലും ഒരിക്കൽ പരാജയപ്പെട്ട ഇമ്രാൻഖാൻ സർക്കാർ വിരുദ്ധ വികാരം മുതലാക്കാൻ നോക്കിയെങ്കിലും ഫലിച്ചില്ല. പാക്കിസ്ഥാൻ ഭരണകൂടവും നീതിപീഠവും പട്ടാളവും മൂന്നു പ്രത്യേകം പ്രത്യേകം സ്ഥാപനങ്ങളോ സംവിധാനമോ ആണ്. അതിനു മേലെയാണ് ആർക്കും ഇഷ്ടാനുസരണം വിനിയോഗിക്കാവുന്ന ഭീകരപ്രവർത്തക സംഘങ്ങൾ. ഔദ്യോഗിക ഐഎസ്ഐ മുതൽ അൽഖയ്ദ മുതൽ ലഷ്ക്കറെ തൊയ്ബ മുതൽ നാടൻ സംഘങ്ങൾ വരെ തയ്യാർ. പക്ഷേ, അടുത്തിടെ സംഭവിച്ച പ്രതിപക്ഷ പ്രക്ഷോഭ മുന്നേറ്റത്തിന്റെ പരിണാമം ശ്രദ്ധേയമായിരുന്നു. പ്രധാനമന്ത്രിയുടെ വസതി വളഞ്ഞു. ലിബിയയിൽ കേണൽ ഗദ്ദാഫി മുമ്പ് ഒളിച്ചോടിയതുപോലെ നവാസ് പലായനം ചെയ്യുമെന്നുവരെ പ്രതീക്ഷിച്ചു. പക്ഷേ, ഒറ്റരാത്രി കൊണ്ട് എല്ലാം അടങ്ങി. അത്രയേറെ അരക്ഷിതത്വവും അനാഥത്വവും ഉണ്ടായിട്ടും പട്ടാളം ഇക്കുറി പാക്കിസ്ഥാനിൽ ഭരണം പിടിച്ചില്ല. സൈനിക അട്ടിമറി ഉണ്ടായില്ല. ഭീകരസംഘടനകൾ ഇടപെട്ടില്ല. പാക്കിസ്ഥാൻ സ്വത്വം തിരിച്ചറിയുകയാണ്. പകയുടെ വഴിയിൽനിന്ന് മാറി സഞ്ചരിക്കാൻ തുടങ്ങുകയാണ്. അഫ്ഗാനിസ്ഥാനിൽ ഇനിയെന്തെന്ന ആകുലതകളുണ്ട്. അമേരിക്കൻ സഖ്യസൈന്യം അടുത്ത വർഷത്തോടെ രാജ്യം വിട്ടാൽ താലിബാനും അൽഖയ്ദയും ഇനിയും തലപൊക്കുമെന്ന ആശങ്കയുണ്ട്. പക്ഷേ, അയൽക്കാരുമായുള്ള നല്ലബന്ധം എന്ന സമന്വയത്തിന്റെ വഴിയിലാണ് അഫ്ഗാനിലെ കർസായിയും കൂട്ടരും. ബംഗ്ലാദേശിലെ ജമാഅത്തുക്കളും അവാമിലീഗും മറ്റും വഴിമാറിച്ചിന്തിക്കാൻ തുടങ്ങിയിട്ടുണ്ട്. അസംപോലെ ഒരുരാജ്യത്തേക്ക് ഇനി ആളെ അയക്കാൻ രണ്ടാമതൊന്നാലോചിക്കാൻ തുടങ്ങിയിരിക്കുന്നു. അസമിലേക്കുള്ള നുഴഞ്ഞുകയറ്റത്തിൽ കാര്യമായ കുറവുണ്ടായിട്ടുണ്ട്.

ഭാരതത്തിലെ കക്ഷിരാഷ്ട്രീയം മാറ്റി നിർത്തി ചിന്തിച്ചാൽ ഇവിടത്തെ സ്വത്വത്തിലേക്കുള്ള മടക്കം പകൽപോലെ വ്യക്തമാണ്. ജനായത്ത ഭരണത്തിൽ അവഗണിക്കപ്പെട്ടു കിടന്നിരുന്ന വിഭാഗമായ സാധാരണ ജനത്തിന് അധികാരം അനുഭവമാകാൻ തുടങ്ങുന്നു. രാജാവിനെ സങ്കട മുണർത്തിക്കാൻ പട്ടിണി കിടക്കേണ്ടിവന്ന പശു കൊട്ടാരവാതിൽക്കലിൽ, പരാതിയറിയിക്കുന്ന മണിമുഴക്കിയ കഥയുണ്ട്. ഇടനിലക്കാരില്ലാതെ നേരിട്ട് സംവദിക്കാൻ ഭാരതീയരും ഭരണാധിപനും തമ്മിലുണ്ടാകുന്ന സംവിധാനമുണ്ടല്ലോ അതുതന്നെയാണ് സ്വത്വത്തിലേക്കുള്ള വഴിയിലെ ഭാരതത്തിന്റെ ആദ്യപടി. ഇതുവരെ ഭരണതലത്തിലുണ്ടാകാതെ ആ സംവിധാനം ഭാരതത്തിൽ രൂപപ്പെട്ടിരിക്കുന്നു. നരേന്ദ്ര മോദി എന്ന പ്രധാന മന്ത്രി അതിനൊരു കാരണക്കാരൻ മാത്രം. പ്രധാനമന്ത്രിക്ക് അധ്യാപക ദിനത്തിൽ രാജ്യത്തെ മുഴുവൻ ശിഷ്യ-ഗുരു സമൂഹത്തോടും സംസാരി ക്കാൻ ആഗ്രഹം ജനിക്കാം. അവസരവുമുണ്ടാകാം. പക്ഷേ, അതിനു സംവിധാനങ്ങൾ ഇല്ലെന്ന് വന്നാലോ. ഭാരത പ്രധാനമന്ത്രിക്ക് അത് നടപ്പാക്കാനുള്ള സംവിധാനങ്ങൾ ഇവിടെ ഉണ്ടായിരുന്നുവെന്നതാണ് പ്രധാനം. അതായത് സ്വത്വത്തിലേക്കുള്ള വഴിതേടൽ നേരത്തെ ആരം ഭിച്ചിരുന്നു. അത് യാഥാർത്ഥ്യമായിരിക്കുന്നുവെന്നതാണിപ്പോഴത്തെ പ്രത്യേകത.

ഇന്ത്യയിൽനിന്ന് ഭാരതത്തിലേക്കുള്ള അതിവേഗ പാതയിലാണിന്ന് നമ്മൾ. ഗംഗയെന്ന ഭാരത നാഡിയെ സംരക്ഷിക്കാനുള്ള തുടക്കം അതിന്റെ പ്രകടമായ പ്രവൃത്തികളിൽ ഒന്നുമാത്രമാണ്. സമസ്ത മേഖലയിലും ഇതെന്റെ ദീർഘനാളത്തെ ഇച്ഛയാണെന്ന വികാരം ഓരോരുത്തരുടേയും ഉള്ളിൽ ജനിക്കുമ്പോഴാണ് രാഷ്ട്രത്തിന്റെ സ്വത്വം സമ്പൂർണമായി വിശ്വ രൂപം ചമയ്ക്കുന്നത്. അയൽരാജ്യങ്ങളും അകന്നുനിന്ന രാജ്യങ്ങളും ചാർച്ച കാണിക്കുന്നത്, രാജ്യത്തിനുള്ളിൽ നിലനിന്നിരുന്ന അകൽച്ചകൾ ഇല്ലാതായിക്കൊണ്ടിരുന്നത്, സംഘർഷങ്ങൾക്കു പകരം സമൂഹം സമ വായത്തിന്റെ പാതയിൽ ചിന്തിക്കാനും ചരിക്കാനും തുടങ്ങിയത് എല്ലാം ഈ സ്വത്വബോധത്തിൽനിന്നുണ്ടായതാണ്.

ഞാൻ നല്ലൊരു ജനസേവകനാണെന്ന് വെളിപ്പെടുത്തുകയല്ല മറിച്ച് വെളിച്ചപ്പെടുത്തുകയാണ് ഇവിടെ രാഷ്ട്രത്തെ നയിക്കുന്നയാൾ. പ്രധാ നമന്ത്രിയല്ല, താൻ പ്രധാന സേവകനാണെന്ന് പറയുകയും സ്വയം സേവകനായി വെളിച്ചപ്പെടുകയും ചെയ്യുമ്പോഴാണ് അത് സമൂഹ സ്വത്വത്തെ സ്വാധീനിക്കുന്നതും പ്രചോദിപ്പിക്കുന്നതും. സ്വതവേയുള്ള ഉയർച്ചക്കൊപ്പം പ്രചോദനത്തിന്റെ ഉണർച്ചയും പ്രേരകമാകുമ്പോൾ അതിവേഗം ആത്മപ്രഭാവത്തിന്റെ പ്രകടീകരണം സാധ്യമാകുന്ന കാഴ്ച യാണ് ഇപ്പോൾ ഭാരതത്തിലേക്ക് നോക്കുന്നവർ കണ്ടറിഞ്ഞുകൊണ്ടിരി ക്കുന്നത്.

(2014 സെപ്തംബർ)

ജ്ഞാനപ്പാന ഉദ്ധരിക്കുമ്പോൾ

വളരുന്ന കാലത്ത് എങ്ങനെയെങ്കിലും നാടുവിട്ടു പുറത്തുപോകണമെന്നാഗ്രഹിക്കും. ജീവിതത്തിന്റെ സായന്തനകാലത്ത് സ്വന്തം നാട്ടിലേക്കു മടങ്ങിവരണമെന്നാകും ആഗ്രഹം. അതൊരു നൊസ്റ്റാൾജിയ മാത്രമല്ല, അതിനപ്പുറം ജീവിത യാഥാർത്ഥ്യങ്ങളിലേക്കുള്ള മടക്കമാണ്. ഒരുപക്ഷേ, വേദാന്ത ചിന്തകളിലാണിതിനു കൃത്യമായ ഉത്തരം. അത് ജീവന്റെ ജീവിതത്തിലെ ഒരു പരിണാമമമാണ്.

ഇതുപക്ഷേ, ചെറുപ്പത്തിന്റെ തിളപ്പിൽ പലവട്ടം കേട്ടാലും ആളുകൾ നേരിട്ടുപദേശിച്ചാലും മണ്ടയിൽ കയറില്ല. വയസുകാലത്തു തോന്നുകയും ചെയ്യും. അതുകൊണ്ടായിരിക്കുമോ സിപിഎം സംസ്ഥാന സെക്രട്ടറിയായി ഏറ്റവും കൂടുതൽ നാൾ പദവിയിലിരുന്ന പിണറായി വിജയൻ, പാർട്ടിയിലെ അധികാരത്തിന്റെ അവസാനനാൾ ജ്ഞാനപ്പാന ഉദ്ധരിച്ചത്. ഇത്രയും നാൾ കമ്മ്യൂണിസ്റ്റ് മാനിഫെസ്റ്റോയും ലെനിൻ-മാർക്സ് വാക്യങ്ങളുമാണ് ഏതു രാഷ്ട്രീയ തത്ത്വം പറയാനും പിണറായി ആശ്രയിച്ചിരുന്നത്. എന്നാൽ, പിണറായിക്ക് പാർട്ടിയുടെയും മുന്നണിയുടെയും അധികാരമോഹത്തെക്കുറിച്ച്, അങ്ങനെയൊന്നില്ലെന്നുപറയേണ്ടിവന്നപ്പോൾ ഊന്നു വടിയായി പൂന്താനത്തിന്റെ ജ്ഞാനപ്പാനയെ ആശ്രയിക്കേണ്ടിവന്നത് എന്തുകൊണ്ടാണ്. 'അച്യുതാനന്ദ ഗോവിന്ദ മാധവ' എന്ന് സന്ധ്യാനാമം ജപിക്കുന്നയാളല്ല സിപിഎം സെക്രട്ടറി. പക്ഷേ, ജ്ഞാനപ്പാന നല്ലപോലെ വശമാക്കിയിട്ടുമുണ്ട്. കാരണം ഏറെ പ്രസിദ്ധമായ "രണ്ടു നാലു ദിനം കൊണ്ട് ഒരുത്തനെ തണ്ടിലേറ്റുന്നതും തോളിൽ മാറാപ്പു കേറ്റുന്ന"തുമല്ല പിണറായി പാടിയ വരികൾ. "എണ്ണിയെണ്ണിക്കുറയുന്നിതായുസും മണ്ടി മണ്ടിക്കരേറുന്നു മോഹവും" എന്നു പാടണമെങ്കിൽ പാന വായിച്ചിട്ടുണ്ടാവണമെന്നു മാത്രമല്ല, അതിലെ ഉപനിഷദ്ദർശനങ്ങളെക്കുറിച്ചു ചിന്തിച്ചുൾക്കൊണ്ടിട്ടുമുണ്ടാവണം.

എന്തിന്? എന്നതാണ് ഒരു ചോദ്യം. കമ്മ്യൂണിസ്റ്റ് മാനിഫെസ്റ്റോ മഹാഭാരതം പോലെയാണെന്നാണ് പാർട്ടി സ്റ്റഡി ക്ലാസുകളിൽ പറഞ്ഞുകൊടുക്കാറ്. അതിൽ ഇല്ലാത്തതൊന്നും മറ്റൊരിടത്തുമില്ല. മറ്റെവിടെയുള്ളതെന്തും അതിലുണ്ടുതാനും എന്ന്. പിന്നെ ജ്ഞാനപ്പാന വായിച്ചതെന്തിനാകും? അതിലെ ഈ വരികൾ അവിടെ ഉദ്ധരിച്ചത് എന്തിനാകും. പിണറായി അബദ്ധങ്ങൾ കുറച്ചേ പറയാറുള്ളൂ. മനശ്ശാസ്ത്ര

ബുദ്ധ്യാ വിശകലനം ചെയ്താൽ അത് ആയുസ്സിന്റെ അന്ത്യത്തെക്കുറിച്ചാണ്. ആരുടെ? ഏതെങ്കിലും വ്യക്തികളുടെയോ സംഘടനകളുടെയോ സ്ഥാപനങ്ങളുടെയോ സംവിധാനത്തിന്റെയോ? ഇതിൽ ഏതുതന്നെ ആയാലും ഏറെ പ്രസക്തമാണ്. പാർട്ടിയിലെ മുതിർന്ന നേതാക്കളുടെ കാര്യം മനസ്സിൽ വന്നിട്ടുണ്ടാകാം. പാർട്ടിയിൽ അവസാന ദിവസങ്ങളിൽ എത്തിനിൽക്കുന്ന തന്റെ പദവിയെക്കുറിച്ച് ഓർമ്മിച്ചിട്ടുണ്ടാവാം. ഉമ്മൻ ചാണ്ടി സർക്കാരിനെക്കുറിച്ചാവാം ഓർമ്മിച്ചത്. അതുമല്ലെങ്കിൽ സ്വന്തം പാർട്ടിയുടെ ഭാരത രാഷ്ട്രീയത്തിലെ സ്ഥിതിയെക്കുറിച്ചാകാം. എന്തായാലും സംസ്ഥാനത്ത് ഭരണ അട്ടിമറി നടത്തി സർക്കാർ ഉണ്ടാക്കുന്ന കാര്യം മാത്രമായിരിക്കില്ല. ഇനിയിപ്പോൾ, നിലനിൽപ്പ് അപകടത്തിലായിക്കൊണ്ടിരിക്കുന്ന പാർട്ടിയുടെ കാര്യംതന്നെയായിരിക്കണം പിണറായി ചിന്തിച്ചത്.

കമ്മ്യൂണിസ്റ്റ് മാർക്സിസ്റ്റ് പാർട്ടി ഓഫ് ഇന്ത്യ എന്ന പാർട്ടി ഇന്ത്യനൈസേഷൻ എന്ന ഭാരതവൽകരണത്തെക്കുറിച്ച് ആലോചിച്ചു തുടങ്ങിയതിന്റെ ഭാഗമായാണ് ഭക്തകവി പൂന്താനത്തിലേക്കു തിരിഞ്ഞിരിക്കുന്നതെന്നു വേണം തിരിച്ചറിയാൻ. അങ്ങനെയെങ്കിൽ, ജ്ഞാനപ്പാനയിലെ വരികളിൽ ഒരോന്നും ഏറെ പ്രധാനമാണെങ്കിലും, 'കർമ്മങ്ങൾക്കു വിളനിലമാകിയ ജന്മദേശമീ ഭൂമി അറിഞ്ഞാലും' എന്നാരംഭിക്കുന്ന വരികൾ മനസ്സിരുത്തി വായിക്കണം. പഠിക്കണം. ഗുണമുണ്ടാകും. പക്ഷേ, ആയുസ്സിന്റെ കാര്യം പറഞ്ഞ ജ്ഞാനപ്പാനയിലെ ഏറ്റവും പ്രസക്തമായ വരികൾ ഒരുപക്ഷേ, ഏറ്റവും വലിയ തമാശപോലെയാണ് മുനി പൂന്താനം അവതരിപ്പിച്ചിരിക്കുന്നത്, അതും മനസിൽ കരുതുന്നതു നന്നാവും- "ഇത്ഥമോരോന്നു ചിന്തിച്ചിരിക്കവേ, ചത്തു പോകുന്നു പാവം ശിവ! ശിവ!" എന്ന്. ആ 'പാവം' പ്രയോഗത്തിന്റെ അർത്ഥതലം എത്ര വ്യാഖ്യാനിച്ചാലും മതിവരില്ലല്ലോ.

സച്ചിൻ ടെണ്ടുൽക്കർ തന്റെ ആത്മകഥ പ്രസിദ്ധീകരിച്ചു. 'പ്ലേയിംഗ് ഇറ്റ് മൈ വേ' പ്രകാശനം ചെയ്തു. വിവാദങ്ങളും വെളിപ്പെടുത്തലുകളുമില്ലാതെ സച്ചിന്റെ ആത്മകഥ പ്രകാശനം ചെയ്തുവെന്നായിരുന്നു ഒരു ടിവി ചാനലിലെ വാർത്ത. അതുകൊണ്ട് ആ പുസ്തകത്തെ വിട്ടേരെ എന്ന മട്ടിൽ. ഒരു ആത്മകഥയാണെങ്കിൽ, ജീവചരിത്രമാണെങ്കിൽ, എന്നല്ല ഏതു പുസ്തകമാണെങ്കിലും അതിൽ വിവാദമുണ്ടാകണമെന്നതാണ് അടിസ്ഥാനം എന്നു തോന്നിപ്പോകും. സച്ചിനെ പോലെ സത്യമായും സമർപ്പണമായും ജീവിതത്തെ കണ്ട വിജയിയായ, ഇതിഹാസമായി മാറിയ ഒരു കളിക്കാരന്റെ ആത്മചരിതത്തിൽ വിവാദമില്ലെന്നു കണ്ടെത്തുന്ന വാർത്തയിൽനിന്നറിയാം നമ്മുടെ വാർത്തകളുടെ മൂല്യനിർണ്ണയത്തിന്റെ നിലവാരം. ചുംബനവും ആലിംഗനവും സദാചാരമോ

ദുരാചാരമോ എന്നു ചർച്ചചെയ്ത് വായനക്കാരെയും കാഴ്ചക്കാരെയും ഉണ്ടാക്കിയെടുക്കുന്ന മാധ്യമ മര്യാദയ്ക്ക് ആരു മൂക്കുക്കയറിടും. സ്വയം നിയന്ത്രണമില്ലെങ്കിൽ ബാഹ്യ നിയന്ത്രണം എന്നതാണ് നിയമം. അതിനു പക്ഷേ, വഴി തുറക്കാതിരിക്കട്ടെ എന്നാഗ്രഹിക്കാം.

എന്നാൽ, ഈ ചർച്ചകൾ എല്ലാം നടന്നപ്പോഴും, കേരളത്തിൽ നടന്ന സംഭവത്തെ മുതലാക്കിയത് അന്യഭാഷാ ടിവി ചാനലുകളാണെന്ന കാര്യം ഇവിടത്തെ മാധ്യമങ്ങൾ മനസിലാക്കുന്നില്ല. അരങ്ങൊരുക്കിക്കൊടുത്തത് ഇവിടത്തെ ചാനലുകൾ, അതിന്റെ നേട്ടം കൊയ്തത് ഉത്തരേന്ത്യൻ ഇംഗ്ലീഷ് ചാനലുകൾ.

വീണ്ടും മാധ്യമങ്ങളെക്കുറിച്ചുതന്നെ പറയാം. പ്രധാനമന്ത്രി പ്രഖ്യാപിച്ച 'സൻസദ് ആദർശ് ഗ്രാം യോജന' പ്രകാരം വാരാണസിയിൽ പ്രധാനമന്ത്രി വികസന പ്രവർത്തനം നടത്താൻ തിരഞ്ഞെടുത്തത് ജയാപ്പൂർ എന്ന ഗ്രാമം. എന്തുകൊണ്ട് ആ ഗ്രാമം എന്ന് മോദിതന്നെ വിശദീകരിച്ചു. അദ്ദേഹം പത്തോളം കാര്യങ്ങൾ അതിനു പറഞ്ഞു. അവിടെ മുസ്ലിം കുടുംബങ്ങൾ ഒന്നുമില്ലെന്ന കാര്യം ചില മാധ്യമങ്ങൾ കണ്ടുപിടിച്ചു റിപ്പോർട്ടു ചെയ്തു. അത് അവരുടെ ധർമ്മം. പക്ഷേ, ആ വാർത്തയിലെ ഈ കണ്ടെത്തൽ മാത്രം വാർത്തയായി പ്രചരിപ്പിക്കുന്നതു ദുർബുദ്ധിയാണ്. കാരണം, കശ്മീരിലെ എംപി ആ സംസ്ഥാനത്തെ ചില ഗ്രാമങ്ങളിൽ ചിലത് ദത്തെടുക്കുമ്പോൾ അതിൽ ഹിന്ദു കുടുംബങ്ങൾ ഇല്ലാതെവരാം. കേരളത്തിൽ മലപ്പുറത്തെ ചില ഗ്രാമങ്ങൾക്ക് ആ സ്ഥിതിവിശേഷമുണ്ട്. കുട്ടനാട്ടിലെ ചില ഗ്രാമങ്ങൾ അവിടത്തെ എംപിയുടെ ആദർശഗ്രാമമായാൽ അവിടെ മുസ്ലിങ്ങൾ ഉണ്ടാവില്ല. നമ്മുടെ നാടിന്റെ ഈ പ്രത്യേകത പക്ഷേ, ദുഷ്ടലാക്കോടെ പ്രചരിപ്പിക്കപ്പെടുമ്പോൾ മാധ്യമ ധർമ്മവും പ്രചാരണ ധർമ്മവും വിമർശന വിധേയമാകും.

(2014 നവംബർ)

ഗാന്ധി മുതൽ ഗാന്ധി വരെ

'സ്വാതന്ത്ര്യം അർദ്ധരാത്രിയിൽ' എന്ന ഗ്രന്ഥത്തിൽ ലാരി കോളിൻസും ഡൊമിനിക് ലാപ്പിയറും ചേർന്ന് ഇങ്ങനെ എഴുതുന്നു, "ബ്രിട്ടീഷ് ജയിലിൽ ഗാന്ധിജിയുടെ അവസാനത്തെ താമസമായിരുന്നു അത്. അതിന്റെ കാലാവധി കഴിയുമ്പോഴേക്ക് ആ വയോധികൻ മൊത്തം 2338 ദിവസങ്ങൾ ജയിലിൽ കഴിച്ചുകൂട്ടിക്കഴിഞ്ഞിരുന്നു-249 ദിവസം തെക്കേ ആഫ്രിക്കയിലും 2089 ദിവസം ഭാരതത്തിലും. ഗാന്ധിയുടെ തടവറ സൂക്ഷിപ്പുകാർ ഈ പ്രാവശ്യം അദ്ദേഹത്തെ കൊണ്ടുചെന്നടച്ചത് യാർവാദാ ജയിലിലല്ല, സമീപത്തുള്ള ആഗാഖാൻ കൊട്ടാരത്തിലായിരുന്നു. ജയിൽവാസം തുടങ്ങി അഞ്ചു മാസം കഴിഞ്ഞപ്പോൾ താൻ 21 ദിവസത്തെ നിരാഹാരവ്രതം ആരംഭിക്കുകയാണെന്ന് ഗാന്ധി പ്രഖ്യാപിച്ചു. ബ്രിട്ടീഷുകാർ വിട്ടുവീഴ്ചയ്ക്കു തയ്യാറല്ലായിരുന്നു. പട്ടിണി കിടന്നു മരിക്കാനാണ് ഗാന്ധി ആഗ്രഹിക്കുന്നതെങ്കിൽ ആ പരിപാടി നടപ്പാക്കാൻ അദ്ദേഹത്തിന് സ്വാതന്ത്ര്യമുണ്ടെന്ന് ചർച്ചിൽ ന്യൂദൽഹിയെ അറിയിച്ചു.

"നിരാഹാര വ്രതം പാതിഘട്ടത്തിലെത്തിയപ്പോൾ ഗാന്ധിയുടെ സ്ഥിതി വഷളായിത്തുടങ്ങി. ഒരുവിധത്തിലും വഴങ്ങാതെ ബ്രിട്ടീഷുകാർ രഹസ്യമായി അദ്ദേഹത്തിന്റെ മരണത്തിനുള്ള തയ്യാറെടുപ്പ് ആരംഭിച്ചു. ശവദാഹത്തിൽ കാർമ്മികത്വം വഹിക്കുന്നതിനായി രണ്ടു ബ്രാഹ്മണ പുരോഹിതരെ ജയിലിൽ കൊണ്ടുവന്നു തയ്യാറാക്കി നിർത്തി. ഇരുട്ടിന്റെ മറവിൽ അദ്ദേഹത്തിന്റെ ചിത കൂട്ടാനുള്ള ചന്ദനമുട്ടികളും രഹസ്യമായി കൊട്ടാരത്തിലെത്തിച്ചു. 74 കാരനായ ഗാന്ധി ഒഴിച്ച് മറ്റെല്ലാവരും അദ്ദേഹത്തിന്റെ മരണത്തിനു തയ്യാറായിരുന്നു..."

അതേ പുസ്തകം, സ്വാതന്ത്ര്യ സമരകാലത്ത് ഗാന്ധിജി നടത്തിയ വിദേശ വസ്ത്ര ബഹിഷ്കരണാഹ്വാനവും തുടർന്ന് ബ്രിട്ടീഷ് ഭരണകൂടത്തിന്റെ പ്രതികരണവും വിവരിക്കുന്നുണ്ട്. "... സന്തുഷ്ടമായൊരു പുഞ്ചിരിയോടെ ഗാന്ധി വസ്ത്രക്കൂമ്പാരത്തിനു തീകൊളുത്തി. ഇംഗ്ലണ്ടിലുണ്ടാക്കിയ വസ്ത്രങ്ങളുടെ വിചിത്രമായൊരു തീക്കുണ്ഡം അവിടെ ഉയർന്നു. ബ്രിട്ടീഷുകാരുടെ പ്രതികരണം പെട്ടെന്നായിരുന്നു. ഗാന്ധിയെ ഒരു രക്തസാക്ഷിയാക്കാനുള്ള ഭയംകൊണ്ട് അവർ അദ്ദേഹത്തെ അറസ്റ്റുചെയ്യാൻ മടിച്ചെങ്കിലും അനുയായികൾക്കെതിരേ അവർ ആഞ്ഞടിച്ചു. 30,000 ആളുകളെ അറസ്റ്റു ചെയ്തു. പൊതുയോഗങ്ങളും

ജാഥകളും ബലം പ്രയോഗിച്ച് പിരിച്ചുവിട്ടു. കോൺഗ്രസ് ഓഫീസുകൾ കൊള്ളയടിച്ചു." ഓരോ തവണ ഗാന്ധിജിയെ അറസ്റ്റു ചെയ്തപ്പോഴും രാജ്യമെമ്പാടും ജനങ്ങൾ ഇളകിമറിഞ്ഞ് പ്രതിഷേധിച്ചു. അദ്ദേഹം ജയിൽമോചിതനായ അവസരങ്ങളിലെല്ലാം അവർ ആഹ്ലാദിച്ചു നൃത്തം ചവിട്ടി.

ഗാന്ധിയെന്ന പേരിനൊപ്പം അന്നെല്ലാം ജയിലിന്റെ ഗന്ധമുണ്ടായിരുന്നു. അതിൽ സമരത്തിന്റെ ചൂടുണ്ടായിരുന്നു. സത്യത്തിന്റെ പ്രകാശമുണ്ടായിരുന്നു. നിസ്വാർത്ഥതയുടെ നൈർമ്മല്യമുണ്ടായിരുന്നു. രാജ്യസ്നേഹത്തിന്റെ ഹൃദയമിടിപ്പുണ്ടായിരുന്നു. കാരണം രാജ്യത്തിന്, ജനതയ്ക്ക് സ്വാതന്ത്ര്യം നേടിക്കൊടുക്കുകയെന്ന പ്രയത്നമായിരുന്നു ആ ഗാന്ധിജീവിതത്തിനു പിന്നിൽ. മിസ്റ്റർ ഗാന്ധിയെന്നു വിളിച്ച ബ്രിട്ടീഷ് പക്ഷപാതികളും പിൽക്കാലത്ത് മഹാത്മാ ഗാന്ധിയെന്നു വിശേഷിപ്പിക്കാൻ നിർബന്ധിതരായത് അതുകൊണ്ടായിരുന്നു.

മഹാത്മാ ഗാന്ധി നയിച്ച്, ഭാരത ജനതനേടിയ സ്വാതന്ത്ര്യം ആഘോഷിക്കാൻ ന്യൂദൽഹിയിൽ തടിച്ചുകൂടിയത് 10 ലക്ഷം പേരായിരുന്നുവെന്ന് ചരിത്രകാരന്മാർ രേഖപ്പെടുത്തുന്നു. 2015 ഡിസംബർ 19-ന് നാടിന്റെ നാനാഭാഗത്ത് കോൺഗ്രസുകാർ നടത്തിയ പ്രകടനങ്ങളിലെ ആളെണ്ണം ചോദിച്ചാൽ ഇന്നത്തെ കോൺഗ്രസ് പാർട്ടി 10 കോടിയിലേറെയെന്ന് അവകാശപ്പെടും. ചില മാധ്യമങ്ങൾ അതു പ്രചരിപ്പിക്കും. കോൺഗ്രസിനെ സംബന്ധിച്ചിടത്തോളം അതു ചരിത്രമാണ്, നാടിനും. കോൺഗ്രസ് പാർട്ടി അദ്ധ്യക്ഷയായിരിക്കെ സോണിയാ ഗാന്ധിയും ഉപാധ്യക്ഷനായിരിക്കെ മകൻ രാഹുൽ ഗാന്ധിയും കോടതിയിൽ പ്രതിക്കൂട്ടിൽ കയറി നിൽക്കേണ്ടിവന്ന ദിവസം. മഹാത്മാഗാന്ധി നാടിന്റെയും നാട്ടുകാരുടെയും സ്വാതന്ത്ര്യത്തിനു കോടതികളും ജയിലും കയറിയിറങ്ങി. ഗാന്ധിപ്പേരുപയോഗിക്കുന്നവർ സ്വന്തം കേസിൽനിന്നു രക്ഷപ്പെടാൻ, വഞ്ചനക്കുറ്റത്തിൽ ജയിലിലാകാതിരിക്കാൻ, സ്വന്തം സ്വാതന്ത്ര്യം നേടിയെടുക്കാൻ കോടതി കയറി. അതിനെ പിന്തുണയ്ക്കാൻ കാര്യമറിയാതെ പാവം പാർട്ടിപ്രവർത്തകർ പ്രകടനം നടത്തി. ഗാന്ധിമുതൽ ഗാന്ധി വരെയുള്ള ഈ ദൂരത്തിലെ ചരിത്രം ഏറെ നിറംകെട്ടതാണ്, ദുർഗന്ധപൂരിതമാണ്.

ട്രക്ക് വാങ്ങിയ കേസിലെ അഴിമതിയും പ്രഥമ പ്രധാനമന്ത്രി ജവഹർലാൽ നെഹ്റുവിന്റെ നിലപാടുകളും നയങ്ങളും നിൽക്കട്ടെ. ഗാന്ധിപ്പേരിലെ, മുമ്പുപറഞ്ഞ നൈർമല്യവും സത്യസന്ധതയും നിസ്വാർത്ഥതയും രാജ്യസ്നേഹവും എങ്ങനെയെങ്ങനെ ഇല്ലാതായെന്നറിയാൻ അതു ധരിച്ച് നാടും പാർട്ടിയും ഭരിക്കാൻ ഇറങ്ങിയവരുടെ ജീവിതനാൾ

വഴികൾ നോക്കിയാൽ മതി. പേരിൽ ജയിലിന്റെ ഗന്ധം നിലനിർത്താനവർക്കായി, പലരും തടവറയുടെ വാതിൽക്കലെത്തി. ഓർക്കണം, മഹാത്മാഗാന്ധിയുടെ രാഷ്ട്രസ്വാതന്ത്ര്യത്തിനുവേണ്ടി നടത്തിയ സമരത്തിന്റെ ചൂരല്ല ഇതിന്.

ഇന്ദിരാഗാന്ധിയുടെ മേൽ ഉയർന്ന ആരോപണങ്ങളിലെ ഷാ കമ്മീഷൻ തെളിവെടുപ്പ്, തുടർ നടപടിയ്ക്കെതിരേ ഉണ്ടായ ജനവികാരത്തിൽ രാജ്യത്ത് അന്നും പിന്നീടും ചർച്ച ചെയ്യപ്പെടാതെ പോയി. ഇന്നും ഇന്ദിരാഗാന്ധിയുടെ മേൽ അടിയന്തരാവസ്ഥയെന്ന കുറ്റമാണ് ഏറെ ചർച്ച ചെയ്യുന്നത്. 'അഴിമതി ആഗോള പ്രതിഭാസ'മാണെന്ന ആ ഗാന്ധിയുടെ നിലപാടും പ്രസ്താവനയും ഗാന്ധിപ്പേരിനൊപ്പമുണ്ടായിരുന്ന സത്യം, നൈർമ്മല്യം, രാഷ്ട്രഭക്തി, നിസ്വാർത്ഥത എന്നീ ഗുണങ്ങളെ ഇല്ലാതാക്കുന്നതിന്റെ ഔദ്യോഗിക പ്രഖ്യാപനമായിരുന്നുവല്ലോ. മകൻ രാജീവ് ഗാന്ധിയുടെ ബോഫോഴ്സ് ഇടപാടു മാത്രമേ രാജ്യം കാര്യമായി ചർച്ച ചെയ്തുള്ളു, ചെയ്യുന്നുള്ളു. അമ്മയുടെ കാലത്തു തുടങ്ങിവെച്ച വിവിധ തലത്തിലും തരത്തിലുമുള്ള അഴിമതികൾക്ക് മകൻ രാജീവ് കൈക്കൊണ്ട തുടർപ്രവർത്തനങ്ങൾ എണ്ണമറ്റവയാണ്. ബോഫോഴ്സ് അഴിമതി പ്രതിരോധ മേഖലയിലായതിനാലും അന്യരാജ്യങ്ങൾ ഉൾപ്പെട്ടതായതിനാലും ഏറെ ചർച്ചചെയ്യപ്പെട്ടു. എന്നാൽ, രാജീവിന്റെ വലംകൈയായിരുന്ന, പിൽക്കാലത്ത് പ്രധാനമന്ത്രിയായ വി.പി. സിങ് ഉയർത്തിയ എത്രയെത്ര അഴിമതികൾ ചർച്ചചെയ്യാതെ പോയി. മിസ്റ്റർ ക്ലീൻ ആയി സ്വയം പ്രഖ്യാപിച്ച രാജീവിന്റെ, ഗംഗാനദീ ശുദ്ധീകരണ പദ്ധതിയുടെ പരാജയത്തിനു കാരണം അതിനു പിന്നിലെ അഴിമതിയായിരുന്നുവല്ലോ. രാജീവിന്റെ കാലശേഷം അതൊന്നും അത്ര ചർച്ചചെയ്തില്ലെന്നതു കോൺഗ്രസിനും ഗാന്ധിപ്പേരിനും ഏറെ രക്ഷയായി.

പക്ഷേ, ആ പേരിന്റെ ദുരുപയോഗം തുടർന്നപ്പോൾ അതിന്റെ വെൺമകുറഞ്ഞു, കൂടുതൽ കൂടുതൽ കറുത്തു. നേരിട്ട് ഭരണത്തിൽ വന്നില്ലെന്നതിനാൽ സോണിയാ ഗാന്ധി നടത്തിയ അഴിമതികൾ നികുതിദായകരെ ബാധിക്കുന്നതായില്ല. അതിനാൽ ഭരണകൂടം ഇടപെട്ടില്ല. രാഹുൽ ഗാന്ധിയും പങ്കാളിയായ അത്തരം കേസുകൾക്ക് അവർ പൊതു പ്രവർത്തകരാണെന്നതൊഴിച്ചാൽ പൊതുഖജനാവിന്റെ കൊള്ളയടിക്കലെന്ന തലത്തിൽ ചർച്ച ചെയ്യാനാകുന്നില്ലെന്നതു സത്യം. പ്രിയങ്ക ഗാന്ധി ഹിമാചൽ പ്രദേശിലെ ഷിംലയിൽ വഴിവിട്ട രീതിയിൽ സ്വന്തമാക്കിയ ഭൂമിയുടെ കേസ്, മരുമകൻ റോബർട്ട് വാദ്രയുടെ ഭൂമാഫിയാസംഘ പ്രവർത്തനം, അങ്ങനെ ഗാന്ധിപ്പേരു കളങ്കപ്പെടുത്തിയ സംഭവങ്ങൾ എത്രയെത്ര.

(2015 ഡിസംബർ)

കൗരവസഭയിൽ കേൾക്കാത്ത ഗീത

കേരള ഗവർണറായിരുന്ന പി. സദാശിവം മാന്യനാണ്, അതിമാന്യനാണ്. സുപ്രീം കോടതി ചീഫ് ജസ്റ്റീസായിരുന്ന ഒരാൾക്ക് അങ്ങനെയാവാനേ കഴിയൂ. കേരളത്തിലേക്ക് അദ്ദേഹത്തെ ഗവർണ്ണറായി നിയോഗിച്ചപ്പോൾ അന്ന് പ്രതിഷേധ മുക്കറയിട്ട മുഖ്യമന്ത്രി ഉമ്മൻ ചാണ്ടിയും മറ്റു ജനാധിപത്യ ജീവികളും ഒരുപക്ഷേ, ഭയന്നിട്ടുതന്നെ. കാരണം, ഭരണഘടനയുടെ 356-ാം വകുപ്പിനെ 'ഡെഡ് ലറ്റർ'- മൃതാക്ഷരം, അഥവാ മരവിച്ച വകുപ്പ് ആയാണ് വിശേഷിപ്പിക്കുന്നതെങ്കിലും ആ വകുപ്പ് ഏറ്റവും ദുരുപയോഗിച്ച കോൺഗ്രസ് പാർട്ടിയുടെ ഭാഗമാണല്ലോ ചാണ്ടി. മൃതാക്ഷരം മന്ത്രാക്ഷരമാകാൻ അധിക സമയം വേണ്ടെന്നകാര്യവുമറിയാം. പക്ഷേ, 356-നു മുന്നോടിയായുള്ള 355-ാം വകുപ്പിനും അയലത്തുമാത്രം എത്തുന്ന ചില കാര്യങ്ങളേ ഗവർണ്ണർ സദാശിവം ചെയ്തുള്ളൂ, ഇത്രയൊക്കെ സംസ്ഥാന നിയമസയിൽ നടന്നിട്ടും!!

കേരള രാഷ്ട്രീയത്തിന്റെയും ജനാധിപത്യത്തിന്റെയും ചരിത്രത്തിലെ നാണക്കേടിന്റെ നാഴികക്കല്ലായി 2015 മാർച്ച് 13. അതിനു കാരണവും കാര്യവും കാരണക്കാരെയും തേടുന്നത് നിൽക്കട്ടെ, ജനങ്ങൾക്കു വേണ്ടി ജനങ്ങൾ തെരഞ്ഞെടുത്തുണ്ടാക്കിയ ജനങ്ങളുടെ നിയമനിർമ്മാണ സംവിധാനമാണല്ലോ സംസ്ഥാന നിയമസഭ. അവിടെ ഇക്കണ്ട തോന്ന്യാസങ്ങൾ കാട്ടാൻ ആര് ആർക്ക് ലൈസൻസു കൊടുത്തുവെന്ന ചോദ്യത്തിന് മറുപടി ജനങ്ങൾക്കു കിട്ടേണ്ടതുണ്ട്.

ധനമന്ത്രിയുടെ ചുമതലയാണ് സംസ്ഥാന വാർഷിക ധനവിനിയോഗ ബിൽ നിയമസഭയിൽ അവതരിപ്പിച്ച് അംഗീകാരം നേടുകയെന്നത്. അതിനു സഹായങ്ങൾ ചെയ്തുകൊടുക്കേണ്ടത് മന്ത്രിസഭാ തലവനെന്ന നിലയിൽ മുഖ്യമന്ത്രിയുടെ ചുമതല. അതു നിയമസഭയിൽ ചട്ടപ്പടി നടപ്പാക്കുകയെന്നത് സ്പീക്കറുടെ കർത്തവ്യം. ഇതിനെല്ലാം പങ്കാളിയാവുകയും അപാകതകൾ ഉണ്ടെങ്കിൽ ചൂണ്ടിക്കാണിച്ച് തിരുത്തിക്കുകയും ചെയ്യുകയാണ് പ്രതിപക്ഷ ധർമ്മം. ഇതൊക്കെ ചേരുമ്പോഴാണ് കേരള നിയമസഭയുടെ ജനാധിപത്യ സംവിധാനത്തിലുള്ള പ്രവർത്തന പദ്ധതിയിലൂടെ സംസ്ഥാന വാർഷികാസൂത്രണ പദ്ധതിയായ ബജറ്റ് അവതരിപ്പിക്കപ്പെട്ട് അംഗീകാരം നേടുന്നത്. പക്ഷേ, അത്രത്തോളം കർത്തവ്യഭരിതമായ കർമ്മത്തിന്റെ ദിനത്തിൽ നമ്മുടെ ജനപ്രതിനിധികളുടെ

ചെയ്തികൾ സാക്ഷര-സാഭിമാന കേരളത്തിന്റെ അഭിമാനത്തെ കൂട്ടക്കശാപ്പു ചെയ്യുന്നതായിരുന്നില്ലേ.

'ഇന്ത്യാസ് ഡോട്ടർ' സംപ്രേഷണം ചെയ്തതുവഴി ബിബിസി ഭാരതത്തിനുണ്ടാക്കിയ നാണക്കേടിന്റെ നാലായിരമിരട്ടിയാണ് നമ്മുടെ ഭരണ-പ്രതിപക്ഷ നിയമസഭാംഗങ്ങൾ ഉണ്ടാക്കിയതെന്നതിനു രണ്ടുപക്ഷമുണ്ടാവാനിടയില്ല. (നിർഭയ എന്നുപേരിട്ടുവിളിക്കുന്ന പെൺകുട്ടി ബലാൽസംഗം ചെയ്യപ്പെട്ട് ക്രൂരമായി കൊല്ലപ്പെട്ട സംഭവത്തെ കഥയാക്കി ചിത്രീകരിച്ചതാണ് ഇന്ത്യാസ് ഡോട്ടർ.)

കുറ്റാരോപിതനായ, കളങ്കിതനായ ധനമന്ത്രിക്ക് ബജറ്റ് അവതരിപ്പിക്കാനവകാശമില്ലെന്ന പ്രതിപക്ഷവാദം ന്യായം. ധാർമികപക്ഷത്ത് അത് ശരിയാണുതാനും. പക്ഷേ, കുറ്റം തെളിയുന്നതുവരെ ആരോപിതൻ മാത്രമാണെന്നത് ഭാരതം അംഗീകരിച്ച നീതി-നിയമം. രാഷ്ട്രീയത്തിൽ ധാർമികത വേണമെന്നത് മറ്റൊരു ന്യായം. പക്ഷേ, മുൻകാല മര്യാദകൾ ഇക്കാര്യത്തിൽ കീഴ്‌വഴക്കമാണെന്ന് മറുന്യായം. കോടതിയാണ് ഇത്തരം കാര്യങ്ങളിൽ സർവാധികാരിയെന്ന് വേറൊരു വാദം. പക്ഷേ, ജനാധിപത്യ രാഷ്ട്രീയത്തിൽ പ്രക്ഷോഭങ്ങൾക്കും ജനകീയ പ്രതിഷേധങ്ങൾക്കും ഇടമുണ്ടെന്ന് ബദൽ വാദം. ഇതൊക്കെ ശരിയാകുന്നു. പക്ഷേ, നിയമനിർമാണ സഭയ്ക്കുള്ളിൽ നിയമവും നീതിയും ധർമ്മവും മര്യാദയും ജനാധിപത്യവും പരസ്യമായി ബലാൽക്കാരം ചെയ്യപ്പെടുമ്പോഴോ. പഴയ ആ ചോദ്യമില്ലേ, മനുഷ്യനു ഭ്രാന്തുപിടിച്ചാൽ ചങ്ങലക്കിടാം ചങ്ങലയ്ക്കു ഭ്രാന്തുപിടിച്ചാലോ...

അഭിനവ കൗരവസഭയാക്കി മാറുകയായിരുന്നു, മാറ്റുകയായിരുന്നു 2015 മാർച്ച് 13 ലെ കേരളസഭാ സമ്മേളനത്തെ അതിന്റെ അംഗങ്ങൾ. നീതിനിഷേധം, ബഹുമാന്യരെ അപമാനിക്കൽ, പൗരാവകാശലംഘനം, പൊതുമുതൽ നശിപ്പിക്കൽ, വസ്ത്രാക്ഷേപം, കായിക പീഡനം, ലൈംഗിക പീഡനം, സ്ത്രീ പീഡനം, അസഭ്യാഭിഷേകം... എന്തൊക്കെ നടന്നില്ല? ഭരണഘടനയ്ക്കു പണയപ്പെട്ടുപോയ വോട്ടർമാരിൽ ബുദ്ധിയും കായശേഷിയും ആസൂത്രണ വൈദഗ്ദ്ധ്യവും പോരാട്ടവൈഭവവും ഉള്ളവർ കൈകെട്ടി, പല്ലിറുമ്മി പുറത്തു നിൽക്കേണ്ടിവന്നു. അവരിൽ ചിലരുടെ ക്ഷോഭം നിയമസഭാ മന്ദിരത്തിനു പുറത്തൊതുങ്ങി. അപമാനിക്കപ്പെട്ട ജനാധിപത്യത്തിന്റെ സമ്മാന്യത കാക്കാൻ ഭീമന്മാരും പാണ്ഡവസഹോദരങ്ങളും മനസ്സിൽ പ്രതിജ്ഞയെടുത്തിട്ടുണ്ടാവണം. ആ പ്രതിജ്ഞയുടെ സഫലത അറിയാൻ അടുത്ത തെരഞ്ഞെടുപ്പുകാലം വരെ കാക്കേണ്ടി വന്നേക്കും.

പക്ഷേ, അക്കാലംകൊണ്ട്, പകൽവെട്ടത്തിൽ, തെരുവു ഗുണ്ടകളെപ്പോലെ നിയമസഭയിൽ തെമ്മാടിത്തം കാണിച്ചവർ തമ്മിൽ ധാരണക

ളുണ്ടാകും. എല്ലാം പറഞ്ഞു 'കോംപ്ലിമെന്റ്സ്' ആക്കാൻ 'ഗീർവാസീസ് ആശാ'ന്മാരും 'റാംജിറാവു'മാരും മുൻകാലശീലങ്ങൾ ആവർത്തിക്കും. ചെയ്ത അതിക്രമങ്ങൾ ന്യായീകരിച്ച, ചെയ്ത തെറ്റുകൾ ഏറ്റുപറഞ്ഞ, നിയമനിർമാതാക്കൾ പരസ്പരം കൈകൊടുത്തു പിരിയുന്നതു കാണാനും നമ്മൾക്കു വിധിയുണ്ടായേക്കാം. എന്നാൽ, നിയമസഭക്കുള്ളിൽ നശിപ്പിച്ച പൊതുമുതലിന് നഷ്ടപരിഹാരം നിയമസഭാംഗങ്ങളിൽ നിന്ന് ഈടാക്കാൻ സഹായകമായ കൂട്ടപ്പിഴയീടാക്കലിനുള്ള നിയമസാധുത പരിശോധിക്കപ്പെടണം. ജനപ്രതിനിധികൾ നാടിനുണ്ടാക്കിവച്ച മാനക്കേടിന് അവരെക്കൊണ്ട് സംസ്ഥാന ജനതയോട് കൂട്ടക്ഷമാപണം നടത്തിക്കാൻ ചട്ടമുണ്ടോയെന്ന് പരിശോധിക്കപ്പെടണം. ഗവർണർ നിർദ്ദേശിച്ചതുപോലെ ഇനിയിത്തരത്തിൽ ആവർത്തിക്കപ്പെടാതിരിക്കാൻ എന്തു ചെയ്യണമെന്ന കൂടിയാലോചനയിൽ ഇതിനുള്ള വകുപ്പുകൾ കൂടി ഉണ്ടാകണം, നിയമം വേണമെങ്കിൽ നിർമിക്കണം. എത്ര സുന്ദരമായ നടക്കാത്ത സ്വപ്നം!!!

ഈ സഭാക്കൂത്ത് ഇങ്ങനെ നടക്കുമ്പോൾ മറ്റൊരു മഹാസഭ നടക്കുന്നുണ്ടായിരുന്നു കുറച്ച് അകലെ നാഗപ്പൂരിൽ. ലോകത്തെ ഏറ്റവും വലിയ സാമൂഹ്യസേവന പ്രസ്ഥാനത്തിന്റെ വാർഷിക യോഗം; ആർഎസ്എസിന്റെ അഖിലഭാരതീയ സഭ. ആ പ്രസ്ഥാനം കേരളത്തിൽ, ഭാരതത്തിലെ മ്പാടും, ലോകത്താകമാനവും നടത്തുന്ന വ്യക്തിനിർമ്മാണ പ്രക്രിയയുടെ വാർഷിക പദ്ധതി തയ്യാറാക്കുകയായിരുന്നു അവിടെ. ആ സംഘടനയുടെ വളർച്ചാ രേഖകൾ അവിടെ വിലയിരുത്തപ്പെട്ടു. സംഘടനയുടെ വളർച്ച ഇരട്ടി; മൂന്നുവർഷംകൊണ്ട്. നിത്യപ്രവർത്തനം, നിരന്തരപ്രവർത്തനം, സാർവത്രികപ്രവർത്തനം ശക്തിപ്പെട്ടുകൊണ്ടിരിക്കുന്നു. പ്രസ്ഥാനത്തിന്റെ പദ്ധതികളിലൂടെ വളർന്ന വ്യക്തി നരേന്ദ്ര മോദി ഭാരതത്തിന്റെ പ്രധാനമന്ത്രിയായിരിക്കുന്നു. കേരളത്തിലും ഭാരതത്തിലും, നിയമസഭയിൽ തമ്മിൽത്തല്ലിയ ഭരണപക്ഷവും പ്രതിപക്ഷവും പ്രധാനമന്ത്രി പ്രതിനിധാനം ചെയ്യുന്ന ആ സംഘടനയെ ആശയം കൊണ്ടും ആയുധംകൊണ്ടും നഖശിഖാന്തം എതിർക്കാൻ ഒന്നിച്ചു നിൽക്കുന്നവരാണ്. അവരുടെ താഴേത്തട്ടിലുള്ള പ്രവർത്തകർ ഈ സംഘടനയ്ക്കെതിരേ തെരുവിൽ നടത്തുന്ന ഉന്മൂലന പ്രവർത്തനങ്ങളുടെ ചെറുപതിപ്പായിരുന്നു നേതാക്കളുടെ സഭയിലെ കായിക പ്രകടനമെന്നു വിലയിരുത്തുന്നവരെ പഴിയ്ക്കാനാവില്ല. കേരളത്തിലെ കൗരവ സഭയിൽ കാട്ടാളത്തം അരങ്ങുതകർക്കുമ്പോൾ പ്രധാനമന്ത്രി നരേന്ദ്ര മോദി ശ്രീലങ്കയിൽ ദേശാന്തര ദേശീയ രാഷ്ട്രദൗത്യം നിർവഹിക്കുകയായിരുന്നു. ഇവിടെ കണ്ണിൽക്കണ്ടത് തകർത്തും കൈയിൽ കിട്ടിയത് കശക്കിയും ജനനേതാക്കൾ സ്വത്വം പ്രകടിപ്പിച്ചു. അതത് സംഘടനകൾ വളർത്തുന്ന സാംസ്കാരികതയുടെ പ്രകടീകരണം. പക്ഷേ, ഏറ്റവും

അടുത്ത അവസരത്തിൽ ഇക്കൂട്ടരെ പാഠം പഠിപ്പിക്കാൻ കേരള ജനത മുതിരുമോ, ഇനിയും വൈകുമോ എന്നതാണ് ഏറെപ്പേർ ഉത്തരം കാത്തിരിക്കുന്ന ചോദ്യം.

മറ്റൊരു തീയതി: മാർച്ച് 10, 2015. കേരളത്തിലെ മാത്രമല്ല ഒരുപക്ഷേ, ലോകത്തെമ്പാടും ക്രൈസ്തവർ സന്തോഷിച്ച ദിവസമാവണം. ക്രിസ്തു ജനിച്ചതിന്റെ പേരിലല്ല, ക്രിസ്തുരാജ്യം വരുമെന്ന പ്രതീക്ഷ വർധിച്ച തിന്റെ പേരിൽ. അന്നാണ് കേരള നിയമസഭയിൽ ബൈബിൾ പ്രഘോ ഷണം മുഴങ്ങിയത്. പെന്തക്കോസ്തുകാർ മുതൽ കത്തോലിക്കർവരെ ഒറ്റക്കെട്ടായി ഉള്ളിൽ കർത്താവിനെ സ്തുതിച്ചു.

മതേതര കേരളത്തിൽ മുഖ്യമന്ത്രി ക്രിസ്ത്യാനിയാണെന്നും മുഖ്യ ഉദ്യോഗസ്ഥരിൽ മുഖ്യപങ്കും ആ മതവിഭാഗത്തിലാണെന്നും മറ്റും ആക്ഷേപം കേൾക്കുമ്പോഴും മതപരിവർത്തന നിരോധനം, ഗോവധനി രോധനം, മദ്യനിരോധനം, മദർ തെരേസ വിവാദം തുടങ്ങി വിവിധ വിഷ യങ്ങളിൽ നിരാശപ്പെട്ടിരിക്കെയാണ് മതവിശ്വാസികളുടെ വിശുദ്ധ ഗ്രന്ഥ മായ ബൈബിൾ നിയമസഭയിൽ 'പ്രമാണഗ്രന്ഥ'മായത്. ഭഗവദ്ഗീത ദേശീയ ഗ്രന്ഥമാക്കണമെന്നു പറഞ്ഞവരെ കിഴുക്കിയിരുത്തിയ കാലത്ത് ഇത്തരമൊരു സൗഭാഗ്യം ഇനിയെന്നു കിട്ടാൻ.

നിയമസഭയിലെ പ്രതിപക്ഷനേതാവ് വിപ്ലവപാർട്ടി നേതാവാണ്. അദ്ദേഹമാണ് ക്രിസ്ത്യാനികളുടെ വിശുദ്ധഗ്രന്ഥമായ ബൈബിൾ പാടാൻ തുടക്കമിട്ടത്. ധനമന്ത്രിയായ മാണിക്കെതിരെ നടപടി ആവശ്യ പ്പെട്ടുകൊണ്ടുള്ള അടിയന്തര പ്രമേയത്തിന് അനുമതി നിഷേധിച്ച സഭാ ധ്യക്ഷന്റെ നടപടിയിൽ പ്രതിഷേധിച്ച് വി.എസ്. അച്യുതാനന്ദൻ ബൈബിൾ ഭാഗങ്ങൾ വായിച്ചു. "ഈ ലോകം മുഴുവൻ നേടിയാലും സ്വന്തം ആത്മാവു നഷ്ടപ്പെടുത്തിയാൽ പിന്നെ എന്തു പ്രയോജനം" എന്ന മത്തായി സുവിശേഷം അധ്യായം 16, ഉദ്ധരിച്ച വിഎസിനെ അനു കൂലിച്ചവരും പ്രതികൂലിച്ചവരും ഏറ്റുപാടിയത് ഹലേലൂയതന്നെ. എങ്ങനെ ആഹ്ലാദിക്കാതിരിക്കും? സംസ്ഥാന നിയമസഭയുടെ ചരിത്രത്തിലല്ലേ ബൈബിൾ വചനങ്ങൾ സ്ഥാനംപിടിക്കുന്നത്-അതും ഭഗവദ്ഗീത ദേശീയ ഗ്രന്ഥമാക്കണമെന്ന് ചിലർ ആഗ്രഹിക്കുകയും ആവശ്യപ്പെടുകയും ചെയ്യുന്ന വേളയിൽ. ഇടയ്ക്ക് സംസാരിച്ച മുസ്ലിം ലീഗിന്റെ അബ്ദുസ്സമദ് സമദാനി ഉറുദു സാഹിത്യമാണ് വിളമ്പിയത്. മന്ത്രി മാണിയെ കർമ്മ ത്തിന്റെ മഹത്വം പറഞ്ഞു മനസിലാക്കിക്കാൻ ഒരു ഗാന്ധിയനുമുണ്ടാ യില്ല. മാർക്കണ്ഡേയ കട്ജു ഗാന്ധിജിയുടെ കാലനായി വേഷം കെട്ടിയി റങ്ങിയ ഈ കാലത്തെങ്കിലും അതാകാമായിരുന്നു. ബൈബിളിനും മുമ്പേ, ഭഗവദ് ഗീതയിൽ പറഞ്ഞുവെച്ചിട്ടുണ്ട് കർമ്മത്തെപ്പറ്റി. ഗാന്ധിജി അതേറ്റു ചൊല്ലിയിട്ടുണ്ട്. സ്ഥാനത്തും അസ്ഥാനത്തും അർത്ഥം അറിയാതെ

ഉച്ചരിക്കുന്ന "കർമ്മണ്യേവ.. മാ ഫലേഷു..." എന്ന അനാസക്തിയോഗമല്ല. നിർണ്ണായകമായ യുദ്ധകർമ്മത്തെക്കുറിച്ച് ഉപദേശമെല്ലാം കേട്ടുകഴിഞ്ഞ അർജ്ജുനന് അവസാന അന്ധതയും നീക്കിക്കൊണ്ട് ശ്രീകൃഷ്ണൻ പറയുന്നുണ്ട് 'മോക്ഷസംന്യാസ യോഗ'മെന്ന അവസാന അധ്യായത്തിൽ രണ്ടു മുതൽ 65 വരെയുള്ള ശ്ലോകങ്ങളിൽ എന്താണു കർമ്മമെന്നും അതെങ്ങനെ വേണമെന്നും എന്താണു ഫലമെന്നും. പക്ഷേ, ഭഗവദ് ഗീത ഉദ്ധരിക്കാൻ അറിയാവുന്നവർ, അറിയാമെങ്കിലും അതിനു ധൈര്യമുള്ളവർ സംസ്ഥാന നിയമസഭയിലില്ലാതെപോയാൽ..? ഹാ കഷ്ടം! കഷ്ടം!! എന്നല്ലാതെ എന്തു പറയാൻ?

(2015 മാർച്ച്)

2019 ആവർത്തിക്കും പക്ഷേ...

ബീഹാർ തെരഞ്ഞെടുപ്പ് ഫലം പറയുന്നത് ഇതാണ്, 2019 ലെ പൊതു തെരഞ്ഞെടുപ്പ് ഫലം 2014 ന്റെ ആവർത്തനമാകും. നരേന്ദ്രമോദി നയിക്കും, എൻഡിഎ വിജയിക്കും. അതിപ്പോഴേ (2015) പ്രവചിക്കാനാകുമോ എന്നു ചോദിച്ചേക്കാം. സാധിക്കും, കാരണം, രാഷ്ട്രീയഗതി അങ്ങനെയാണ്, പക്ഷേ...

ഒരു വലിയ സംസ്ഥാനത്ത് തെരഞ്ഞെടുപ്പിൽ തോറ്റ കേന്ദ്രത്തിലെ ഭരണകക്ഷി നാലുവർഷത്തിനുശേഷം നടക്കാൻ പോകുന്ന പൊതുതെരഞ്ഞെടുപ്പിൽ വീണ്ടും ഭരണത്തിൽ വരുമെന്നു പറയുന്നത് സാഹസമല്ലെ എന്നു സംശയിച്ചേക്കാം. ആണെന്നു സമ്മതിച്ചുകൊണ്ടുതന്നെ പറയാം, 2019 ൽ 2014 ആവർത്തിക്കുക തന്നെ ചെയ്യും. എന്തുകൊണ്ടെന്നാൽ, കഴിഞ്ഞ പൊതുതെരഞ്ഞെടുപ്പിൽ തോറ്റവർ പാഠങ്ങൾ ഒന്നും പഠിക്കുന്നില്ല. സ്വയം തിരുത്തുന്നില്ല. മറിച്ച് അന്നു ജയിച്ചവർ, പിന്നീടുള്ള തോൽവികളിലും വിജയങ്ങളിലുംനിന്ന് പഠിക്കുന്നു, പരീക്ഷണങ്ങളിലെ ഫലമറിഞ്ഞ് സ്വയം തിരുത്തുന്നു, അല്ലെങ്കിൽ തുടരുന്നു. പൊതുതെരഞ്ഞെടുപ്പിലെ പ്രധാന വിഷയം എന്തായിരുന്നുവെന്ന് ഓർമയുണ്ടല്ലോ. അഴിമതി, സർവരംഗത്തും നിറഞ്ഞ അഴിമതിയ്ക്കെതിരായിരുന്നു ജനവിധി. സർവർക്കും സ്വീകാര്യനായ ഒരു നേതാവിനുവേണ്ടിയായിരുന്നു ജനവിധി. ഈ പാഠംരണ്ടും തോറ്റവർ പഠിച്ചില്ലെന്നതാണ് ബീഹാറിലെ തെരഞ്ഞെടുപ്പ് ഫലം.

ചിലത് കണ്ടറിയുക. പൂമാലയോടൊപ്പം അത് കോർക്കുന്ന വാഴനാരും മുടിയിൽ ചൂടാനിടയാകുന്നുവെന്ന ന്യായത്തിലാണ് ബീഹാറിലെ കോൺഗ്രസിന്റെ സ്ഥിതി. മഹാസഖ്യത്തിന്റെ ശിൽപ്പിയും ബീഹാർ വിജയത്തിന്റെ അവകാശിയും രാഹുൽഗാന്ധിയാണെന്ന് വൈതാളികർക്ക് സുഖിപ്പിക്കാൻ പുകഴ്ത്തിപ്പാടാമെന്നിരിക്കിലും ബീഹാറിൽ കോൺഗ്രസ് ചിത്രത്തിലില്ല. സീറ്റെണ്ണം നാലിൽനിന്ന് 27 ആയെന്നത് സത്യം. പക്ഷേ, മോദിയെ വീഴ്ത്താൻ, 'ഏതു ചെകുത്താനുമായും കൂടും' എന്ന പഴയ നയത്തിൽ നിന്ന് കോൺഗ്രസ് പിന്മാറിയിട്ടില്ല, മാറില്ല എന്ന് ആവർത്തിച്ച് പ്രഖ്യാപിക്കുകയായിരുന്നു അവിടെ.

ലാലുപ്രസാദ് യാദവെന്ന കാലിത്തീറ്റ കുംഭകോണക്കേസിലെ പ്രതിയെ കോൺഗ്രസ് കൊണ്ടുനടക്കാൻ തുടങ്ങിയിട്ട് ഏറെനാളായി. ഒരു കേസിൽ

ആരോപിതനായതുകൊണ്ടോ, കീഴ്ക്കോടതികൾ ശിക്ഷിച്ചതുകൊണ്ടോ മാത്രം ഒരാളെ കൊള്ളരുതാത്തവനാക്കി മാറ്റാനാവില്ലല്ലോ എന്നവർ ആദ്യം പറഞ്ഞു. അതിൽ യുക്തിയുണ്ട്, കാരണം കോൺഗ്രസിൽ നേതൃസ്ഥാനത്തുള്ള ആരെക്കുറിച്ചാണ് അഴിമതിയാരോപണമില്ലാത്തത്. എത്രപേരില്ല മേൽകോടതികളുടെ സൗജന്യത്തിൽ പിടിച്ചു നിൽക്കുന്നവരായി. പക്ഷേ, കീഴ്ക്കോടതികളെല്ലാം ശിക്ഷിച്ച്, സുപ്രീംകോടതിയും ശിക്ഷിച്ച്, തെരഞ്ഞെടുപ്പിൽനിന്ന് വിലക്കുകൽപ്പിച്ച ഒരു നേതാവിനെയും അയാൾ തലപ്പത്തിരിക്കുന്ന പാർട്ടിയെയും പിന്തുണയ്ക്കുകയല്ല ചുമക്കുക തന്നെ ചെയ്യുമ്പോൾ കോൺഗ്രസ് പാർട്ടി സ്വയം വിളിച്ചു പറയുന്നത് ഞങ്ങൾ നന്നാവില്ലെന്നത് തന്നെയാണല്ലോ.

അപ്പോൾ ചോദ്യം വരാം ബീഹാറിലെ ജനങ്ങൾ ഇപ്പോൾ പിന്തുണച്ചത് ആ അഴിമതി നേതാവിനെയല്ലേ എന്ന്. ആ ചോദ്യം വരിക തന്നെ വേണം. അപ്പോഴേ ചർച്ച പൂർത്തിയാകൂ. അതിലേക്ക് വരാം. കോൺഗ്രസ് താലോലിച്ച് വളർത്തിയ മറ്റൊരു രാഷ്ട്രീയ വൈകല്യമാണ് ന്യൂനപക്ഷ പ്രീണനവും ജാതിസ്പർദ്ധയും. ഇതിനു രണ്ടിനും കഴിഞ്ഞ പൊതുതെരഞ്ഞെടുപ്പിൽ ജനമനസ്സിന്റെ തിരിച്ചടി കിട്ടുകയും ചെയ്തു. പക്ഷേ, ബീഹാറിൽ കോൺഗ്രസും തുണച്ച മഹാസഖ്യത്തിന്റെ അടിസ്ഥാന നയം ഇതുരണ്ടുമായിരുന്നു. മതാടിസ്ഥാനത്തിലുള്ള സംവരണം നടപ്പാക്കാൻ, ജാതികൾക്കും ഉപജാതികൾക്കും സംവരണാനുകൂല്യങ്ങൾ നൽകാൻ ഭരണഘടനാ വിരുദ്ധമായി ആ മുന്നണിയ്ക്ക് പ്രവർത്തിക്കേണ്ടിവരും. പക്ഷേ, ഷാബാനു ബീഗം കേസിൽ ഭരണഘടനാ ഭേദഗതി വരുത്താൻ കോൺഗ്രസിനുണ്ടായിരുന്ന കേന്ദ്രത്തിലെ അന്നത്തെ അധികാരം ഇപ്പോഴില്ല. അതിനാൽ സാധ്യമല്ലെന്നറിയാം. പക്ഷേ, നയപരമായ ആ വൈകല്യം, ആ വിചിത്ര രാഷ്ട്രീയ മനോനിലക്ക് മാറ്റമില്ല. അത് മാറ്റുക വരുന്ന മൂന്നര നാലുകൊല്ലം കൊണ്ട് കോൺഗ്രസിന് സാധ്യവുമല്ല. മാത്രമല്ല ഒന്നാം പാർട്ടിയായി നിന്ന് വേണം വേറിട്ടൊരു നയം രൂപീകരിക്കാൻ, അതു കോൺഗ്രസിന് സാധ്യവുമല്ല.

നയത്തിലും നിലപാടിലും മാറാത്ത കോൺഗ്രസിന് ഒന്നിക്കുന്ന പ്രതിപക്ഷത്തിന്റെ ഒന്നാംസ്ഥാനത്ത് നിൽക്കാനുമാവില്ല. ബീഹാറിൽനിന്ന് നിതീഷ് കുമാറിനെ ദേശീയതലത്തിൽ നരേന്ദ്രമോദിക്ക് എതിരാളിയായി വളർത്തിക്കൊണ്ടുവരാൻ കോൺഗ്രസിതര പ്രതിപക്ഷം ശ്രമിക്കുകയാണെന്നാണ് ഒടുവിലത്തെ പ്രഖ്യാപനം. നിതീഷിന് അതുകേട്ട് ഉള്ളിൽ ചിരിപൊട്ടുന്നുണ്ടാവണം. വി.പി. സിങ് പ്രധാനമന്ത്രിയായത് ബിജെപിയെപ്പോലെ, ഭരണത്തിനു തൊട്ടടുത്തുനിൽക്കാൻതക്ക അംഗബലമുള്ള പ്രതിപക്ഷ സ്ഥാനത്തുണ്ടായിരുന്ന ഒരു ദേശീയപാർട്ടിയുടെ പിന്തുണയോടെയാണ്. ഇന്നത്തെ പ്രതിപക്ഷ പാർട്ടികൾക്കിടയിൽ അങ്ങനെ

യൊരു പാർട്ടിയില്ല, കോൺഗ്രസിന് മൂന്നരവർഷംകൊണ്ട് അങ്ങനെ വളരാനും പറ്റില്ല. എന്നാൽ കോൺഗ്രസും ചില പ്രാദേശിക കക്ഷികളും, ഭാരതത്തെ ഒരു മേഖലയിലും മുന്നോട്ടുപോകാൻ സമ്മതിക്കരുതെന്ന് കരുതുന്ന ശക്തികളുടെ കളിപ്പാവകളാകുമ്പോൾ വമ്പിച്ച തിരിച്ചടികൾ ഇന്നത്തെ പുരോഗമന വഴിയിലുണ്ടാകുമെന്നും ഉണ്ടാക്കാനാകുമെന്നും കൂടിയാണ് ബീഹാർ ഫലം കാണിക്കുന്നത്.

ഇടതുപക്ഷ കക്ഷികൾ എന്ന കപടമതേതരരുടെയും പുരോഗമന വാദികളെന്ന വ്യാജ സാംസ്കാരിക നേതാക്കളുടെയും പരിശ്രമങ്ങൾക്ക് ബീഹാറിൽ വോട്ടു രാഷ്ട്രീയത്തിൽ വമ്പൻ തിരിച്ചടിയാണുണ്ടായത്. നോക്കൂ, സിപിഎമ്മിനും സിപിഐക്കും മറ്റു ചില കക്ഷികളും ഒക്കെ ചേർന്ന് മത്സരിച്ചിട്ടും ഒറ്റ സീറ്റില്ല. പക്ഷേ, സിപിഐ(എംഎൽ)എന്ന നക്സൽ ഇടതുപക്ഷ തീവ്രവാദികൾക്ക് അഞ്ച് സീറ്റ് നേടാനായി. മതേ തരത്വത്തിന്റെ വിജയമെന്ന് ആർപ്പുവിളിക്കുന്നവർ ചർച്ച ചെയ്യാൻ ഒട്ടും സാധ്യതയില്ലാത്ത, താൽപര്യം കാണിയ്ക്കാനിടയില്ലാത്ത ഗൗരവമുള്ള വിഷയം. അധികാരം തോക്കിൻ കുഴലിലൂടെയാണവർക്ക്. പക്ഷേ, ബാലറ്റ് പേപ്പറിലൂടെ നിയമസാധുത നേടിയ അംഗീകാരം ബുള്ളറ്റുകളേക്കാൾ വിനാശകാരിയായ ശക്തിയുള്ളതാണ്. സുൽത്താൻ ഒവൈസിയെപ്പോ ലുള്ള വർഗ്ഗീയ മുസ്ലിം നേതാക്കളും ലാലുവും നിതീഷും കോൺഗ്രസും മറ്റ് മോദി വിരുദ്ധരും ഏറെ ഭയപ്പെടുത്തിയും പ്രകോപിപ്പിച്ചും ഏറെ പ്രക്ഷുബ്ധരാക്കി നിർത്തിയിരിക്കുന്ന ഒരു വിഭാഗം ബീഹാറിൽ ശക്തി കാണിക്കാൻ സജ്ജരായി നിൽക്കുന്നുണ്ട്.

പൊതുതെരഞ്ഞെടുപ്പുകാലത്ത് ഇവരെല്ലാം ഒന്നിക്കില്ല, പുറത്തങ്ങനെ ഭാവിച്ചാലും; ലാലു യാദവും നിതീഷ് കുമാറും ഇപ്പോൾ നടത്തുന്ന ആലിംഗന പ്രകടനത്തിലെ ആത്മാർത്ഥതയേ അതിനുമുണ്ടാകൂ. നിതീഷിന്റെ മേലേ ലാലു നേടിയ അധിക വിജയം ബീഹാറിന്റെ അടുത്ത വഴിയെങ്ങോട്ടെന്ന ചൂണ്ടുപലകയാവുകയാണ്. വികസനം എന്ന ഗുണപരമായ അജണ്ടയിൽനിന്ന് 20 വർഷം പിന്നാക്കം പോകാൻ ഒരു ങ്ങുന്നതിന്റെ സൂചന.

പക്ഷേ, ബീഹാർ ജനത വോട്ടുചെയ്തിട്ടല്ലേ ലാലു വിജയിച്ചതെന്നു ചോദിക്കുമ്പോഴാണ് ആ സംസ്ഥാനത്തെ കേരളവുമായി താരതമ്യം ചെയ്യേണ്ടിവരുന്നത്. (നരേന്ദ്ര മോദി വോട്ടു കിട്ടിയിട്ടല്ലേ പ്രധാനമന്ത്രി യായത് എന്ന യുക്തി എതിർപക്ഷക്കാരോടു ചോദിക്കരുത്, അവർക്കി ഷ്ടമാകില്ല) ബീഹാറിൽ കേട്ട അതേ മുദ്രാവാക്യങ്ങളുടെ മലയാള മായിരുന്നു കേരളത്തിൽ. പക്ഷേ, കേരളം മോദിയേയും മോദിയുടെ പാർട്ടിയേയും സ്വീകരിച്ചു. ബീഹാർ നിതീഷിനെപ്പോലുമല്ല, ലാലു പ്രസാദ് യാദവിനെ സ്വീകരിച്ചു. ബീഹാറിന്റെ സാക്ഷരത 100 ശതമാനം ഇല്ല; കേരളത്തിന

തുണ്ടെന്നതാണ് വാദം, ബീഹാറിൽ നിന്നാണ് സിവിൽ സർവീസ് പാസാകുന്നവർ കേരളത്തെക്കാൾ കൂടുതലെങ്കിലും. അവിടെയും ഇവിടെയും പ്രചാരണം ഒന്നായിരുന്നെങ്കിലും സ്വീകരണം രണ്ടുതരത്തിലായി. പൊതു തെരഞ്ഞെടുപ്പിലെ പ്രചാരണത്തിനു സമാനമായിരുന്നു ഇപ്പോൾ ബീഹാറിലേതും, പക്ഷേ, ഫലം മറ്റൊന്നായി. അതായത് ബീഹാർ, ബീഹാറാണ്, അതെത്ര വലുതാക്കിയാലും ഭാരതമാകില്ലതന്നെ. അങ്ങനെ നോക്കുമ്പോൾ നേതാവ്, വിഷയം, വോട്ടർമാർ തുടങ്ങിയ വിവിധഘടകങ്ങൾ പരിഗണിച്ചാൽ മൂന്നുവർഷത്തിനുള്ളിൽ മറിച്ചൊരു മാറ്റത്തിന് തീരെ സാഹചര്യമില്ലതന്നെ.

എന്നാൽ, തുടക്കത്തിൽ പറഞ്ഞ 'പക്ഷേ'യുണ്ടല്ലോ. ആ പക്ഷേയ്ക്ക് ഏറെ കനമുണ്ട്, പിന്നിൽ ഒട്ടേറെ ആശങ്കകളുണ്ട്. അത് മൂന്ന് കാര്യത്തിലാണ്. ഒന്ന്: ഇപ്പോൾ കുറിച്ചിട്ടുള്ള, ഭാരതത്തിന്റെ 2020 ലെ സമഗ്ര വികസനം എന്ന ഭരണ ലക്ഷ്യം നേടാൻ പിന്നെയും വൈകും. രണ്ട്: കേന്ദ്രവും സംസ്ഥാനങ്ങളും തമ്മിലുള്ള രാഷ്ട്രീയ അകൽച്ച ഗ്രാമങ്ങളുടെ ലക്ഷ്യമിട്ട വളർച്ചയെ സ്തംഭിപ്പിക്കും. മൂന്ന്: നിയമനിർമാണങ്ങൾ പോലെയുള്ളവ തടസ്സപ്പെടുകയും നിക്ഷിപ്തതാൽപ്പര്യക്കാർ ലക്ഷ്യം കാണുകയും ചെയ്യും. വരാൻ പോകുന്ന നിയമസഭാ തെരഞ്ഞെടുപ്പുകളെല്ലാം, ബീഹാർ പ്രവണത കാണുമ്പോൾ വ്യക്തമാകുന്നത്, കരയ്ക്കിരുന്നു കപ്പലോടിക്കുന്നവരുടെ നിയന്ത്രണത്തിലാകാനാണ് സാധ്യത. അക്കൂട്ടർക്ക് ഭരിക്കാനല്ല താൽപ്പര്യം, ഭരണം നടക്കാതിരിക്കാനാണ്. അതുകൊണ്ടുതന്നെ അരാജകത്വത്തിന്റെ അരങ്ങൊരുക്കുക മാത്രമാണ് കർത്തവ്യം. പഞ്ചാബിലെ തെരഞ്ഞെടുപ്പ് മുന്നിൽക്കണ്ട്, പഴയ ഖാലിസ്ഥാൻ തീവ്രവാദത്തെപ്പോലും സഹായിക്കുന്ന പ്രവർത്തനങ്ങൾ തുടങ്ങിയിട്ടുണ്ട് ഭാരതത്തിനകത്തും പുറത്തും. ആസാമിൽ, തമിഴ്നാട്ടിൽ, യുപിയിൽ എല്ലാം അക്കൂട്ടർ സന്നദ്ധരാക്കിക്കഴിഞ്ഞു; ബീഹാറിലെ ദൗത്യം പൂർത്തിയായി. അവിടെ കാട്ടുഭരണമെന്നും കേന്ദ്രസർക്കാരുമായി കൂട്ടുഭരണമില്ലെന്നും പ്രചരിപ്പിക്കുകയാണ് അടുത്ത ദൗത്യം. രാജ്യത്ത് തുടർച്ചയായ അസ്വസ്ഥതകളാണ് അക്കൂട്ടർക്ക് ആവശ്യം.

പക്ഷേ, അതെ, വീണ്ടും 'പക്ഷേ' തന്നെ. എന്തുകൊണ്ട് കേന്ദ്രസർക്കാർ ചെയ്യേണ്ടതു പലതും ചെയ്യുന്നില്ല എന്ന ചോദ്യം ഉയരുന്നുണ്ട്. വിയോജിപ്പുകാരുടെ പ്രചാരണ പ്രതിരോധത്തെ ഭയന്ന്, നിയമാനുസൃതം ചെയ്യാവുന്ന പലതും പോലും ചെയ്യുന്നില്ല. അത് പ്രതികാര രാഷ്ട്രീയമായി കാണാൻ ആരും മുതിരില്ല തന്നെ. പ്രവർത്തിക്കുകയേ വേണ്ടൂ. നിയന്ത്രിക്കേണ്ടവ നിയന്ത്രിച്ച് പ്രവർത്തിക്കേണ്ടത് കൃത്യമായി പ്രവർത്തിച്ചു മുന്നേറുകയാണ് വേണ്ടത്. അതിനുള്ള സമയമായെന്നാണ് ഈ പൊതു പ്രതിരോധം കാണിക്കുന്നത്. അതില്ലെങ്കിൽ ലക്ഷ്യം വൈകും. തുറക്കേണ്ട കണ്ണുകൾ തുറക്കുകതന്നെ ചെയ്യുമെന്നു കരുതാം.

പിൻകുറിപ്പ്: നവംബർ എട്ട്, രാത്രി ഒമ്പതുമണിയുടെ വാർത്തയിൽ മൂന്നു മിനുട്ട് നീണ്ട ബീഹാർ തെരഞ്ഞെടുപ്പ് വിവരണം. വിശകലനം അവസാനിക്കുന്നത് ഇങ്ങനെ- രാജ്യത്തെ പ്രതിപക്ഷ കക്ഷികൾ ഒന്നിച്ചു നിന്നു. നരേന്ദ്ര മോദി പരാജയത്തിന്റെ രുചിയറിഞ്ഞു. മോദിയുടെ ജനപ്രിയത അതിവേഗം കുറയുകയാണ്... 'അൽ ജസീറ ടിവി'യുടെ ഈ ആഹ്ലാദത്തിനു പിന്നിൽ ആരാണെന്നറിയാമല്ലോ. പാക്കിസ്ഥാൻപത്രങ്ങളിലെ വിശകലനവും ഈ രീതിയിൽതന്നെ. ആരുപറഞ്ഞു, ബീഹാറിൽ തോറ്റാൽ മറ്റു ചിലെടങ്ങളിൽ പടക്കം പൊട്ടില്ലെന്ന്?

(2015 നവംബർ)

ഡിജിറ്റൽ ഇന്ത്യയിൽ അച്ഛനെ ഓർത്തെങ്കിലും

ഡിജിറ്റൽ ഇന്ത്യയെക്കുറിച്ച്, രാജ്യം മുഴുവൻ പങ്കാളിയാകേണ്ട വമ്പിച്ച പദ്ധതിയെക്കുറിച്ചുള്ള ചർച്ചകൾ നടക്കവേയാണ് അത് ശ്രദ്ധയിൽ പെട്ടത്. ലോക്കൽ ട്രെയിനിൽ വിവിധ ഐഡന്റിറ്റി കാർഡുകൾ സൂക്ഷിക്കാവുന്ന പഴ്സു വിൽക്കുന്നയാളിൽനിന്ന് ഒട്ടേറെപ്പേർ 20 രൂപ മുടക്കി പ്ലാസ്റ്റിക് പഴ്സു വാങ്ങുന്നു; അവരുടെ വിലപ്പെട്ട രേഖകൾ സൂക്ഷിക്കാൻ. ഈ നൂറ്റാണ്ടിൽ ഭാരതം നേരിടുന്ന വമ്പിച്ച വെല്ലുവിളിയിലേക്കു ശ്രദ്ധ ക്ഷണിക്കുന്നതായി ആ കാഴ്ച.

എന്താണ് ഡിജിറ്റൽ ഇന്ത്യ? ഒറ്റവാക്യത്തിലോ ഒരു ഖണ്ഡികയിലോ വിവരണം സാധിക്കില്ല. ലോകം ആധുനിക സാങ്കേതിക ശാസ്ത്ര സഹായത്താൽ, വമ്പിച്ച കുതിപ്പിലാണ്. മനോവേഗത്തിൽ കാര്യങ്ങൾ നടപ്പാക്കാൻ കഴിയുന്ന സാങ്കേതിക വിദ്യകൾ വ്യാപകമാകുകയാണ്. വിവരങ്ങൾ കൈമാറുന്നതിൽ, സൂക്ഷിക്കുന്നതിൽ, തമ്മിൽതമ്മിലും ബഹുജനങ്ങളുമായും സംവദിക്കുന്നതിൽ, പണം കൈമാറ്റ ഇടപാടുകളിൽ, ചികിത്സയിൽ, പഠിപ്പിക്കലിൽ, പഠനത്തിൽ, സുരക്ഷാ കാര്യങ്ങളിൽ എന്നിങ്ങനെ ആധുനിക സാങ്കേതിക സൗകര്യങ്ങളുടെ ആധിപത്യം സമസ്ത ജീവിതമേഖലയിലും ലോകമെമ്പാടും വ്യാപകമായിക്കൊണ്ടിരിക്കെ ഇനിയുള്ള കാലത്ത് ഇത്തരം സൗകര്യങ്ങളുടെ വിനിയോഗമില്ലാതെ കാര്യങ്ങൾ സുഗമമാകുകയില്ല. അതിനുള്ള വമ്പിച്ച തുടക്കമാണ് ഡിജിറ്റൽ ഇന്ത്യ.

ഒരുദാഹരണം: ഒരു വിദ്യാർത്ഥി തന്റെ പഠനകാലത്തിനിടയ്ക്ക് ഒരു ജോലി സമ്പാദിക്കുന്നതുവരെ, അതു കഴിഞ്ഞും തന്നെക്കുറിച്ചുള്ള അടിസ്ഥാന വിവരങ്ങൾ സാക്ഷ്യപ്പെടുത്താൻ വിവിധ സർട്ടിഫിക്കറ്റുകളുടെ എത്ര ഫോട്ടോ കോപ്പികളെടുത്തിട്ടുണ്ടാവും, എടുക്കുന്നുണ്ടാവും. അവയുടെ സാക്ഷ്യപ്പെടുത്തലിന് ഓഫീസുകൾ കയറിയിറങ്ങി സമയവും ധനവും വ്യയം ചെയ്തിട്ടുണ്ടാവും. കേൾക്കുമ്പോൾ നിസ്സാരമെന്നു തോന്നാം, പക്ഷേ, കൂടുതൽ ആലോചിച്ചാൽ അതിന്റെ വൈപുല്യം വ്യക്തമാകും. എന്നാൽ, ഡിജിറ്റൽ ഇന്ത്യയുടെ ഭാഗമായ ഡിജിലോക്കർ സംവിധാനം ഈ തലവേദന നിങ്ങൾക്ക് എന്നേക്കുമായി ഇല്ലാതാക്കുകയാണ്. അതിൽ

നിങ്ങൾ സമർപ്പിക്കുന്ന രേഖകൾ ഏതു സമയം എവിടെനിന്നും ഏതാവശ്യത്തിനും മൂല്യവത്തായി വിനിയോഗിക്കാനാവുന്നു. ഇത് ഒരു കാര്യം മാത്രം. ഇന്നും ഇനിയുള്ള കാലത്തും ഏറ്റവും ചെലവേറിയതാകാൻ പോകുന്ന ആരോഗ്യ സംരക്ഷണ രംഗത്ത്, ഈ ഡിജിറ്റൽ സംരംഭം വരുത്താൻ പോകുന്ന വിപ്ലവം സങ്കൽപ്പങ്ങൾക്കും അതീതമാണ്. സാമ്പത്തിക ഇടപാടുകളിൽ, നിത്യജീവിതത്തിൽ, സുതാര്യതയും അഴിമതിരഹിതവുമായ ഭരണ ക്രമമൊരുക്കുന്നതിൽ എന്നിങ്ങനെ വിവിധതലത്തിൽ ഡിജിറ്റൽ ഇന്ത്യ വ്യക്തിയുടെ അനിവാര്യതയായി മാറാൻ പോകുകയാണ്. അങ്ങനെ ലോകത്തിനു മുന്നിൽ ഭാരതത്തിന്റെ ഡിജിറ്റൽ സാങ്കേതികത വൻശക്തിയാകാൻ കുതിപ്പു തുടങ്ങുകയാണ്. അതിൽ പങ്കാളിയാകാൻ ഓരോ വ്യക്തികളും മുൻകൈ എടുക്കുകയും പ്രചോദിപ്പിക്കുകയും ചെയ്യുമ്പോഴേ, പ്രധാനമന്ത്രി നരേന്ദ്ര മോദി പറഞ്ഞതുപോലെ, ഭാരതത്തിൽ നിന്ന് അടുത്ത ആശയമെന്തെന്ന് ലോകം കാതോർക്കുന്ന കാലം സംജാതമാകുകയുള്ളു. പക്ഷേ, മനോഹരമായ ചിത്രം വരയ്ക്കാനുള്ള സങ്കൽപ്പമുണ്ട്, സാമഗ്രികളുമുണ്ട്. കാൻവാസില്ലെങ്കിലോ. അതെ, ചിത്രം വരയ്ക്കാനുള്ള ചുവരില്ല. ഈ മേഖലയിൽ, വികസന രംഗത്ത്, ഭാരതത്തിന്റെ മൂന്നു പതിറ്റാണ്ട് ഏറെക്കുറേ പാഴായിപ്പോയി. 21-ാം നൂറ്റാണ്ടിലെ ലോക സംഭാവനയായി രുന്നു കമ്പ്യൂട്ടർ. അതിനുംമുമ്പേ ആവിഷ്കരിക്കപ്പെട്ട കമ്പ്യൂട്ടറിനെ ഭാരതത്തിന്റെ ഭാവിയിലെ വികസന വാതിലായിക്കണ്ട് കമ്പ്യൂട്ടർ വിപ്ലവം എന്ന ആശയം അവതരിപ്പിച്ചത് ഭാരതത്തിന്റെ യുവ പ്രധാനമന്ത്രിയെന്നു പുകഴ്ത്തപ്പെട്ട രാജീവ് ഗാന്ധിയായിരുന്നു. കമ്പ്യൂട്ടറിന്റെ ഇന്ത്യയിലെ അവതാരകൻ എന്നൊക്കെത്തന്നെ വിശേഷിപ്പിക്കുന്നതിൽ തെറ്റില്ല.

അന്ന് കമ്പ്യൂട്ടറിനെ എതിർത്തവരിൽ മുമ്പന്മാർ കമ്മ്യൂണിസ്റ്റുകളായിരുന്നു. തൊഴിലാളിവർഗ്ഗത്തിന്റെ സംരക്ഷണത്തിന് കമ്പ്യൂട്ടർ അപകടകാരിയെന്നു വിലക്കിയ ആ പാർട്ടി വൈകാതെ പക്ഷേ, എതിർപ്പുകൾ മറന്നു സഹകരിക്കാനും തുടങ്ങി. കേരളത്തിൽ കമ്പ്യൂട്ടറുകൾ തല്ലിപ്പൊളിക്കാനിറങ്ങിയവർ പാർട്ടി ഓഫീസുകൾ കമ്പ്യൂട്ടർവൽകരിച്ചു. പാർട്ടി സെക്രട്ടറി ലാപ്ടോപ് കൊണ്ടുനടക്കുന്ന കാലം വന്നു. പാർട്ടിക്ക് പ്രാദേശിക ഘടകത്തിനു പോലും വെബ്സൈറ്റുകൾ ഉണ്ടായി. പാർട്ടി സെക്രട്ടറിമാർ സോഷ്യൽ മീഡിയവഴി അണികൾക്കിടയിലും വിപ്ലവം പ്രചരിപ്പിക്കാൻ തുടങ്ങി. പക്ഷേ, എതിർപ്പുകൾ ഇല്ലാതായിട്ടും, കമ്പ്യൂട്ടർവൽകരണം നാളത്തെ യാഥാർത്ഥ്യമാണെന്ന് പരക്കെ അംഗീകരിക്കപ്പെട്ടിട്ടും രാജ്യത്തെ കമ്പ്യൂട്ടർവൽകരണത്തിന്റെ സ്ഥിതിയെന്താണ്. അതാണ് പറഞ്ഞത് പലപതിറ്റാണ്ടുകൾ പാഴാക്കിക്കളഞ്ഞുവെന്ന്.

1984 മുതൽ ആരംഭിച്ച പ്രക്രിയക്ക് മൂന്നു പതിറ്റാണ്ടു പ്രായമായപ്പോൾ ഈ രംഗത്ത് കാണുന്ന രജതരേഖ ഒരുപക്ഷേ, അടൽബിഹാരി വാജ്പേയിയുടെ ഭരണകാലത്തെ ചില നേട്ടങ്ങൾ മാത്രമാണ്. അന്ന് ഐടി വകുപ്പു മന്ത്രാലയം തുടങ്ങി. അതിന്റെ മന്ത്രി പ്രമോദ് മഹാജൻ ഐടി നയവും നിയമവും കൊണ്ടുവന്നു. ആദ്യമായി പാർലമെന്റിൽ ലാപ്ടോപ്പ് ഉപയോഗിക്കുകയും ലാപ്ടോപ്പ് നോക്കി പാർലമെന്ററി നടപടികൾ നിയന്ത്രിക്കുകയും ചെയ്തു പാർലമെന്ററികാര്യ വകുപ്പു മന്ത്രികൂടിയായിരുന്ന മഹാജൻ. പക്ഷേ, പിന്നെയും 2014 മുതലുള്ള പത്തുവർഷം ഈ രംഗത്ത് മുതലക്കൂപ്പു കുത്തി. പണം (ദുർ)വിനിയോഗിച്ചതല്ലാതെ ഫലം കാണാനില്ലായിരുന്നു. കേരളത്തിലെ കാര്യങ്ങൾ മാത്രം നോക്കുക, കളക്ട്രേറ്റുകൾ, പഞ്ചായത്തുകൾ, പോലീസ് സ്റ്റേഷനുകൾ തുടങ്ങിയവയെല്ലാം കമ്പ്യൂട്ടർവൽകരിക്കുമെന്നും ഒറ്റ ശൃംഖലയാക്കുമെന്നും മറ്റും മറ്റുമുള്ള പ്രസ്താവനകൾ അടിയ്ക്കടി ഉണ്ടാകുന്നുവെന്നതു മിച്ചം. യാഥാർത്ഥ്യരംഗത്ത് ഇവയൊന്നും വേണ്ടത്ര സജ്ജമോ പ്രാവർത്തികമോ അല്ല. ഈ സ്ഥിതിയിലാണ് ഡിജിറ്റൽ ഇന്ത്യയെന്ന സങ്കൽപ്പം പ്രാവർത്തികമാക്കാൻ കേന്ദ്ര സർക്കാർ തീരുമാനിച്ചിറങ്ങിയിരിക്കുന്നത്. ഒരർത്ഥത്തിൽ സാഹസം തന്നെയാണ് ഇത്.

അതിനിടെ, 2011ലെ സെൻസസ് റിപ്പോർട്ട് പുറത്തുവന്നിരിക്കുന്നു. സാമൂഹ്യ-സാമ്പത്തിക-ജാതി സ്ഥിതിവിവരത്തിൽ ഭാരതം എങ്ങനെ ഗ്രാമവും നഗരവുമായി തിരിഞ്ഞിരിക്കുന്നുവെന്ന് കണക്കുകൾ വ്യക്തമാക്കുന്നു. രാജ്യത്ത് 40 ശതമാനത്തിനു സ്വന്തമായി ഭൂമിയില്ല. 25 ശതമാനം ഗ്രാമീണ വീടുകളിൽ ഫോണില്ല. സമ്പൂർണ്ണ വൈദ്യുതവൽകരണം എന്നെല്ലാം പറയാൻ തുടങ്ങിയിട്ടു നാളേറെയായി, പക്ഷേ, ഇനിയും സ്വപ്നമായിത്തന്നെ തുടരുന്നു. അവിടേക്കാണ് മൊബൈൽ ഫോൺവഴി സുതാര്യവും സുഗമവുമായ ഭരണം നടത്തുകയെന്ന സ്വപ്നം സാക്ഷാത്കരിക്കാൻ ഡിജിറ്റൽ ഇന്ത്യയുമായി നരേന്ദ്ര മോദി വരുന്നത്. അതായത്, വികസനം എന്നാൽ കഴിഞ്ഞ ആറു പതിറ്റാണ്ടിലേറെയായി വെറും പ്രസംഗങ്ങൾ മാത്രമായിരുന്നുവെന്നർത്ഥം. മൂന്നു പതിറ്റാണ്ടിനു മുമ്പത്തെ കമ്പ്യൂട്ടർ വിപ്ലവം ഇനിയെത്ര കാലമാകുമ്പോഴാണ്, മുമ്പത്തെ വേഗത്തിലാണെങ്കിൽ, മൊബൈൽ വിപ്ലവമായി വിളവെടുക്കാൻ പോകുന്നതെന്ന് ആശങ്കപ്പെടണം. അതെ, അടിസ്ഥാന സൗകര്യങ്ങളുടെ വികസനത്തിൽ മുൻ ഭരണാധികാരികൾ കൊടും പാതകമാണ് രാജ്യത്തോടു ചെയ്തിരിക്കുന്നത്. വൈദ്യുതി, ടെലിഫോൺ ബന്ധം, മൊബൈൽ ഫോൺ വാങ്ങാനുള്ള സാമ്പത്തിക ശേഷി, അവ കൈകാര്യം ചെയ്യാനുള്ള വിദ്യാഭ്യാസം... ഇവയെല്ലാം ആർജ്ജിക്കാൻ രാജ്യം ഇനിയും ഏറെക്കുതിക്കേണ്ടതുണ്ട്. പക്ഷേ, അതെല്ലാം വരുംവരെ

ഇനി കാത്തിരിക്കുകയും സാധ്യമല്ല, ഇപ്പോൾത്തന്നെ അവസരങ്ങൾ അധികം നഷ്ടമായി. അതിനാൽ അധികസമയം പണിയെടുത്തുവേണം ഇനി കാര്യങ്ങൾ ലക്ഷ്യം കാണാൻ. പക്ഷേ... പക്ഷേ, ഈ കുറ്റബോധ മൊന്നുമില്ലാതെയാണ് ഒരു സർക്കാരിന്റെ മികച്ച പ്രവർത്തനങ്ങളെ ജനശ്രദ്ധയിൽ പെടുത്താതിരിക്കാൻ വിവാദങ്ങളുണ്ടാക്കുന്നതു മാത്രം ജോലിയാക്കിയവർ പ്രതികരിക്കുന്നത്. സ്വന്തം നേതാവ്, (വേണമെങ്കിൽ ഭർത്താവ് എന്നു കോൺഗ്രസ് അദ്ധ്യക്ഷയ്ക്കും സ്വന്തം അച്ഛൻ എന്ന് പാർട്ടി ഉപാധ്യക്ഷനും അഭിമാനിക്കാൻ കഴിയുന്ന നേതാവ്) കണ്ട സ്വപ്നം, അവസരം കിട്ടിയിട്ടും യാഥാർത്ഥ്യമാക്കാൻ പറ്റാതെ പോയ കമ്പ്യൂട്ടർവൽകൃത ആധുനിക ഭാരതം എന്ന സങ്കൽപ്പം, നടപ്പാക്കാൻ ഒരാൾ ശ്രമിക്കുമ്പോൾ അതിനു കൂട്ടുചേരാവുന്നതേയുള്ളു. തനിക്കാവാ ത്തത് മറ്റൊരാൾ ചെയ്യുമ്പോൾ സഹായിക്കുന്നതാണല്ലോ ധർമ്മവും ബുദ്ധിയും. പക്ഷേ, അവർക്കതിനു തോന്നില്ല, അതിന് അവരെ മാത്രം പഴിച്ചിട്ടും കാര്യമില്ല. എന്നാൽ, ലക്ഷ്യംവെച്ച കാര്യങ്ങൾക്ക് വിഘ്നം വരുത്താൻ വരുന്ന വരെ വകവെക്കാതെ ദൗത്യം നിർവഹിക്കുന്ന ശീലക്കാരൻ പ്രധാന മന്ത്രിയ്ക്ക് കൂട്ടായി ഭാരതത്തിന്റെ യുവശക്തിയു ണ്ടെന്നതാണ് പ്രധാന നേട്ടം.

ലോകത്തെ ഏതു കമ്പ്യൂട്ടർ പ്രോഗ്രാമിന്റെയും സ്രഷ്ടാക്കളെക്കുറി ച്ചുള്ള വിവരം പരിശോധിച്ചുകൊള്ളൂ, അത് ഭാരതീയന്റേതാകും, അല്ലെങ്കിൽ ആ കണ്ടെത്തൽസംഘത്തിൽ ഒരു ഭാരതീയനുണ്ടാകും. അമേരിക്കയിലെ സിലിക്കൺ വാലിയെന്ന കമ്പ്യൂട്ടർ സാമ്രാജ്യം നിലനിൽക്കുന്നത് ഭാരതീയരെക്കൊണ്ടാണ്. അവരുടെ തലച്ചോറിന് പ്രവർത്തിക്കാൻ ഭാരത ത്തിൽ ഒരു താവളം കിട്ടിയാൽ സാങ്കേതിക വികസനത്തിന്റെ കേന്ദ്രം ഭാരതമാകും. ഡിജിറ്റൽ ഇന്ത്യ വെറും ഫോട്ടോസ്റ്റാറ്റിനു ബദലല്ല; തുടക്കത്തിൽ അതേക്കുറിച്ചു പറഞ്ഞെങ്കിലും. അത് ലോകസാങ്കേതിക ശാസ്ത്രത്തിനുള്ള ഭാരത സന്ദേശമാണ്. അതൊരു വിപ്ലവാഹ്വാനം തന്നെയാണ്. അതിനു കാതോർക്കുക, അതിൽ പങ്കാളികളാവുകയാണ് നാം ഓരോരുത്തരുടെയും ദൗത്യം.

** ** **

പിൻകുറിപ്പ്: പിന്നെയും റെയിൽവേ. ഇത്തവണ ടിക്കറ്റ് കൗണ്ടറിൽ. ബുള്ളറ്റിനേക്കാൾ വേഗം സഞ്ചരിക്കുന്ന ട്രെയിൻ വരുന്നു. പക്ഷേ, ടിക്കറ്റ് കൗണ്ടറിലെ പഴയ ജനറേഷൻ ഇരു കൈകളിലെയും നടുവിരൽ കൊണ്ടുള്ള കളികളിലാണിന്നും. പുതുതലമുറ അവരുടെ പത്തിരട്ടി

വേഗത്തിൽ തൊട്ടപ്പുറത്തുണ്ടെന്നതു സമാധാനം. എന്നാൽ, കമ്പ്യൂട്ടർ സംവിധാനത്തിനു 'ജാംബവാൻകാല'ത്തെ പഴക്കം. പാഴായിപ്പോക്കിയത് ദശകങ്ങളാണല്ലോ...

(2017 ജൂലൈ)

ഒരു ഗോർബച്ചേവ് രൂപപ്പെടുകയാണ്

സ്വാഭാവിക വഴികളിലെ വിപ്ലവകരമായ തീരുമാനങ്ങളും മാറ്റങ്ങളും അതിന്റെ വിജയംകൊണ്ട് ചരിത്രപരമാകും. പാകമാകാത്ത കനികൾ വിളവെടുത്താലെന്നതു പോലെ പാഴായിപ്പോകുന്നതാവും കൃത്രിമമായി നടത്തുന്ന വിജയപരിശ്രമങ്ങൾ. ആത്യന്തികമായി അത് പരാജയവുമാകും. പക്ഷേ, ഒന്നുണ്ട്, അതിനും ചരിത്രത്തിൽ ഇടം നേടാനാവും. അതുകൊണ്ടുതന്നെ ആ പരിശ്രമത്തിന്റെ പ്രയോക്താക്കൾ ആ പരാജയം വിജയമെന്നു സ്ഥാപിക്കാൻ ശ്രമിച്ചുകൊണ്ടേയിരിയ്ക്കും; അതിലും പരാജയപ്പെടുമെന്ന് ഉറപ്പായാലും.

യൂണിയൻ സോവ്യറ്റ് സോഷ്യലിസ്റ്റ് റിപ്പബ്ലിക് എന്ന ഒരു വൻ രാഷ്ട്ര സമൂഹത്തെ ചരിത്രത്തിന്റെ ഭാഗമാക്കിമാറ്റിയതിലൂടെ ചരിത്ര പുരുഷനായിത്തീർന്ന ഗോർബച്ചേവ് എന്ന മിഖായേൽ സർഗയേവിച്ച് ഗോർബച്ചേവിനെ ഇന്നും ന്യായീകരിയ്ക്കുന്നവരും എതിർക്കുന്നവരും റഷ്യയിലുണ്ട്. അടുത്തിടെ റഷ്യയിൽ ഗോർബച്ചേവിന്റെ 85-ാം പിറന്നാൾ ആഘോഷിക്കാൻ ഒരു വിഭാഗം നടത്തിയ കൂട്ടുചേരലിൽ ഗോർബച്ചേവ് ഏറെ പ്രകീർത്തിക്കപ്പെട്ടു. ഇപ്പോഴത്തെ റഷ്യൻ പ്രസിഡന്റ് വ്ളാദിമർ പുടിൻ അയച്ച ടെലിഗ്രാം സന്ദേശത്തിൽ ഇങ്ങനെയുണ്ടായിരുന്നു: "... ഏവർക്കും അറിയാം താങ്കൾ വളരെ അസാധാരണനും ചൈതന്യവാനുമായ മനുഷ്യനാണ്...." ഗോർബച്ചേവ് യുഎസ്എസ്ആറിന്റെ അന്തകനായിരുന്നുവെന്ന് ചിന്തിക്കുകയും വിശ്വസിക്കുകയും പ്രചരിപ്പിക്കുകയും ചെയ്യുന്നവർ ഇന്നുമുണ്ട്. വാസ്തവത്തിൽ ഗോർബച്ചേവിന്റെ സോവ്യറ്റ് പരിഷ്കാരങ്ങൾ ഏറെ വിശദമായി ഇനിയും ചർച്ച ചെയ്യേണ്ടതു തന്നെയാണ്.

ഇവിടെ ഗോർബച്ചേവിനെക്കുറിച്ച് പറയാൻ കാരണം, കേരളത്തിൽ ഒരു ഗോർബച്ചേവ് ഉണ്ടായിക്കൂടായ്ക ഇല്ലാത്തതുകൊണ്ടാണ്. മാറ്റങ്ങളുണ്ടാക്കാൻ മാറ്റങ്ങൾ പരീക്ഷിക്കുന്ന ഒരു ഭരണാധികാരിക്ക് ഗോർബച്ചേവിന്റെ ശൈലിയും ചെയ്തിയും ഉണ്ടാകുന്നുവെന്നത് വിദൂര ദൃഷ്ടിയിലെ ഒരു കാഴ്ചയും വിശാലമായ ഒരു നിരീക്ഷണവുമാണ്. അതെ, പിണറായി വിജയൻ എന്ന ഭരണാധികാരിയുടെ പ്രവർത്തനങ്ങൾക്ക്

ഗോർബച്ചേവിന്റെ സോവ്യറ്റ് പദ്ധതികളോടു സാമ്യമുണ്ട്, അതേസമയം അവിടെയും നിലയുറപ്പിക്കാത്ത ചാഞ്ചല്യവുമുണ്ട് എന്ന് സൂക്ഷ്മ നിരീക്ഷണത്തിൽ കാണാനുമാവും.

മുമ്പ് ഈ പംക്തിയിൽ പിണറായി മോദിയാകാൻ ശ്രമിക്കുന്നു, മോദിയെ അനുകരിക്കുന്നുവെന്ന് പരാമർശിച്ചിരുന്നു. അത് കൂടുതൽ കൂടുതൽ ശരിവെക്കുന്ന പ്രവർത്തനങ്ങൾ പിന്നീടുപിന്നീട് ഏറെ ഉണ്ടാവുകയും ചെയ്തു. പക്ഷേ, പിണറായിക്ക് മോദിയാകാൻ കഴിയില്ലെന്നായിരുന്നു നീരീക്ഷണം സ്ഥാപിച്ചത്. അതുതന്നെ ആവർത്തിച്ചുകൊണ്ട് പറയട്ടെ, പിണറായിക്ക് ഗോർബച്ചേവും ആകാൻ കഴിയില്ലെന്നതാണ് വാസ്തവം. പക്ഷേ, ഗോർബച്ചേവിനെ വിലയിരുത്തുന്ന വിമർശകർ ചൂണ്ടിക്കാട്ടുന്ന, സോവ്യറ്റ് യൂണിയന് അദ്ദേഹം ഉണ്ടാക്കിവെച്ച വിപത്തുകളുണ്ടല്ലോ, അത് കേരളത്തിനും കമ്മ്യൂണിസ്റ്റ് മാർക്സിസ്റ്റ് പാർട്ടിക്കും ഉണ്ടാക്കിക്കൊടുക്കാൻ പിണറായിക്കു കഴിയും. അതാണ് ഈ എഴുത്തിന്റെ തുടക്കത്തിൽ പറഞ്ഞത് സ്വാഭാവിക പരിണാമവും കൃത്രിമ പരിഷ്കരണവും തമ്മിലുള്ള അന്തരം.

ഒരു തൊഴിലും മോശമല്ലെന്നും കർമ്മം ആരാധനയാണെന്നും പ്രഖ്യാപിച്ചു കൊണ്ടുതന്നെ നാട്ടിൻപുറത്ത് കൂട്ടുകാർക്കിടയിൽ പ്രചാരമുള്ള ഒരു നർമ്മം പറയട്ടെ: പൈലറ്റാകാൻ മോഹിച്ച് അതിനിറങ്ങിത്തിരിച്ച് വിവിധ സാഹസങ്ങൾക്കൊടുവിൽ ഓട്ടോ ഡ്രൈവറായി മാറിയവൻ എന്ന് ചിലരെ പരാമർശിക്കാറുണ്ട്. വ്യക്തിയുടെ വിശേഷം, സാഹചര്യങ്ങൾ, സൗകര്യങ്ങൾ, ലഭിക്കുന്ന സാമൂഹ്യ സഹകരണങ്ങൾ തുടങ്ങിയവ അതിനു കാരണമാകാം. അതു നിൽക്കട്ടെ, പക്ഷേ, ഓട്ടോ ഓടിക്കുന്നത് വിമാനം പറത്തുന്നുവെന്ന വികാരത്തിലും ബോധത്തിലുമാകുമ്പോഴാണ് അത് പരിഹാസ്യമാകുന്നത്. വാസ്തവത്തിൽ കേരളത്തിലെ കാഴ്ചകൾക്ക് അങ്ങനെയൊരു പരിവേഷമുണ്ടായിട്ടുണ്ട്. കേന്ദ്രത്തിലെ മോദി സർക്കാർ തുടർച്ചയാണ്; മുമ്പ് വാജ്പേയി സർക്കാർ തുടങ്ങിവെച്ചതിന്റെ തുടർച്ച. അതിന്റെ സർവ്വവ്യാപിയും സർവ്വസജ്ജവും സർവ്വശക്തവുമായ പ്രകടീകരണമാണ് ഇപ്പോഴത്തേത്. അല്ലാതെ പെട്ടെന്നൊരുദിനം 'ഇപ്പോൾ ശരിയാക്കിത്തരാ'മെന്ന ഗർവ്വിൽ ഇറങ്ങിത്തിരിച്ചതല്ല. അതുകൊണ്ടാണ് ഓരോ ചുവട്ടടിയിലും അതിനു വിജയം ഉണ്ടാകുന്നത്.

അന്നത്തെ സോവ്യറ്റ് യൂണിയനിലേക്കു പോകാം. ഗോർബച്ചേവ് തുടർച്ചയായി ആറുവർഷം റഷ്യൻ കമ്മ്യൂണിസ്റ്റ് പാർട്ടിയുടെ തലതൊട്ടപ്പനായിരുന്ന ശേഷമാണ് സോവ്യറ്റ് യൂണിയൻ പ്രസിഡന്റായത്. പാർട്ടിയെയും സോവ്യറ്റ് യൂണിയനേയും പലതാക്കി സ്ഥാനങ്ങൾ ഒഴിഞ്ഞപ്പോൾ, 'ഗോർബച്ചേവ് ലോക രാജ്യങ്ങൾക്കിടയിൽ നിലനിന്ന ശീതയുദ്ധം അവസാനിപ്പിച്ചു'വെന്നായിരുന്നു പ്രശംസിക്കപ്പെട്ടത്.

സാമ്പത്തിക രംഗത്തെ പരിഷ്കാരങ്ങൾ, ഭരണരംഗത്തെ സുതാര്യത, വിപ്ലവകരമായ പ്രഖ്യാപനങ്ങൾ, നടപടികൾ എല്ലാമെല്ലാമായിരുന്നു ഗോർബച്ചേവിനെ ശ്രദ്ധേയനാക്കിയത്. ഭരണത്തിൽ പാർട്ടിക്കുണ്ടായിരുന്ന മേൽക്കൈ ഗോർബി ഇല്ലാതാക്കി. വിവിധ മേഖലയിലെ പരിഷ്കാരങ്ങൾ പരസ്യമായി പ്രഖ്യാപിച്ച ലെനിൻഗ്രാഡിലെ പ്രസംഗം ഗോർബച്ചേവ് നടപ്പിലാക്കി. മദ്യത്തിന്റെ വ്യാപനത്തെ തടയുന്ന വമ്പിച്ച പരിഷ്കാരമായിരുന്നു ഏറ്റവും പ്രമുഖം. സാമ്പത്തിക പ്രതിസന്ധികൾ തരണം ചെയ്യാൻ നടത്തിയ പരിഷ്കാരങ്ങൾ ഏറെ ശ്രദ്ധേയമായി. ആദ്യമായി രാജ്യത്തിന്റെ സാമ്പത്തിക സ്ഥിതി അത്ര സുരക്ഷിതമല്ലെന്ന് രാജ്യവും ലോകവും അറിഞ്ഞതങ്ങനെയാണ്. പാർട്ടിയിൽനിന്ന് ഭരണത്തെ വേർപെടുത്തി പ്രാദേശിക ദേശീയതയെന്നൊക്കെ വിശാലമായി പറയാവുന്ന, എന്നാൽ പൊതു നയമില്ലാത്ത പ്രാദേശിക ഭരണ-നയ തീരുമാനങ്ങൾക്ക് വഴിയൊരുക്കി. അങ്ങനെയങ്ങനെ ഒടുവിൽ ഗോർബച്ചേവ് ബഹിഷ്കൃതനായപ്പോൾ സോവ്യറ്റ് യൂണിയൻ ഇല്ലാതായി, റഷ്യൻ കമ്മ്യൂണിസ്റ്റ് പാർട്ടി മറ്റൊന്നായി. ഒരിക്കൽ ലോകശക്തികളിൽ ഒരു പ്രമുഖ ചേരിയായിരുന്ന സോവ്യറ്റ് യൂണിയൻ ഇപ്പോൾ റഷ്യയായി, വ്ളാദിമർ പുടിൻ അത്ര സ്വാധീനമൊന്നും ഇല്ലാത്ത ഒരു ഭരണത്തലവനായി. ഗോർബച്ചേവിന്റെ പരിഷ്കാരങ്ങൾക്ക് പിന്തുണയും സ്വാഭാവിക പരിണാമവും സംഭവിച്ചിരുന്നെങ്കിൽ റഷ്യ ഇന്ന് മറ്റൊരു ശക്തിയാകുമായിരുന്നുവെന്നൊക്കെ വാദങ്ങളുണ്ട്. അതേസമയം, ഗോർബച്ചേവിനെ യുഎസ്എസ്ആറിന്റെ പതനത്തിനു കാരണക്കാരനായ അമേരിക്കൻ ചാരൻ എന്ന് ഇന്നും വിളിക്കുന്ന എംപിമാർ റഷ്യൻ പാർലമെന്റിലുണ്ട്.

ഗോർബച്ചേവിന്റെ പരിഷ്കാരമാർഗ്ഗമാണോ കേരളത്തിലെ പിണറായി വിജയൻ ലക്ഷ്യം കാണുന്നതെന്നു സംശയിക്കണം. മോദിയുടെ ശൈലി പിന്തുടരുന്നുവെന്ന വിമർശനങ്ങൾ മറികടക്കാൻ അങ്ങനെയൊരു പ്രചാരണവും നിലവിലുണ്ട്. പക്ഷേ, അവിടെയും സന്ദേഹിയുടെ സംശയം കൊണ്ടുള്ള വീഴ്ചകൾ സംഭവിച്ചുകൊണ്ടിരിക്കുകയാണ്. ഒരേസമയം സുതാര്യനാകാൻ ശ്രമിക്കുകയും കടുത്ത സെൻസറിങ് നടപ്പാക്കുകയും ചെയ്യുന്നു. പാർട്ടിയെ ഭരണത്തിൽനിന്ന് അകറ്റി നിർത്തുന്നുവെന്ന് പരസ്യമായി പറയുന്നു, രഹസ്യമായി പാർട്ടിക്ക് കീഴടങ്ങുന്നു. പക്ഷേ, സിപിഐ (എം) എന്ന ഇന്ത്യൻ പാർട്ടിയെ കേരള പാർട്ടി ഘടകത്തിനു കീഴിലാക്കിക്കൊണ്ടുവരാനുള്ള പ്രയത്നങ്ങൾ നടക്കുന്നുണ്ട്. പാർട്ടി ജനറൽ സെക്രട്ടറിക്കും പോളിറ്റ് ബ്യൂറോവിനും കേരള ഭരണത്തി ലുള്ള സ്വാധീനമോ നിയന്ത്രണമോ പരിമിതപ്പെടുന്നുണ്ട്. അവർക്ക് എതിർക്കാൻ ശബ്ദമില്ലാതാവുകയാണ്.

സംസ്ഥാനത്തിന്റെ സാമ്പത്തിക സ്ഥിതി ഇതാണെന്ന ധവളപത്രത്തിലൂടെയുള്ള പരസ്യ പ്രസ്താവന പുതിയ സാമ്പത്തിക പരിഷ്കരണങ്ങളുടെ കേളികൊട്ടാണ്. ലോകബാങ്കും എഡിബിയുമൊക്കെയല്ലാതെ വഴിയില്ലെന്ന സൂചനകളാണ്. കേന്ദ്രത്തിലെ ബിജെപി സർക്കാർ സഹകരിക്കില്ലെന്ന കുപ്രചാരണങ്ങൾ തുടങ്ങാൻ പോകുകയാണ്. എല്ലാം മാനേജ് ചെയ്യുന്ന സി ഇ ഒ എന്ന നിലയിലേക്ക് മുഖ്യമന്ത്രി പിണറായി വിജയൻ മാറുമ്പോൾ സർവ്വംനിയന്ത്രിതാവിന് പാർട്ടിയും ഭരണവും സ്വന്തക്കാര്യമാകാൻ പോവുകയാണ്. അതെ, കേരളത്തിലും ഒരു ഗോർബച്ചേവിസം നടപ്പാക്കാനുള്ള ശ്രമമാണ് അണിയറയിൽ. കൊല്ലുന്ന രാജാവിന് തിന്നുന്ന മന്ത്രിയായി ധനകാര്യം നോക്കാൻ 'പരിഷ്കരണവാദിയായ സാമ്പത്തിക ശാസ്ത്രജ്ഞൻ' ഡോ. തോമസ് ഐസക്കിന്റെ പിന്തുണയുമുണ്ട്.

കോൺഗ്രസുമായി ബംഗാളിൽ സഖ്യം ചേർന്നതിനെതിരേ നടപടി വേണമെന്ന് ആവശ്യപ്പെട്ട് പാർട്ടി ജനറൽ സെക്രട്ടറി സീതാറാം യെച്ചൂരിയ്ക്കെതിരേ പ്രകാശ് കാരാട്ട് കുന്തം നീട്ടിയപ്പോൾ യെച്ചൂരി ഉയർത്തിയ ചോദ്യമുണ്ട്, കേന്ദ്രത്തിൽ കോൺഗ്രസ് സർക്കാരിനെ പിന്തുണച്ച് സർവ്വ കൊള്ളരുതായ്മകൾക്കും കൂട്ടുനിന്നപ്പോൾ ആരായിരുന്നു പാർട്ടി ജനറൽ സെക്രട്ടറി സഖാവേ എന്ന്. പിന്നെ മിണ്ടിയിട്ടില്ല പോളിറ്റ്ബ്യൂറോ- കേന്ദ്രക്കമ്മിറ്റിയംഗങ്ങൾ. ഹരിയാനയിൽനിന്നുള്ള ജഗ്മതി സങ്വാനെപ്പോലുള്ളവർക്ക് ഇതെല്ലാം ഞെട്ടലുണ്ടാക്കി. കാരാട്ടിന്റെ വാക്കുവിശ്വസിച്ച് യെച്ചൂരിയെ പരസ്യമായി എതിർത്ത അവർക്ക് പിന്നെ നിലനിൽപ്പില്ലെന്നു ബോധ്യപ്പെട്ടപ്പോൾ രാജിവെച്ചു. പണ്ട് ഇ.കെ. നായനാർക്കൊപ്പം നിന്ന് ഇഎംഎസ്സിനെ എതിർത്ത എം.വി. രാഘവനുണ്ടായ അനുഭവം. പുറത്താക്കപ്പെട്ട രാഘവന്റെ ശാപം പിന്തുടരുന്നതുപോലെ, ജഗ്മതിയുടെ കണ്ണീർ പാർട്ടിക്ക് നാശഹേതുകമാകുമെന്നത് സംശയമില്ല. കേന്ദ്രനേതൃത്വം കേരള കാര്യത്തിൽ നോക്കുകുത്തിയായി മാറുന്ന കാലം വരികയാണ്. അതിന്റെ തുടക്കമാണല്ലോ, ജിഎസ്ടി ബില്ലിൽ മോദി സർക്കാരിനെ പിന്തുടർന്ന് പിണറായി-തോമസ് ഐസക് നയത്തിനു വഴങ്ങാൻ സിപിഎം കേന്ദ്ര നേതാക്കളും തയ്യാറായത്. അതെ, പാർട്ടിയിലും ഭരണത്തിലും പുതിയ ചില സമ്പ്രദായങ്ങൾ രൂപപ്പെടുകയാണ്.

** ** **

പിൻകുറിപ്പ്: പാർട്ടിയുടെയും തന്റെയും എല്ലാ വിജയത്തിനും അഹോരാത്രം പ്രവർത്തിച്ച ലിയോൺ ട്രോട്സ്കിയെ സോവ്യറ്റ് യൂണിയനിൽ പിൻഗാമിയാക്കണമെന്നാണ് ലെനിൻ എന്ന വ്ളാദിമർ ഇല്യച്ച് ഉല്യാനോവ് ആഗ്രഹിച്ചത്. പക്ഷേ, സ്റ്റാലിൻ ഭരണം കൈയേറി.

അതോടെ തുടങ്ങിയത് ഗോർബച്ചേവിലെത്തിയപ്പോൾ സർവ്വതും പൂർണ്ണമായി. അതാണ് ചരിത്രം. ചരിത്രം ആവർത്തിക്കുമെന്നതും ചരിത്രമാണ്, അതിന് അതിർത്തി നിയന്ത്രണമൊന്നും ബാധകമല്ലതന്നെ.

(2016 ജൂലൈ)

ഹിന്ദു, ദേശാഭിമാനി, മാതൃഭൂമി

ഹിന്ദുവായിരിക്കുക, ദേശാഭിമാനിയായിരിക്കുക, മാതൃഭൂമിയിൽ വിശ്വസിക്കുക. രാജ്യസ്നേഹികൾ പലരും ആഗ്രഹിക്കുന്ന കാര്യമാണ്. ഒരേ സമയം ഇതു മൂന്നും സാർത്ഥകമാക്കുക ചെറിയ കാര്യമല്ല. എന്നാൽ, ഇതാണെന്നു പറയുകയും അതിനു കടകവിരുദ്ധമായി പ്രവർത്തിക്കുകയും ചെയ്യുക തീരെ വിഷമകരമല്ല. അല്ലെങ്കിൽത്തന്നെയും ചില ബ്രാന്റുകൾ അങ്ങനെയാണല്ലോ, എന്തില്ലയോ അതുണ്ടെന്നു പറയും, എന്തല്ലയോ അതാണെന്നു പറയും. മറ്റൊരു തരത്തിൽ പറഞ്ഞാൽ അവർ എന്താണെന്നു പറയുന്നുവോ അതല്ലാതിരിക്കുകയെന്നതാണ് അവരിൽ ചിലരിൽ കണ്ടുവരുന്ന പ്രത്യേകത. അതായത്, പേര് ബോധാനന്ദൻ എന്നാണ്. പക്ഷേ, വിവരക്കേടായിരിക്കും അടിസ്ഥാനം. സത്യവാൻ എന്ന പേരിലാവും അറിയപ്പെടുക, പക്ഷേ, നാട്ടിലെ കുപ്രസിദ്ധ കള്ളനായിരിക്കും. അതവരുടെ വിധി, അവരെ അനുഭവിക്കേണ്ടിവരുന്നത് ജനങ്ങളുടെ വിധി.

ഹിന്ദുവായിരിക്കുക, ഹിന്ദുവാണെന്നഭിമാനിക്കുക, അഭിമാനത്തോടെ ഹിന്ദുവെന്ന് പറയുക- ഇങ്ങനെ നിർദ്ദേശിക്കുകയും പ്രയോഗിക്കുകയും ചെയ്യുന്ന വലിയൊരു വിഭാഗം ജനതയുണ്ട്. അവർ ഹിന്ദുവെന്നാൽ ചിലർ പ്രചരിപ്പിക്കും പോലെ അനുഷ്ഠിക്കുന്ന ആചാര പദ്ധതിയിൽ മാത്രമൊതുങ്ങുന്ന മതമല്ല, അതിനപ്പുറം അതൊരു സംസ്കാരമാണ്, അതിനിടയാക്കുന്ന ജീവിതരീതിയാണെന്നു കരുതുന്നവരും അങ്ങനെ പ്രഖ്യാപിക്കുന്നവരും അതിൻപ്രകാരം ജീവിക്കുന്നവരുമാണ്. ലോകത്ത് നിർവചനങ്ങളിൽ കൃത്യമായൊതുങ്ങി ഒരു തത്ത്വവും നൂറുശതമാനവും പ്രായോഗികമായിട്ടില്ലാത്തതിനാൽ ഹിന്ദുത്വം എന്നതിന്റെ നിർവചനത്തിൽ കിറുകൃത്യമായി ജീവിക്കുകയും മുന്നേറുകയും ചെയ്യുന്നവരുടെ എണ്ണം അത്ര കൂടുതലുണ്ടാവില്ല. പക്ഷേ, സത്യം പോലെ, ധർമ്മം പോലെ, അഹിംസ പോലെ ഹിന്ദുത്വവും ഒരു അവസ്ഥയാണ്. നമ്മുടെ രാഷ്ട്രത്തിന്റെ ആത്മാവ് ഈ സാംസ്കാരികതയാണെന്നു പണ്ടേക്കുപണ്ടേ വിശ്വസിച്ചു പോരുന്നതും അതുപ്രകാരം ചിലരെങ്കിലും അനുശീലിച്ചു പോരുന്നതും അതുകൊണ്ടാണ്.

പക്ഷേ, ഹിന്ദു എന്നത് ഒരു മത വിഭാഗമാണെന്നും അത് വൈദേശികമായ സെമിറ്റിക് മതങ്ങളെ പോലെ ഒരു ആചാര-ആരാധനാ സമ്പ്രദായമാണെന്നും ധരിച്ചിരിക്കുന്നവർക്ക് ഹിന്ദുവെന്നു കേട്ടാൽ കടുത്ത

എതിർപ്പാണ്, വിയോജിപ്പാണ്. അത് എതിർക്കപ്പെടേണ്ടവരുടെ കൂട്ടമാണ്, അവർ കല്ലെറിയപ്പെടേണ്ടവരോ വിമർശിക്കപ്പെടേണ്ടവരോ, ഉന്മൂലനം ചെയ്യപ്പെടേണ്ടവരോ ആണെന്ന വികാരമാണ് അക്കൂട്ടർക്ക്. അതിനു കിട്ടുന്ന ഏത് അവസരവും സർവമതവിശ്വാസങ്ങൾക്കും തുല്യ പ്രാധാന്യം നൽകണമെന്നു വ്യവസ്ഥ ചെയ്യുന്ന മതേതരത്വം ഭരണഘടനയുടെ ആമുഖത്തിലെ ആപ്തവാക്യമാണെങ്കിൽക്കൂടിയും അവർ ദുർവിനിയോഗിക്കും. ഏത് അധർമ്മമാർഗ്ഗവും അതിനു സ്വീകരിക്കും. ആത്യന്തികമായി ആ ലക്ഷ്യത്തിൽ പരാജയമാണുണ്ടാവുകയെന്നറിയാം. പക്ഷേ, അവസാനം വരെ പൊരുതിയെന്ന് ആരെയോ ബോധ്യപ്പെടുത്താനെന്ന വിധത്തിൽ അവർ പോരാടിക്കൊണ്ടേയിരിക്കും.

ഹിന്ദുവെന്നത് മതപരമാണെങ്കിൽ ഹിന്ദുസ്ഥാൻ എന്താകണമെന്ന ചോദ്യം നിൽക്കട്ടെ. പക്ഷേ, ഹിന്ദുവെന്ന് പൊതുവേ പരാമർശിക്കുന്ന ദ 'ഹിന്ദു'വെന്ന പത്രത്തിന്റെ കാര്യമോ. 'ദ ഹിന്ദു'വെന്ന ചെന്നൈ ആസ്ഥാനമായ ഇംഗ്ലീഷ് പത്രത്തിന്റെ പേര് അങ്ങനെയാണെങ്കിലും അതിന്റെ സ്വഭാവം കടുത്ത ഹിന്ദു വിരോധമാണ്. ഹിന്ദുവിന്റെ ഹിന്ദുത്വ വിരോധം കുപ്രസിദ്ധമാണ്. അവരുടെ, മാനേജ്മെന്റിന്റെ, ദൗത്യം എന്താണെന്നകാര്യത്തിൽ ഇനിയും വ്യക്തമാകാൻ ഏറെയുണ്ട്. അവസരം കിട്ടുമ്പോളെല്ലാം ഹിന്ദുത്വത്തെ-ദേശീയതയെ- ഭാരതീയതയെ- ഭാരത സംസ്കാരത്തെ എതിർക്കുകയോ അവഹേളിക്കുകയോ അവമതിക്കുകയോ ദുർവ്യാഖ്യാനം ചെയ്യുകയോ ആ പത്രത്തിന്റെ പ്രത്യക്ഷ ദൗത്യമാണ്. അതിന്റെ ചരിത്രം പറയാനാണെങ്കിൽ ഏറെ. പക്ഷേ, മാധ്യമ ധർമ്മങ്ങളുടെ മാറ്റുരയ്ക്കുമ്പോൾ ഹിന്ദു പ്രകടിപ്പിക്കുന്ന ഹിന്ദുത്വ വിരോധം എങ്ങനെ മാധ്യമ ധർമ്മം പോലും ഉല്ലംഘിക്കുന്നുവെന്നതിന് ഒരുദാഹരണം ഇതാ.

കെ.എൻ. ഗോവിന്ദാചാര്യ ആർഎസ്എസ് പ്രചാരകനായിരുന്നു. കേരളത്തിലുൾപ്പെടെ രാജ്യത്തിന്റെ വിവിധ പ്രദേശങ്ങളിൽ വിവിധ മേഖലകളിൽ പ്രവർത്തിച്ചു പരിചയമുണ്ട്- വിദ്യാർത്ഥി രാഷ്ട്രീയം മുതൽ വിജ്ഞാനരാഷ്ട്രീയം വരെ. ബിജെപി രാഷ്ട്രീയത്തിന്റെ ഒരു കാലത്തെ ആശയ പ്രചാരണ പരിപാടികളിൽ പുതിയ നയപരിപാടികളുടെ പ്രയോക്താവായിരുന്നു. പുതിയ സാമൂഹ്യ സംരചനയെന്ന നയ പദ്ധതിയിലൂടെ ബിജെപിയെ ഉത്തരേന്ത്യൻ രാഷ്ട്രീയ പാർട്ടിയെന്നും, ബ്രാഹ്മണ മേധാവിത്തപ്പാർട്ടിയെന്നും മറ്റുമുള്ള എതിരാളികളുടെ അടിസ്ഥാനരഹിത ആരോപണങ്ങൾക്കു മറുപടിയും മറുവിധിയും നൽകിയ ആൾ. പക്ഷേ, ഇടക്കാലത്ത് അദ്ദേഹം സജീവ-നിത്യജീവിത രാഷ്ട്രീയത്തിൽനിന്നു മാറി, ആഗോളവൽകരണത്തിന്റെ ഭാരത സ്വാധീനത്തെക്കുറിച്ച് പഠിക്കുകയായിരുന്നു. അടുത്തിടെ, ഹിന്ദു പത്രലേഖ

കനോട് മോദി സർക്കാരിനെക്കുറിച്ച് ഗോവിന്ദാചാര്യ കാഴ്ചപ്പാടു പങ്കുവെച്ചു. സംശയമില്ല, വാർത്തതന്നെ. കാരണം ഗോവിന്ദാചാര്യ, പ്രമോദ് മഹാജൻ, നരേന്ദ്ര മോദി, വെങ്കയ്യ നായിഡു തുടങ്ങിയവർ ഒരേകാലത്ത് ബിജെപിയുടെ രണ്ടാംനിര നേതാക്കളായി പ്രവർത്തിച്ചവരാണ്. ഒരു കാലത്ത് ബിജെപിയുടെ വളർച്ചയെക്കുറിച്ചും ഭാരതത്തിന്റെ ഭാവിയെക്കുറിച്ചും സംഘടനാ പ്രവർത്തനങ്ങളെക്കുറിച്ചുമെല്ലാം പരസ്പരം ചർച്ച ചെയ്ത്, ആശയം പങ്കുവെച്ച്, ഒരേ മനസ്സോടെ പ്രവർത്തിച്ചവരാണ്. അതുകൊണ്ട് പല തലത്തിൽ ഗോവിന്ദാചാര്യയുടെ അഭിപ്രായങ്ങൾക്ക് പ്രാധാന്യമുണ്ട്.

പക്ഷേ, ഗോവിന്ദാചാര്യയുടെ അഭിപ്രായം പറയുമ്പോൾ അത് ആർഎസ്എസ് താത്ത്വികാചാര്യൻ ഗോവിന്ദാചാര്യയുടെ അഭിപ്രായം എന്ന് വാർത്തയിലും തലക്കെട്ടിലും ഹിന്ദു പത്രം ചേർക്കുമ്പോൾ അത് അടിസ്ഥാനപരമായി പിഴവാണ്. കാരണം, ഗോവിന്ദാചാര്യ ആർഎസ്എസ് താത്ത്വികാചാര്യനല്ലാത്തതുകൊണ്ടുതന്നെ. അദ്ദേഹം ആർഎസ്എസിന്റെ ഏതെങ്കിലും ഭാരവാഹിയുമല്ല. ആർഎസ്എസ്സിന്റെ- മാധ്യമ ഭാഷയിൽ പറഞ്ഞാൽ 'സംഘപരിവാറി'ന്റെ ഏതെങ്കിലും പോലും ഭാരവാഹിയല്ല. പിന്നെ എന്തുകൊണ്ട് ഈ വിശേഷണം. പത്രത്തിന് അറിയാതെ സംഭവിച്ച പിഴവല്ല. മണിക്കൂറുകൾ വിവിധ തരത്തിൽ, തലത്തിൽ ചർച്ചചെയ്ത് തലപ്പത്തുള്ളവർ കൊടുത്ത വിശേഷണമാണത്രെ, 'താത്ത്വികാചാര്യൻ' എന്നത്. ശരി, പത്രത്തിന്റെ കണ്ടെത്തൽ ആണെന്നു വ്യാഖ്യാനിക്കാമെന്നു വെക്കുക. എന്നാൽ, ആർഎസ്എസ് ഔദ്യോഗികമായി അക്കാര്യത്തിൽ നൽകിയ വിശദീകരണം 'ഹിന്ദു' കണ്ടില്ലെന്നു നടിച്ചു. ആർഎസ്എസ് സർകാര്യവാഹ്, ജനറൽ സെക്രട്ടറി, വാർത്താ ഏജൻസിയായ 'പിടിഐ'ക്ക് നൽകിയ അഭിമുഖത്തിൽ നിലപാടു വിശദീകരിച്ചു, ആർഎസ്എസിന് താത്ത്വികാചാര്യൻ എന്ന പദവിയില്ല, ആരെയും ആർഎസ്എസ് അഭിപ്രായം പറയാൻ ചുമതലപ്പെടുത്തിയിട്ടില്ല. പതിനായിരക്കണക്കിന് പ്രവർത്തകരുള്ളവർക്കാർക്കും സ്വന്തം അഭിപ്രായം പറയാൻ അവകാശമുണ്ട്, പക്ഷേ, അതു സംഘടനയുടെ നിലപാടല്ല, ഗോവിന്ദാചാര്യ പറഞ്ഞത് വ്യക്തിപരമായ നിലപാടായിരിക്കും, സംഘടനയുടേതല്ല, സർകാര്യവാഹ് ഭയ്യാജി ജോഷി പറഞ്ഞു. എന്നാൽ, 'ഹിന്ദു' ഈ വാർത്ത പ്രസിദ്ധീകരിച്ചില്ല. 'ആർഎസ്എസ് സ്വന്തം താത്ത്വികാചാര്യനെ തള്ളിപ്പറഞ്ഞു'വെന്ന് മറ്റൊരു 'നുണ വാർത്ത' കൂടി എഴുതാനുള്ള സാധ്യത ഉണ്ടായിരിക്കെയും അതു ചെയ്തില്ല. ആർഎസ്എസ് പ്രവർത്തകർക്ക് ഇഷ്ടാനുസരണം അഭിപ്രായം പറയാമെന്ന മറ്റൊരു 'കുവാർത്ത'യ്ക്ക് സാധ്യത ഉണ്ടായിട്ട് അതും ചെയ്തില്ല. അവിടെയാണ് 'ഹിന്ദു'വിന്റെ ഹിന്ദുത്വ വിരുദ്ധതയുടെ പരിസീമ തിരിച്ചറി

യേണ്ടത്. ഇനി, ഗോവിന്ദാചാര്യയെ താത്ത്വികാചാര്യനെന്നു വിശേഷിപ്പിച്ചതു തെറ്റായെന്നു തോന്നിയെങ്കിൽ അതു തിരുത്താനും തയ്യാറായിട്ടില്ല. 'ഹിന്ദു'വിനെ ഹിന്ദു തിരിച്ചറിയേണ്ടതിന്റെ ഒരുപാഠം മാത്രം. ഇങ്ങനെ എത്രയെത്ര!!

'ഹിന്ദു'വിനെ 'ഇംഗ്ലീഷ് ദേശാഭിമാനി'യെന്നു വിശേഷിപ്പിക്കുന്ന ഒരു മാധ്യമ വിശകലനക്കാരനുണ്ട്- അഡ്വ. എ. ജയശങ്കർ. 'ഹിന്ദു'വിന്റെ വിഫലമാകുന്ന ഇടതുപക്ഷ പ്രചാരണ പരിപാടികളുടെ അടിസ്ഥാനത്തിലാണ് ഈ കൃത്യമായ വിമർശനം. 'ദേശാഭിമാനി'യെന്ന സിപിഎം മുഖപത്രത്തെക്കുറിച്ച് അറിയാവുന്നവർക്ക് 'ഹിന്ദു'വിന്റെ തലം തിരിച്ചറിയാൻ ഏറെ സഹായകമാണ് ഈ പേരിടൽ. ദേശാഭിമാനി പാർട്ടിപ്പത്രമാണെന്നത് പരസ്യമാണ്. അതുകൊണ്ടുതന്നെ അതുവായിക്കുന്ന പാർട്ടി പ്രവർത്തകർപോലും ആ മുൻവിധിയോ വാർത്തയ്ക്ക് അതനുസരിച്ചുള്ള വിശ്വാസ്യതയുടെ മാർജ്ജിനോ നൽകും. അവർക്കുള്ള ഹിന്ദുത്വവിരോധവും ഹിന്ദുത്വ പ്രസ്ഥാനങ്ങളോടുള്ള വിരോധവും അവർ തെല്ലും മറച്ചുവെക്കാറില്ല. എന്നല്ല, ആ വിരോധം ആളിക്കത്തിക്കാൻ അവർ വാർത്ത വളച്ചൊടിക്കും, മാധ്യമധർമ്മത്തെ കശക്കി കശാപ്പുചെയ്യും. ഏറ്റവും പുതിയ ഉദാഹരണമാണ്, കണ്ണൂരിൽ മനോരോഗി ഒരു കുട്ടിയെ തെരുവിൽ കൊലപ്പെടുത്തിയ വാർത്ത മറ്റെല്ലാ പത്രങ്ങളിൽനിന്നും വ്യത്യസ്തമായി ആർഎസ്എസ്സുകാരൻ മുസ്ലിം വിദ്യാർത്ഥിയെ വാൾ കൊണ്ടുവെട്ടിക്കൊന്നുവെന്ന് വാർത്തയെഴുതിയത്. കതിരൂർ മനോജ് വധക്കേസിൽ കണ്ണൂർ കലാപ കാപാലികതകളുടെ തലതൊട്ടപ്പന്റെ കൈയിൽ വിലങ്ങു വീഴുമെന്നായപ്പോഴുണ്ടായ മനോവിഭ്രാന്തിയിലാവാം ഈ കാഴ്ചപ്പിശകെന്നു സമാധാനിക്കാം. അല്ലെങ്കിലും ഇന്നത്തെ ദേശാഭിമാനിയാണല്ലോ എന്നു സമാധാനിക്കാം; പണ്ടെത്തെ ധീര ദേശാഭിമാനിയും ആദർശ നിഷ്ഠാവാനും ഹിന്ദുത്വാഭിമാനിയുമായിരുന്ന ടി.കെ. മാധവന്റെ ദേശാഭിമാനി പത്രമല്ലല്ലോ എന്ന്.

എന്നാൽ, 'മാതൃഭൂമി'ക്കെന്തുപറ്റിയെന്നു മൂക്കിൽ വിരൽ വെച്ചു പോകാതിരിക്കില്ല വായനക്കാർ പലരും. എൻഎസ്എസ്സിനെ വിമർശിച്ചു പിണക്കേണ്ടെന്ന് ആർഎസ്എസ് നിർദ്ദേശിച്ചതായി പത്രത്തിൽ ഒരു വാർത്ത. അങ്ങനെയൊരു വാർത്ത പ്രസ്ഥാനം നൽകിയ പ്രസ്താവനയുടെ അടിസ്ഥാനത്തിലല്ല. പ്രസ്ഥാനത്തിന്റെ ഏതെങ്കിലും നേതാവോ, പ്രവർത്തകനോ പോലും പറഞ്ഞിട്ടുള്ളതല്ല, അങ്ങനെ വരുന്ന അഭിപ്രായം സംഘടനയുടേതല്ലെങ്കിൽകൂടിയും. ആർഎസ്എസ് പ്രസ്ഥാനത്തെയും ഹിന്ദുത്വ ആദർശത്തെയും സംസ്കാരത്തെയും ദേശീയതയേയും എതിർക്കുന്നതിൽ മാതൃഭൂമി കാണിച്ചുവരുന്ന നിഷ്ഠയും വ്യഗ്രതയും വാശിയും വീറും ആരെയും അമ്പരപ്പിക്കുന്നതാണ്. കാരണം,

സ്വാതന്ത്ര്യ സമര വഴികളിൽ 'മാതൃഭൂമി' നമ്മുടെ മാതൃഭൂമിക്കുവേണ്ടി നടത്തിയ പോരാട്ടങ്ങളുടെ ചരിത്രം ചെറുതല്ല. പക്ഷേ, ഇന്ന് മാതൃഭൂമിയുടെ ദൗത്യം മറ്റു ചിലതാണെന്നു സംശയിക്കേണ്ടതുതന്നെയാണ്.

അതെ, മാതൃഭൂമിയിൽ ദേശാഭിമാനി ഹിന്ദു അപകടവഴിയിലാണ്. പക്ഷേ, സമാധാനം നൽകുന്നത് അവയെ ഉപജീവിക്കുന്നവർക്കെല്ലാം ആ കാഴ്ചപ്പാടുകളില്ലെന്നതാണ്. അതൊരു നല്ലവെളിച്ചമാണല്ലോ. പ്രതീക്ഷ നൽകുന്ന വെളിച്ചം...

പിൻകുറിപ്പ്:

തൊഴിലാളി ക്ഷേമവും സംരക്ഷണവുമാണ് ഹിന്ദുവിലെ മുഖപ്രസംഗം. സർവർക്കും സ്വയംപിരിഞ്ഞു പോകലിനുള്ള അവസര നോട്ടീസായിരുന്നു അന്ന് മാനേജ്മെന്റിന്റെ വാഗ്ദാനം. നിത്യ തൊഴിലാളിയില്ല, ഒക്കെയും കരാർപണിക്കാർ. 'എഴുത്തോ നിന്റെ കഴുത്തോ' എന്ന എം. ഗോവിന്ദന്റെ ചോദ്യം. ആ അടിയന്തരാവസ്ഥക്കാലമാണ് 'ദി ഹിന്ദു' വിൽ കുറേ നാളായി ജീവനക്കാർ അനുഭവിക്കുന്നത്. എഴുതാൻ പറയുന്നതു കേൾക്കുമ്പോൾ ജീവനക്കാർ ചിലരെങ്കിലും കഴുതകളായി നാലു കാലിൽനിന്നമറാൻ വിധിക്കപ്പെട്ടവരാണ്. മറ്റു രണ്ടിടത്തും സ്ഥിതി വ്യത്യസ്തമല്ല, സാഹചര്യം മാത്രം ഭിന്നം.

(2015 ജൂലൈ)

എളുപ്പമാണ് ഈഡിപ്പസാകാൻ

അവിശ്വസനീയമെന്ന് തോന്നും ഇപ്പറയുന്നത്. സംഭവിച്ചിട്ടില്ലാത്തതെന്ന് വിശ്വസിച്ചും സംഭവിക്കാതിരിക്കട്ടെ എന്ന് ആശംസിച്ചുമാണ് ഇതെഴുതുന്നത്. പിന്നെ എന്തിന് എഴുതുന്നുവെന്ന് ചോദിക്കാം. കാരണമുണ്ട്, അത്രയേറെ വിശ്വസിക്കാവുന്ന ഒരു അന്വേഷണ ഉദ്യോഗസ്ഥൻ നൽകിയ വിവരമാണ്. അന്വേഷണത്തിലിരിക്കുന്നുവെന്നതിനാൽ വിവരങ്ങൾ പൂർണ്ണമായും വെളിപ്പെടുത്താതെ അതുപറയാം.

കാസർകോട് ജില്ലയിലാണ്. വീട്ടമ്മ ഗർഭിണിയായി. ഭർത്താവ് വിദേശത്ത്. അമ്മയും മകനുമാണ് വീട്ടിൽ. സ്ത്രീ ഭർത്താവിനെ അറിയിച്ചു. നിരപരാധിത്വം പറഞ്ഞു. എങ്ങനെ സംഭവിച്ചുവെന്ന് അവർക്കറിയില്ല. മെഡിക്കൽ സയൻസിൽ അങ്ങനെയും സാദ്ധ്യതകളുണ്ടെന്ന് മനസിലാക്കി കൂടുതൽ പരിശോധനകൾ നടത്തി. കുഴപ്പം കണ്ടെത്തി ഭർത്താവ് സ്ത്രീയെ വീട്ടിലേക്ക് മടക്കി. വിവാഹമോചന വക്കിലെത്തി. അപ്പോഴാണ് കേസിന്റെ വഴിത്തിരിവ്. ഏറ്റവും ചുരുക്കിപ്പറഞ്ഞാൽ, അമ്മയുടെ അവസ്ഥയ്ക്ക് ഉത്തരവാദി മകൻ!

ആഡംബര ജീവിതത്തിൽ മകൻ ലഹരിക്ക് അടിമയായത് അറിഞ്ഞിട്ടും അറിയാതെ മുന്നോട്ടു പോയി. മകൻ അമ്മയ്ക്ക് രാത്രികളിൽ മയക്കു മരുന്നു നൽകിയിരുന്നു. കൂടുതൽ വിശദീകരിക്കാൻ മനസ് സമ്മതിക്കുന്നില്ല. ദുരന്തത്തിലെ വില്ലൻ ആരാണ്? പന്ത്രണ്ടാം വയസുകാരൻ അച്ഛനാകുന്ന വാർത്തകളും അപ്പൂപ്പന്മാർ പേരക്കുട്ടികളെ ലൈംഗിക ദുർവിനിയോഗം ചെയ്യുന്നതുമെല്ലാം ഞെട്ടിപ്പിക്കാതെ വായിച്ചു പോകുന്ന പ്രതിദിന വാർത്തകളായി മാറുന്നു. അപ്പോഴാണ് സംസ്ഥാനത്തെ മന്ത്രി ലൈംഗികാപവാദത്തിൽപെട്ട് പുറത്തുപോകുന്നത്. അതായത് നമ്മുടെ വീടുകളും നാടും ഏറെ സാംസ്കാരികമായി പിന്നോട്ടടിക്കപ്പെടുന്നു. മൂല്യബോധം, ധാർമ്മികത, സദാചാരം, സാമൂഹ്യ മര്യാദ, നാട്ടുനടപ്പ് തുടങ്ങിയവയെക്കുറിച്ച് അനുനിമിഷം ഉത്കണ്ഠപ്പെടേണ്ട കാലം വന്നുപെട്ടിരിക്കുന്നു.

ഈഡിപ്പസ് രാജാവിന്റെ കഥയുണ്ട് ഗ്രീക്ക് പുരാണത്തിൽ. അച്ഛനെ വധിച്ച് അമ്മയെ ഭാര്യയാക്കിയ രാജാവിന്റെ കഥ. ചുരുക്കിപ്പറഞ്ഞാൽ ഇങ്ങനെ:

ഥീബ്സ് രാജാവായിരുന്ന ലൈയ്സിന്റെയും ജൊകാസ്റ്റ റാണിയുടെയും ദാമ്പത്യത്തിൽ ഏറെനാൾ മക്കളുണ്ടായില്ല. ഡെൽഫിയിലെ അപ്പോളൊ ദേവനെ സമീപിച്ചു. ജൊകാസ്റ്റക്കു മകനുണ്ടാകും, പക്ഷേ, അവൻ അച്ഛനെ വധിച്ച് അമ്മയെ ഭാര്യയാക്കുമെന്ന് പ്രവചിച്ചു. പിന്നീട്, പിറന്ന കുട്ടിയെ കിഥറോൺ മലയിൽ കൊണ്ടുപോയി കൊല്ലാൻ ഭൃത്യനെ ഏൽപ്പിച്ചു. ഭൃത്യൻ കുഞ്ഞിനെ കോറിൻഡ് രാജ്യത്തെ ഇടയനു കൈമാറി. കുഞ്ഞിനെ അയാൾ കോറിൻഡ് രാജാവായ പോളിബസിന് നൽകി. പോളി ബസിന്റെയും മിറോപ് റാണിയുടെയും മകൻ ഈഡിപ്പസായി വളർന്നു.

വർഷങ്ങൾകഴിഞ്ഞ്, താൻ പോളിബസിന്റെ വളർത്തു പുത്രനല്ലെ ന്നറിഞ്ഞ് ഡെൽഫിയിലെ പ്രവാചകനോട് കൂടുതൽ അന്വേഷിച്ചു. പ്രവാചകൻ അച്ഛനമ്മമാരെക്കുറിച്ച് കൂടുതൽ പറയാതെ, "നീ നിന്റെ പിതാവിനെ വധിക്കും; നിന്റെ മാതാവിനെ പരിണയിക്കും..." എന്നു പറഞ്ഞു. പ്രവചനം ഫലിക്കാതിരിക്കാൻ ഈഡിപ്പസ് ഡെൽഫിയിൽ നിന്ന് കോറൻഡിലേക്കു മടങ്ങാതെ ഥീബ്സിലേക്കു പോയി.

യാത്രാമധ്യേ ലൈയ്സ് രാജാവുമായി വഴി ഒഴിയുന്നതു സംബന്ധിച്ച് തർക്കമുണ്ടായി. ഏറ്റുമുട്ടലിൽ ലൈയ്സ് രാജാവ് കൊല്ലപ്പെട്ടു. പ്രവചനം പോലെ, ഈഡിപ്പസ് അച്ഛനെ വധിച്ചു. അച്ഛനാണെന്നറിഞ്ഞില്ല.

ഥീബ്സ് ജനത ഈഡിപ്പസിനെ രാജാവാക്കി. വിധവയായ ജൊകാസ്റ്റ റാണിയെ, അമ്മയാണെന്നറിയാതെ ഈഡിപ്പസ് വിവാഹം കഴിച്ചു. അവർക്കു നാലു മക്കൾ പിറന്നു. വർഷങ്ങൾ കഴിഞ്ഞ് രാജ്യം വലിയ ദുരിതം നേരിട്ടു.

വിത്തുകൾ മുളക്കുന്നില്ല, മുളയ്ക്കുന്നവ വിളവെത്തും മുമ്പേ കരിയുന്നു. കുട്ടികൾ ജനിക്കുന്നില്ല, അഥവാ ജനിച്ചാൽ ചാപിള്ളകൾ... നാടാകെ വരൾച്ച, പട്ടിണിയും കെടുതികൾ..

ഈഡിപ്പസ് പ്രവാചകരുടെ സഹായം തേടി. പഴയ രാജാവായിരുന്ന ലൈയ്സിന്റെ ഘാതകനെ കണ്ടെത്തി ശിക്ഷിക്കുകയാണ് പരിഹാരമെന്ന് അറിഞ്ഞു. ഘാതകനെ കണ്ടെത്താൻ ഡെൽഫിയിലെ അന്ധനായ പ്രവാചകൻ തെരേഷ്യാസിനെ ഈഡിപ്പസ് കണ്ടു. ഘാതകനെ കണ്ടെ ത്താനുള്ള ശ്രമം ഈഡിപ്പസ്സിനു നല്ലതല്ലെന്ന് തെരേഷ്യാസ് താക്കീതു ചെയ്തു. കോറിൻഡിൽ നിന്ന് പോളിബസ് രാജാവിന്റെ ചരമ വാർത്ത അറിഞ്ഞ ഈഡിപ്പസ്, അച്ഛന്റെ മരണം തന്റെ കൈകൊണ്ടായില്ലല്ലോ എന്നാശ്വസിച്ചു. പിതാവിനെ വധിക്കുമെന്നും മാതാവിനെ വിവാഹം ചെയ്യു മെന്നുമുള്ള പ്രവചന രഹസ്യം ഭാര്യ ജൊകാസ്റ്റയോട് പങ്കുവെച്ചു. കിടപ്പറ യിലേക്കു പോയി ജൊകാസ്റ്റ ആത്മഹത്യ ചെയ്തു. ഇത്രയുമൊക്കെ കഴിഞ്ഞപ്പോൾ, കുഞ്ഞായിരുന്ന ഈഡിപ്പസ്സിനെ വധിക്കാൻ നിയോഗി

ക്കപ്പെട്ട ഭൃത്യനും കുഞ്ഞിനെ ഏറ്റെടുത്ത് പോളിബസ് രാജാവിനു സമ്മാനിച്ച ഇടയനും എല്ലാവരും ചേർന്ന് ഈഡിപ്പസിനെ നിജസ്ഥിതികൾ അറിയിച്ചു. അമ്മയെ, ഭാര്യയെ തേടിച്ചെന്നപ്പോൾ ജൊകാസ്റ്റയെ ആത്മ ഹത്യ ചെയ്ത നിലയിൽ കണ്ടെത്തി. സ്വന്തം വിധിയോർത്ത് ഈഡിപ്പസ് രാജാവ് സ്വയം കണ്ണു കുത്തിപ്പൊട്ടിച്ച് എക്കാലത്തേക്കും അന്ധനായി.

ഈഡിപ്പസ് കഥയെ അവലംബിച്ച് പ്രസിദ്ധ മനശ്ശാസ്ത്ര ചിന്തകൻ സിഗ്മണ്ട് ഫ്രോയിഡ് രൂപപ്പെടുത്തിയ മനശ്ശാസ്ത്ര തത്ത്വമുണ്ട്, ഈഡിപ്പസ് കോംപ്ലക്സ്. ഓരോ ആണിനും അച്ഛനെ കൊന്ന് അമ്മയെ വേൾക്കാനുള്ള ചോദന ഉണ്ടെന്നും മറ്റുമാണ് വിശകലനം. അതിനെ ചോദ്യം ചെയ്തും തെറ്റെന്ന് സ്ഥാപിച്ചും മറുവാദങ്ങളുമുണ്ട്. അതെന്തു മാകട്ടെ, ഈഡിപ്പസ് ദുരന്താവസ്ഥയിലേക്കുള്ള അതിവേഗ കുതിപ്പി ലാണോ നമ്മൾ എന്ന് ആശ്ചര്യപ്പെട്ടു പോകും ആനുകാലിക സംഭവങ്ങൾ.

ശരിയായ പൈതൃകം തിരിച്ചറിയാതെ ഉഴലുകയാണ് പല ജീവിത ങ്ങളും. പുതിയ തലമുറയോടുള്ള കടപ്പാടു മറന്ന് വിധിയെ കൊല്ലാൻ ശ്രമിക്കുകയാണ് പലരും. സത്യം കണ്ടെത്തുന്നതിനു പകരം ഓടിയൊളി ക്കുകയാണ് യുവത്വം. തർക്കങ്ങളല്ലാതെ ഒത്തുതീർപ്പിനു വഴങ്ങുന്നില്ല അവർ. ധർമ്മം അറിയാതെ കർമ്മം ഏറ്റെടുക്കുകയാണ് പലപ്പോഴും. നേരിട്ടറിയുന്നതിനു പകരം പരാശ്രയത്വം കൂട്ടുകയാണ്. ഒടുവിൽ ചെയ്ത തെല്ലാം പിഴവും പിശകുമാണെന്നറിയുമ്പോൾ സ്വയം ഹത്യയെന്ന കണ്ണു കുത്തിപ്പൊട്ടിക്കലാണ്. ഈഡിപ്പസുകൾ പല തലമുറകൾക്കു മുമ്പേ സക്രിയരായിരിക്കുന്നു. അന്ധരെങ്കിലും അഗാധ ജ്ഞാനമുള്ള തെരേഷ്യാ സിനെപ്പോലുള്ളവരുടെ മുന്നറിയിപ്പുകൾ അവഗണിക്കുന്നു. ഇന്നത്തെ കാലിക ദുരന്താവസ്ഥയ്ക്ക് കാരണം യഥാർത്ഥത്തിൽ പുത്തൻ തലമുറ യല്ലെന്ന് പിന്നോട്ട് ഏറെ ദൂരം നോക്കിയാൽ കാണാം.

ധർമ്മത്തിനും അർത്ഥത്തിനും കാമത്തിനും മോക്ഷത്തിനും ശരിയായ വ്യാഖ്യാനം ഉൾക്കൊള്ളാൻ കഴിയാതെ പോയപ്പോൾ മുതൽ തുടങ്ങി കുഴപ്പങ്ങൾ. ഇവിടെയാണ് വ്യക്തിചാരിത്ര്യത്തിന്റെ പ്രസക്തി. അതു വളർത്തേണ്ടതിന്റെ പ്രസക്തി. സംഘടനകളുടെ പ്രസക്തി.

ചാരിത്ര്യം എന്നത് 'ചാസ്റ്റിറ്റി' എന്ന ഇംഗ്ലീഷ് വാക്കിന്റെ മലയാളമല്ല. സദാചാരം പറയുന്നവരെയും പ്രവർത്തിക്കുന്നവരെയും പ്രേരിപ്പിക്കുന്ന വരേയും 'സദാചാര ഗുണ്ടകൾ' എന്നു വിളിക്കുന്ന കാലത്ത് ഈ വാക്കിനും അർത്ഥത്തിനും പ്രസക്തിയില്ലെന്നു പറയുന്നവരുമുണ്ടാകാം. പക്ഷേ, വ്യക്തിചാരിത്ര്യം പ്രധാനമാണ്. അതു മന്ത്രിക്കും തന്ത്രിക്കും ഉൾപ്പെടെ ആർക്കും അനിവാര്യമാണ്. അത് സ്ത്രീകളോടുള്ള ഇടപെടലിൽ മാത്ര മല്ല, ഓരോരോ പ്രവൃത്തിയിലും ബാധകമാണ്. ഇതിനൊക്കെ ചേർത്തു

വിളിച്ചിരുന്ന പേരായിരുന്നു സദാചാരം. മതങ്ങളും സംസ്കാരവും സംഘടനകളും അവരുടെ മുദ്രയായി ഈ ഗുണം വ്യക്തിക്ക് നിഷ്കർഷിച്ചിരുന്നു. അനുഷ്ഠിക്കാൻ പ്രേരിപ്പിച്ചിരുന്നു. നിഷ്കർഷിച്ചിരുന്നു. നിബന്ധനകൾ പോലും വെച്ചിരുന്നു.

പക്ഷേ, ഇരട്ടവ്യക്തിത്വം ആവശ്യമുണ്ടോ? ഏത് കുറ്റാക്കുറ്റിരുട്ടിലും, മറ്റാരും കാണുന്നില്ലെന്നും അറിയുന്നില്ലെന്നുമിരിക്കിലും മാന്യത വെടിയാതിരിക്കുമ്പോഴേ വ്യക്തിചാരിത്ര്യം വിലയുറ്റതാകൂ. നാലു ചുവരുകൾക്കുള്ളിലും കനത്ത ഇരുട്ടിലും ആണെങ്കിൽപോലും ധാർമ്മികതയും സാമൂഹ്യ മര്യാദകളും വിട്ട് ഒന്നും ചെയ്യില്ലെന്ന് തീരുമാനിക്കുന്നവർക്കേ അതൊക്കെ അവകാശപ്പെടാനാവൂ. ഇത്തരം കാര്യങ്ങളിലൊക്കെ കാർക്കശ്യം കാണിക്കാൻ കഴിയില്ലെങ്കിൽ പിന്നെ എന്തോന്നു ത്യാഗ സുരഭില ജീവിത ഗാഥ.

ജീവിതത്തിൽ 10 ശതമാനം പോലും ഇതൊന്നും സാധിക്കാത്തവരാകും ഏറെ. ഒമാർ ഖയ്യാമിനെ ആരാധിച്ച്, 'ഇന്നിൽ, ഇപ്പോൾ മാത്രം ജീവിക്കുക, ബാക്കിയെല്ലാം മറക്കുക' എന്ന തത്ത്വശാസ്ത്രം പ്രസംഗിക്കുന്നവരും പ്രചരിപ്പിക്കുന്നവരുമുണ്ടാകും. എന്നാൽ, ഈ രംഗത്ത് കടുത്ത നിഷ്ഠയിലൂടെ 90 ശതമാനം സാധിച്ചിട്ടും, അവസാന പത്തിൽ പതറിപ്പോയവരുമുണ്ടാകാം. പക്ഷേ, പരമാവധി വ്യക്തിചാരിത്ര്യം പാലിക്കാൻ കഴിയുക വലിയ കാര്യംതന്നെയാണ്. നല്ല ചരിത്രം രചിച്ചവരൊക്കെ ചാരിത്ര്യശുദ്ധി ഉള്ളവരായിരുന്നു.

* * * *

പിൻകുറിപ്പ്: ഭഗവദ്ഗീത രണ്ടാം അദ്ധ്യായം 58 ാം ശ്ലോകത്തിൽ ഭഗവാൻ അർജ്ജുനനോട് പറയുന്നു

"യദാ സംഹരതേ ചായം

കൂർമ്മോംഗാനീവ സർവശഃ

ഇന്ദ്രിയാണീന്ദ്രിയാർത്ഥേഭ്യഃ

തസ്യ പ്രജ്ഞാ പ്രതിഷ്ഠിതാ"

(ആമ അവയവങ്ങൾ ഉൾവലിക്കുന്നതുപോലെ വിഷയങ്ങളിൽനിന്ന് ആര് ഇന്ദ്രിയങ്ങളെ പിൻവലിക്കുന്നുവോ, അവർ സ്ഥിതപ്രജ്ഞന്മാരാകുന്നു.) എളുപ്പമല്ല, ഗീത അനുഷ്ഠിക്കാൻ. എളുപ്പമാണ് ഈഡിപ്പസ്സാകാൻ. ലളിതമായി പറഞ്ഞാൽ, അമിതമായാൽ അമൃതും വിഷം. അനുപയോഗം അപകടം.

(2017 മാർച്ച്)

ഇങ്കിലാബിന് മക്കളുണ്ടാകുമോ സഖാവേ!

വി.എസ്. അച്യുതാനന്ദൻ എന്ന നേതാവിനെക്കുറിച്ച് അനുകൂലിച്ചായാലും പ്രതികൂലിച്ചായാലും എത്രയെത്രയെഴുതിയാലും പൂർത്തിയാകില്ല. നെടുങ്കൻ ജീവിതത്തിലെ നാഴികക്കല്ലുകൾ ഏറെയുണ്ട്. അവയോരോന്നിനെയും ചുറ്റിപ്പറ്റിയുള്ള ചരിത്രങ്ങൾ അതിലേറെയുണ്ട്. ഒരുപക്ഷേ, പാർട്ടി സഖാക്കൾ ഒരിക്കൽ ആവേശംകൊണ്ടിരുന്ന ഇഎംഎസ് എന്ന ബിംബത്തിനേക്കാൾ വലുതാണ് വിഎസ്. വിഎസിന്റെ യഥാർത്ഥ സ്വത്വം പക്ഷേ, ഏതാനും ഷോട്ടുകളിലൂടെ ചിമിഴിലാക്കി അവതരിപ്പിച്ചിട്ടുണ്ട് ഒരു മലയാള സിനിമയിൽ.

സിനിമ: ലെഫ്റ്റ് റൈറ്റ് ലെഫ്റ്റ്. വിഎസ് എന്ന സ്വാർത്ഥതയുടെ വിശ്വരൂപം അതിൽ മുരളീഗോപി, ഗുളികപ്പരുവത്തിലാക്കി. തനിക്കുനേട്ടം കിട്ടുന്നതെന്തായാലും അതിനുവേണ്ടി പ്രവർത്തിക്കുന്ന, അതിന് എന്തും ചെയ്യുന്ന, അധാർമികതക്ക് അതിരില്ലാത്ത, അഹമ്മതിക്ക് ചിറകുവച്ച കൊടുംക്രൂരനായ നേതാവ് എന്ന വിശേഷണം ദൃശ്യഭാഷയിൽ ആ സിനിമയിലുണ്ട്. പിണറായി വിജയനെന്ന മറ്റൊരു സിപിഎം നേതാവിന്റെ രൂപവും ഭാവവും പ്രവൃത്തിയും പ്രവർത്തനങ്ങളും അതിനേക്കാൾ കൃത്യതയോടെ അവതരിപ്പിച്ചിട്ടുണ്ട് അതേ സിനിമയിൽ. ആ സിനിമ വ്യാപകമായി പ്രദർശിപ്പിക്കപ്പെട്ടാൽ, ഒരുപക്ഷേ, ഈ നേതാക്കൾക്ക്, വിപ്ലവകാരി ചെഗുവേരക്ക് സ്വന്തം ജനക്കൂട്ടത്തിൽനിന്നു കിട്ടിയ ശിക്ഷ കിട്ടിയേക്കാമെന്നു ഭയന്നാവണം 'ലെഫ്റ്റ് റൈറ്റ് ലെഫ്റ്റ്' സിനിമയുടെ ടെലിവിഷൻ പ്രദർശനാവകാശം സിപിഎം ഉടമസ്ഥതയിലുള്ള കൈരളി ടിവി കൈവശപ്പെടുത്തി. തീയേറ്ററുകളിൽ പ്രദർശിപ്പിച്ച ആദ്യത്തെ ആഴ്ചതന്നെ തീയേറ്റർ ഉടമകളെ ഭയപ്പെടുത്തി ആ സിനിമാ പ്രദർശനം പാർട്ടി തടഞ്ഞു. പിന്നെ ടിവികളിൽ വരാതിരിക്കുവാൻ കോടിക്കണക്കിനു രൂപ (നാലുകോടിവരെയെന്നു സംസാരം) കൊടുത്ത് പാർട്ടി സിനിമ സ്വന്തമാക്കി. ആവിഷ്കാര സ്വാതന്ത്ര്യം തടഞ്ഞില്ല, അതിനാൽ മുരളീ ഗോപിക്കും സാംസ്കാരിക ലോകത്തിനും പ്രതിഷേധമില്ല. പ്രേക്ഷകാവകാശം എന്നൊന്ന് നമ്മുടെ ചട്ടങ്ങളിലൊന്നുമില്ല. അതിനാൽ 'ലെഫ്റ്റ് റൈറ്റ് ലെഫ്റ്റ്' മമ്മൂട്ടിയുടെ 'വല്യേട്ടൻ' സിനിമ കാണുന്ന തോതിൽ കൈരളിയിലൂടെ കാണാൻ കഴിയില്ല.

അച്യുതാനന്ദനെ ആരാധിക്കുന്ന അനേകം പേരുണ്ട്. അത് അവരുടെ വിശ്വാസം. അച്യുതാനന്ദനെക്കൊണ്ട് ജീവിക്കുന്ന വലിയൊരു വിഭാഗമുണ്ട്, കലാകാരന്മാരായ മിമിക്രിക്കാർ. കൊച്ചുകുട്ടിക്കും മികച്ച കലാകാരനും 'അച്ചുമാമ്മ' ഒരു മിമിക്രി വിഭവമാണ്. ഒരാളുടെ ചേഷ്ടകളിലെയോ ഭാഷണത്തിലെയോ പ്രത്യേകതകൾ പ്രത്യേകമായി പ്രേക്ഷക ശ്രദ്ധയിൽ പെടുത്തുകയാണ് അനുകരണങ്ങളിലൂടെ മിമിക്രി ക്കാർ ചെയ്യുന്നത്. അത് ജനപ്രിയമാകുന്നത് ഒന്ന്: അനുകരണം കൃത്യത കൊണ്ട് അതിശയിപ്പിക്കുമ്പോഴാണ്. രണ്ട്: അതിശയോക്തി ചേർത്ത് അതിനെ ജനപ്രിയമാക്കുമ്പോഴാണ്. മൂന്ന്: അത് നർമം, ഹാസ്യം മുറ്റിയതാകുമ്പോഴാണ്. നാല്: അത് സാമൂഹ്യവിമർശനമായി തിരിച്ചറിഞ്ഞ് അനുകരിക്കപ്പെടുന്നയാൾ സ്വയം തിരുത്തുമ്പാഴാണ്. നർമത്തിന്റെ-ഹാസ്യത്തിന്റെ കാര്യത്തിൽ, ഇന്നത്തെ ഒരുപറ്റം ആസ്വാദകരുടെ നിലവാരത്തിലേക്ക് താണുപോകുന്ന വർത്തമാനമോ ചേഷ്ടകളോ ഇല്ലാത്തതിനാലാണ് പ്രധാമന്ത്രി നരേന്ദ്രമോദി, കഴിഞ്ഞ 18 മാസമായി ഭരണത്തിലിരുന്നിട്ടും ഒരു മിമിക്രി കഥാപാത്രമാകാത്തത്. പ്രതിദിനം കോമാളിവേഷം മാറിമാറി കെട്ടുകയും അത് സ്വയം ആസ്വദിക്കുകയും അതിൽ അഭിമാനിക്കുകയും ചെയ്യുന്നുവെന്നതുകൊണ്ടാണ് അച്യുതാനന്ദൻ എല്ലാ മിമിക്രിക്കാരുടേയും ഇഷ്ടപാത്രമാകുന്നത്.

നാൽക്കവലയിൽ നാലുകാലിൽ നടക്കുന്ന ഒരു മദ്യപാനിയുടെ കോപ്രായങ്ങളെ ഒന്നു പ്രോത്സാഹിപ്പിച്ചു നോക്കൂ. അയാൾ ഏതറ്റം വരെയും പോകും. എന്തും കാണിക്കും, എന്തും പറയും, ആരെയും പറയും. കാരണം ആത്മാവുനഷ്ടമായ അയാളെ സുബോധത്തിലും അബോധാവസ്ഥയിലും സ്വന്തം വീട്ടിൽ ആരും അംഗീകരിക്കില്ല. മദ്യപിക്കാത്തപ്പോൾ പോലും സമൂഹവും അയാൾക്ക് അർഹമായ പരിഗണന നൽകില്ല. അപ്പോൾപ്പിന്നെ കൈയടി കിട്ടുന്ന വേള അയാൾ മുതലാക്കും. കവലയിൽ തുണിയഴിച്ചാടുന്ന അത്തരം അബോധരുടെ ഗണത്തിലേക്കുള്ള അധഃപതനം പക്ഷേ, ചിലർക്കു സംഭവിക്കുമ്പോൾ, അവരെത്ര സ്വയം ആസ്വദിച്ചാലും അഭിലഷണീയമല്ല തന്നെ. "പശു മാതാവാണെങ്കിൽ അതിന്റെ ഇണയായ കാള തന്തയാണോ" എന്നു ചോദിക്കുന്നത് ഒരു ലെക്കുകെട്ടവനാണെങ്കിൽക്കൂടി തെരുവിലാണെങ്കിൽ തല്ലുറപ്പാണ്. പക്ഷേ, ആ പറയുന്നത് ഒരു കൂട്ടം തെരുവുതെമ്മാടികളുടെ സംരക്ഷണത്തിലാണെങ്കിൽ വഴക്കുവേണ്ടെന്ന് കരുതി മാന്യന്മാർ ഒഴിഞ്ഞുമാറും. സഖാവ് വി.എസ്. അച്യുതാനന്ദനെപ്പോലെ, മുൻമുഖ്യമന്ത്രിയായ, പ്രതിപക്ഷനേതാവായ, സിപിഐ (എം) എന്ന പാർട്ടിയുടെ സ്ഥാപകാംഗമായ ഒരാൾ അങ്ങനെ പറയുമ്പോൾ അത് നാവു പിഴയല്ല, അതിന് വ്യക്തമായ ഉദ്ദേശ്യമുണ്ടാകണം; യുക്തി തീരെയില്ലെങ്കിലും.

പിറ്റേന്ന് അതേസ്ഥാനത്ത് മൈക്ക് വച്ചുകെട്ടി, അല്ലെങ്കിൽ അന്നു തന്നെ ടെലിവിഷൻ തുടങ്ങിയ മാധ്യമങ്ങളിലൂടെ ഒരു മറുയുക്തി ചോദിച്ചിരുന്നെങ്കിൽ അതിന്റെ ധർമവും ന്യായവും ചോദ്യം ചെയ്യാൻ പലരും ആയുധമെടുത്തിറങ്ങിയേനെ. സിപിഎമ്മിന്റെ അഭിമാനമായിരുന്ന കെ.ആർ. ഗൗരി ആദ്യ കമ്മ്യൂണിസ്റ്റ് മന്ത്രിസഭയിൽ അംഗമായ വനിത, അതിനുമുമ്പ് ഒട്ടേറെ സഹനസമരങ്ങൾ നയിച്ച മഹതി, ഇടക്കാലത്ത് ചില പാർട്ടി നേതാക്കളുടെ കുത്തിത്തിരിപ്പിൽ പുറത്തായി, ഇപ്പോൾ സിപിഎമ്മിന് വീണ്ടും സ്വീകാര്യയായി. വെറും കെ.ആർ. ഗൗരി ഗൗരിയമ്മയായത് 1970 കളിലാണ്. സഖാവ് ടി.വി. തോമസിന്റെ ഭാര്യ യായിരുന്നുവെന്നല്ലാതെ ആ ദമ്പതികൾക്ക് സന്തതിപരമ്പരയുള്ളതായി ചരിത്രമില്ല. പിന്നെ എങ്ങനെ സഖാക്കൾക്ക്, വി.എസ്. അച്യുതാനന്ദനെന്ന 'മുതുമുതുക്ക'ന്റെ വരെ 'അമ്മ'യായി എന്നു ചോദിച്ചാൽ യുക്തി പരമായ മറുപടിയില്ല. അതിനപ്പുറം ചോദിക്കാൻ മാന്യതയും സംസ്കാരവും ഉള്ളവർക്ക് മനസ്സനുവദിക്കുകയുമില്ല. ഇനി മറ്റൊന്ന് പാർട്ടി സഖാക്കളും നേതാക്കളും താളംപിടിച്ചുപാടുന്ന പാട്ടുണ്ട്, 'ഇങ്കിലാബിൻ മക്കൾ നമ്മൾ, വിപ്ലവത്തിൻ വിത്തുകൾ നമ്മൾ' എന്ന്. യുക്തി പറഞ്ഞാൽ ഇങ്കിലാബിനു മക്കളുണ്ടാകുമോ, വിപ്ലവത്തിലല്ലല്ലോ 'വിത്ത്'. ഇങ്കിലാബിനു മക്കളുണ്ടാകുമെങ്കിൽ ഇങ്കിലാബ് അമ്മയോ അച്ഛനോ. തീരുന്നില്ലാ, സംശയം, ചേരുന്നില്ലാ യുക്തികൾ. 'റഷ്യൻ വിപ്ലവം വിപ്ലവങ്ങളുടെ മാതാവാ'ണെന്നു പറയുമ്പോൾ അച്ഛനാരാണെന്നു ചോദിക്കാൻ കുട്ടിസഖാക്കൾ തുനിഞ്ഞാൽ വിഎസ് കുഴങ്ങും. രാഷ്ട്രപിതാവാണ് ഗാന്ധിജിയെന്നു പറയുമ്പോൾ ഇണയെ അച്യുതാനന്ദൻ അന്വേഷിക്കാറുണ്ടോ.

'മാതൃരാജ്യം' എന്നു പറയുമ്പോൾ സഖാക്കൾ 'പിതൃരാജ്യം' തേടിപ്പോകാറുണ്ടോ. ഓരോ ഭാരതപൗരനും നടത്തുന്ന, നടത്തേണ്ടുന്ന പ്രതിജ്ഞയുണ്ട്, അതിൽ 'ഭാരതം എന്റെ രാജ്യമാണ് എന്നും ഭാരതീയർ സഹോദരീ സഹോദരന്മാരാ'ണെന്നു പറയുമ്പോൾ വിഎസും കൂട്ടരും അത് വാക്കിന്റെ അർത്ഥതലത്തിൽ സമ്മതിച്ചുതരുമോ. അപ്പോൾ, ആസൂത്രിതമായി ദേശീയതയെന്ന വികാരത്തെ, ദേശഭക്തിയെ തകർക്കാനുള്ള അടിസ്ഥാനപദ്ധതി തന്നെയാണ് ഇത്തരം ജൽപ്പനങ്ങളിലൂടെയെങ്കിലും പുറത്തുവരുന്നതെന്നർത്ഥം. എത്രകൊണ്ടാലും പഠിക്കാത്ത കപടയുക്തിക്കാരോട് സിനിമയിൽ അമ്മ കഥാപാത്രത്തിന്റെ സംഭാഷണമുണ്ട്: "അമ്മ പറയുന്നതാരാണോ, അതാണ് മക്കൾക്ക് അച്ഛൻ." അതെ, അതിനപ്പുറം അവകാശപ്പെടാൻ നാശമില്ലാത്ത, ഇളക്കമില്ലാത്ത, അച്യുതന്മാർക്കും വാസ്തവത്തിൽ ആവില്ലല്ലോ...

ശരിയാണ്, ആത്മാവ് സ്വയം പ്രകടീകരിക്കും ചില വേളയിൽ. അതിലൂടെയാണ് അവരുടെ ഉള്ളുവ്യക്തമാകുന്നത്. ആർഎസ്എസ് ഒരു വലിയ പാമ്പാണെന്നും വായ പൊളിച്ചിരിക്കുകയാണെന്നും വെള്ളാപ്പള്ളിയെ വിഴുങ്ങാൻ പോവുകയാണെന്നും മിമിക്രി പറഞ്ഞ അച്യുതാനന്ദൻ വാസ്തവത്തിൽ സ്വയം പ്രകടമാകുകയായിരുന്നു. രാമായണത്തിൽ ഒരു വലിയ പെരുമ്പാമ്പിനെക്കുറിച്ച് ദർശനം അവതരിപ്പിക്കുന്നുണ്ട്. കാലമാകുന്ന വലിയ പാമ്പ്, ആ പാമ്പിന്റെ പിടിയിലാണ് ലോകം. അടുത്ത നിമിഷം വിഴുങ്ങിപ്പോകുമെന്നറിയാം, എങ്കിലും ഭോഗങ്ങൾക്കുവേണ്ടി പരക്കം പായുകയാണ്; ഒരു 'പാമ്പിന്റെ വായിലിരിക്കുന്ന തവള ഭക്ഷണത്തിന് അപേക്ഷിക്കുന്നതുപോലെ' എന്നാണ് ആ ദർശനം. (ചക്ഷുഃ ശ്രവണഗളസ്ഥമാം ദർദ്ദുരം... അധ്യാത്മരാമായണം). സമയം കിട്ടുമ്പോൾ അച്യുതാനന്ദൻ രാമായണം വായിക്കുന്നുണ്ടാവണം.

ശ്രീകൃഷ്ണ ജയന്തി ആഘോഷിക്കുകയും ശ്രീനാരായണ ദർശനം പഠിക്കുകയും ചെയ്യുന്നതാണല്ലോ ഇപ്പോൾ പാർട്ടിക്കാരുടെ ഒരു സ്റ്റൈല്... അതിനാലാവണം ഈ ഉപമ കൃത്യമായി പ്രയോഗിച്ചത്. ആർഎസ്എസ് എന്തിനേയും ഉൾക്കൊള്ളാൻ സജ്ജമാണ്, ശക്തമാണ്. മറിച്ചുള്ള പ്രചാരണങ്ങൾ നുണയെന്നു കാലം തെളിയിച്ചു കൊണ്ടേയിരിക്കുന്നു. പക്ഷേ, പാമ്പിന്റെ വായിൽ പകുതിയും കടന്നിരിക്കുന്ന ചൊറിത്തവളയുടെ സ്വപ്നമാണ് വീണ്ടും മുഖ്യമന്ത്രിസ്ഥാനവും നേതൃസ്ഥാനവും മറ്റുമെന്നറിയാതെയാണിപ്പോഴത്തെ വിഎസിന്റെ കലമ്പലുകൾ. ഇപ്പോൾ കയറഴിച്ചുവിട്ടിരിക്കുന്ന വിഎസിനെ പാർട്ടി വൈകാതെ അറക്കൽപ്പുരയിൽ കെട്ടും.

അറവുശാലയിൽ കയറ്റിയപ്പോഴാണ് അറവുകാർക്ക് മനസ്സിലായത് മൃഗം ഗർഭിണിയാണെന്ന്. അതിനാൽ കുറച്ചുനാൾകൂടി ജീവിതം കൊടുത്തിരിക്കുകയാണ്. അത് മൃഗത്തോടുള്ള സ്നേഹം കൊണ്ടല്ല, ഗർഭിണിയാണെന്ന പരിഗണനകൊണ്ടുമല്ല, പിറക്കാൻ പോകുന്ന ആ മൃഗക്കുഞ്ഞിനോടുള്ള കാരുണ്യം കൊണ്ടല്ല, മറിച്ച് പെറ്റുകിട്ടിയാൽ ആ കുട്ടിയേയും അറക്കാമല്ലോ എന്ന കച്ചവടക്കണ്ണ്.

പഞ്ചായത്ത് തെരഞ്ഞെടുപ്പിൽ മരണപ്പിടച്ചിൽ പിടയുന്ന പാർട്ടിക്ക് എന്തും പിടിവള്ളിയാണ്. അച്യുതാനന്ദന്റെ നാക്ക് നാല് വോട്ടു നേടിക്കൊടുത്താൽ അത്രയുമായി. അതുലാഭം. അല്ലെങ്കിൽ അറുക്കും മുമ്പു വായിക്കുന്ന കുറ്റപത്രത്തിൽ നാവുപിഴകൾക്ക് ഒരു പ്രത്യേക ശിക്ഷ കൂടിയാകാമല്ലോ. അതിനാലാണ് ഇപ്പോൾ മൃഗത്തെ അറവുശാലയിൽ നിന്ന് അഴിച്ചു വിട്ടിരിക്കുന്നതെന്നു വ്യക്തം.

പിൻകുറിപ്പ്:

ഭാരത സംസ്കാരത്തെക്കുറിച്ചും അതിൽ ഊറ്റം കൊള്ളുന്ന സംഘ പരിവാറിനെക്കുറിച്ചും കുറച്ചു അവഹേളിച്ചുതന്നെ ഒരിക്കൽ സിപിഎം നേതാവായിരുന്ന സോമനാഥ് ചാറ്റർജി പാർലമെന്റു പ്രസംഗത്തിൽ കത്തിക്കയറി. കൂട്ടുകക്ഷികൾ ഡസ്കിലടിച്ചു പിന്തുണച്ചു. പ്രസംഗിക്കാൻ അവസരം കിട്ടിയപ്പോൾ ബിജെപി നേതാവ് സുഷമാ സ്വരാജ് പറഞ്ഞു, ഭാരത സംസ്കാരം എന്താണെന്നറിയാൻ, തനിക്ക് എന്തുകൊണ്ട് 'സോമനാഥ്' എന്ന് പേരിട്ടുവെന്ന് സ്വന്തം പിതാവിനോടു ചോദിച്ചാൽ മതിയെന്ന്... ഇല്ല, അന്ന് 'ക്ലിങ്' എന്ന് ബാക്ഗ്രൗണ്ട് മ്യൂസിക് കേൾക്കുന്ന കാലമായിരുന്നില്ല...

(2015)

ആകാശവാണി, കശ്മീർ

കേരളവും കശ്മീരും തമ്മിലെന്താണു ബന്ധം. കേരളം ദൈവത്തിന്റെ സ്വന്തം രാജ്യം എന്ന് ടൂറിസ്റ്റുകളെ ആകർഷിക്കാൻ നാം പറയുന്നു, പ്രചരിപ്പിക്കുന്നു; ഭൂമിയിൽ സ്വർഗ്ഗമുണ്ടെങ്കിൽ അതിവിടമാണെന്ന് കശ്മീരിനെക്കുറിച്ച് പറഞ്ഞ് നമ്മുടെ മുൻ പ്രധാനമന്ത്രി നമ്മെ കബളിപ്പിക്കാൻ ചിലർക്കു കൂട്ടുനിന്നു. അങ്ങനെ നോക്കുമ്പോൾ ദൈവം, സ്വർഗ്ഗം എന്നൊക്കെയുള്ള ചില ബന്ധങ്ങൾ പറയാം. അതിനപ്പുറം? കേരളത്തെ കശ്മീരാക്കുമെന്നു മുമ്പ് ചിലർ പറഞ്ഞതിന്റെ ശബ്ദരേഖ ഇപ്പോഴും അന്തരീക്ഷത്തിലുണ്ട്, ചുവരെഴുത്തുകൾ അവിടവിടെയുണ്ട്.

പിൽക്കാലത്ത് കശ്മീരിന്റെ ചില ദുഷ്കീർത്തികൾ ഇവിടെ കേരളത്തിലുമുണ്ടായി എന്നത് അന്നു ചിലർ വെറുതേ പറഞ്ഞതല്ലെന്നതിനു സാക്ഷ്യം. ഭീകരപ്രവർത്തനത്തിന്റെ കാര്യത്തിലെ കശ്മീർ-കേരള ബന്ധം ഇതിനകം അന്വേഷണ ഏജൻസികൾ ആധികാരികമായി തെളിയിച്ചും കഴിഞ്ഞിരിക്കുന്നു.

അങ്ങനെയൊക്കെ നോക്കുമ്പോൾ കശ്മീരിലെ ചില ആനുകാലിക സംഭവവികാസങ്ങൾ കേരളത്തിലും ആവർത്തിച്ചുകൂടായ്കയില്ല. അങ്ങനെ സംഭവിക്കേണ്ടതുണ്ടുതാനും. അതൊരു വഴിത്തിരിവാകും. അതിനുമുമ്പ് കശ്മീരിൽ സംഭവിച്ചുകൊണ്ടിരിക്കുന്ന ചില കാര്യങ്ങളിലേക്കു ശ്രദ്ധക്ഷണിക്കാം.

കശ്മീരിൽ കഴിഞ്ഞ തെരഞ്ഞെടുപ്പിൽ സംസ്ഥാനത്ത് ഭരണമാറ്റമുണ്ടായി. രാഷ്ട്രീയ മാറ്റം എന്നു പറയുന്നതാണു കൂടുതൽ ശരി. കോൺഗ്രസ് എന്ന, ഏറെക്കാലം ഒറ്റയ്ക്കും കൂട്ടായും അവിടെ അധികാരം കൈയാളിയിരുന്ന പാർട്ടി അപ്രസക്തമായി, രാജ്യത്തിന്റെ മറ്റു പലസ്ഥലങ്ങളിലേയും പോലെ. നാഷണൽ കോൺഫ്രൻസെന്ന, ഏറെക്കാലം സംസ്ഥാനം ഭരിച്ച, പ്രാദേശികമായ, പാരമ്പര്യം ഏറെ പറയാനുമുള്ള പാർട്ടിയും മൂലയ്ക്കായി. സംസ്ഥാനത്ത് ഭാരതീയ ജനതാ പാർട്ടിയും, പല കാര്യങ്ങളിലും തമ്മിൽ ഭിന്നാഭിപ്രായങ്ങളുള്ള രാഷ്ട്രീയ പാർട്ടിയായ പിഡിപിയും ചേർന്ന് രൂപം കൊടുത്ത സംസ്ഥാന സർക്കാർ ഇപ്പോൾ ആറുമാസം പിന്നിട്ടു, 2015 മാർച്ച് ഒന്നിനായിരുന്നു അധികാരമേറ്റത്.

മൂന്നു മാസത്തിലേറെ മുന്നോട്ടു പോകില്ലെന്ന് പല രാഷ്ട്രീയ വിശകലനക്കാരും വിധിയെഴുതിയെങ്കിലും സർക്കാർ ഒരു കുഴപ്പവുമില്ലാതെ

അരവർഷം പൂർത്തിയാക്കി. എന്നല്ല, മറുപക്ഷങ്ങൾക്ക് പല കുഴപ്പങ്ങളും സംഭവിച്ചുകൊണ്ടുമിരിക്കുന്നു.

പാക്കധിനിവേശ കശ്മീരിൽ പാക്കിസ്ഥാൻ പ്രധാനമന്ത്രി നവാസ് ഷെരീഫിന് ഗോബാക് വിളികൾ കേൾക്കേണ്ടിവന്നു. അവസരം കിട്ടിയാൽ ഞങ്ങൾക്ക് താൽപര്യം ഭാരതത്തോടു ചേരാനാണെന്നും ഹിത പരിശോധനയ്ക്ക് അവസരമൊരുക്കിയാൽ അതാവശ്യപ്പെടുമെന്നും അവിടത്തെ ജനത പറയുന്നു.

അവർ ഭാരതപ്രധാനമന്ത്രി മോദിയെ പുകഴ്ത്തുന്നു. കശ്മീരിൽ ഹിത പരിശോധന ആവശ്യപ്പെട്ടിരുന്ന വിഘടനവാദികൾ ഇപ്പോൾ അതെക്കുറിച്ചു മിണ്ടാതായിരിക്കുന്നു. കശ്മീർ ഒരിക്കലും ഭാരതത്തിൽനിന്നു വിട്ടുപോകാൻ ആഗ്രഹിക്കുന്നില്ലെന്നും പോകില്ലെന്നും പാക്കിസ്ഥാനോടു ചേരാൻ ആഗ്രഹിക്കുന്നില്ലെന്നും മുൻ മുഖ്യമന്ത്രി ഫാറുഖ് അബ്ദുള്ള അസന്ദിഗ്ദ്ധമായി സ്വയം പ്രഖ്യാപിക്കുന്നു. നിസ്സാര കാര്യങ്ങൾക്കും സംസ്ഥാനത്ത് കലാപങ്ങൾ ഉണ്ടാക്കി സുരക്ഷാ സേനയ്ക്കെതിരേ ആക്രമണങ്ങൾ നടത്തിയിരുന്ന പാക്കനുകൂല സംഘടനകൾ ഭാരത വിരുദ്ധ പ്രവർത്തനം കുറച്ചിരിക്കുന്നു. ഏറ്റവുമൊടുവിൽ നല്ല സൂചനയെന്നുതന്നെ പറയാവുന്നതും സംഭവിച്ചുകൊണ്ടിരിക്കുന്നു-ഭീകര പ്രസ്ഥാനങ്ങൾ കശ്മീരിൽ തമ്മിൽ ഏറ്റുമുട്ടിക്കൊണ്ടിരിക്കുന്നു.

സപ്തംബർ മാസത്തിന്റെ പകുതിയിൽ കശ്മീരിൽനിന്നു പുറത്തുവന്ന സംഭവങ്ങൾ അതാണു വിവരിക്കുന്നത്. ഹിസ്ബുൾ മുജാഹിദ്ദീൻ എന്ന പാകിസ്ഥാൻ അനുകൂല ഭീകര സംഘടനയിൽ പിളർപ്പുണ്ടായി, അതിൽനിന്നു രൂപപ്പെട്ട ലഷ്കർ ഇ ഇസ്ലാം എന്ന സംഘടന ഉണ്ടാക്കിയ അബ്ദുൾ അയൂം നജറിന്റെ ഭീകര പോരാളികളും ഹിസ്ബുൾ ഭീകരരും തമ്മിൽ ഏറ്റുമുട്ടുന്നു. ഇരുപക്ഷത്തുനിന്നുമായി ഇതിനകം നാലുപേർ കൊല്ലപ്പെട്ടു. വിഘടനവാദികളും ഭീകര സംഘടനകളും തമ്മിലുണ്ടായിരുന്ന രഹസ്യ ധാരണകൾ പൊളിയുന്നു, പാക്കിസ്ഥാനുമായി നേരിട്ടുണ്ടായിരുന്ന പല രഹസ്യ-പരസ്യ ബന്ധങ്ങളും ഇടപാടുചാനലുകളും ഒന്നൊന്നായി വിച്ഛേദിക്കപ്പെട്ടുകൊണ്ടിരിക്കുന്നു, കശ്മീരിലെ ഭീകര-തീവ്രവാദ-വിഘടനവാദ സംഘടനകൾ തമ്മിലുള്ള ഏകോപനവും സഹകരണവും ഇല്ലാതായിക്കൊണ്ടിരിക്കുന്നു.

ഒടുവിലത്തെ സംഭവം- പരസ്പരമുള്ള നിറയൊഴിക്കൽ തികച്ചും മാറ്റത്തിന്റെ വമ്പൻ തുടക്കമാണ്. ജമ്മു കശ്മീരിൽ ബിജെപി-പിഡിപി സർക്കാർ അധികാരത്തിൽ വന്നപ്പോൾ 'നിരീക്ഷണം' ഇങ്ങനെ അഭിപ്രായപ്പെട്ടു: കൂട്ടുചേരലിന്റെ കശ്മീർ പരീക്ഷണത്തിൽ, കുങ്കുമപ്പൂക്കളിൽ വീണ രക്തക്കറകൾ തുടച്ചു മാറ്റുന്നതിനുള്ള തുടക്കമാണ്

കഴിഞ്ഞ ദിവസം, 2015 മാർച്ച് ഒന്നിന് ജമ്മു കശ്മീരിൽ തുടങ്ങിവെച്ചത്; ഒപ്പം തീർത്ഥാടന വഴിയിൽ കണ്ണീർ തുള്ളികൾ വീണുടഞ്ഞ നനവു തുടയ്ക്കാനും.

ജമ്മു കശ്മീരിൽ ബിജെപിയും പിഡിപിയും ചേർന്നുള്ള സഖ്യ സർക്കാർ അധികാരമേറ്റത്, 68 വയസിലെത്തിയ ഭാരത ജനാധിപത്യ ചരിത്രത്തിലെ ഉജ്ജ്വല അദ്ധ്യായം തന്നെയാണ്. രാഷ്ട്രീയവും മതവും സാമൂഹ്യാവസ്ഥകളും ഭേദം മറക്കുന്നുവെന്ന ശുഭസൂചനയാണത്. പരീക്ഷണങ്ങളാണെല്ലാം, വിജയവും പരാജയവും കാലത്തിന്റെ വിധി പോലെയിരിക്കും. പക്ഷേ, പുതുപരീക്ഷണങ്ങളുടെ തുടക്കവും പ്രയോഗവുമാണ് ഫലത്തേക്കാൾ പ്രധാനം. ആറുമാസത്തെ പ്രയോഗം ശരിക്കും ഫലം കണ്ടുതുടങ്ങിയിരിക്കുന്നു.

ഈ വമ്പിച്ച വിപ്ലവത്തിന് കാരണമായത് പ്രാദേശികമായി വേരോട്ടമുള്ള ഒരു കശ്മീർ പ്രസ്ഥാനവും ദേശീയതയിൽ കലർപ്പില്ലാത്ത, മറ്റെന്തിനും മേലേ രാഷ്ട്രം എന്ന കാഴ്ചപ്പാടുള്ള ഒരു പാർട്ടിയും തമ്മിലുള്ള യോജിച്ച പ്രവർത്തനം കൊണ്ടാണ്. ശക്തമായ കേന്ദ്രവും സ്വാധീനമുള്ള പ്രാദേശിക നേതൃത്വവും- ഈ കോംബിനേഷനാണ് കേരളത്തിന്റെയും ഇന്നത്തെ രാഷ്ട്രീയ ആവശ്യം. അതിന് അവസരമുണ്ടായാലേ ഏറെ പിന്നിലായിപ്പോയ കേരളത്തിന് പുതിയ ഗതിവേഗമുണ്ടാകൂ. അതൊരു പുതിയ പരീക്ഷണമാകും. പുതിയ വികസന ചരിത്രമാകും.

ഇതിനു പക്ഷേ, കേരളത്തിൽ ഏറെ കഠിനപ്രയത്നം വേണ്ടിവരും. അതാണ് ആകാശവാണി നൽകുന്ന സൂചന. ആകാശവാണിയും ദൂരദർശനും പോലുള്ള രാഷ്ട്രത്തിന്റെ ഔദ്യോഗിക മാധ്യമങ്ങൾ പ്രസാർ ഭാരതിയെന്ന പ്രത്യേക കോർപ്പറേഷന്റെ കീഴിലാണെങ്കിലും സർക്കാരിന്റെ ചട്ടക്കൂടിലൊതുങ്ങുന്നതാണ്; ആകണം. നിയന്ത്രണങ്ങളില്ലാത്ത സർവതന്ത്രസ്വതന്ത്രാവസ്ഥയൊന്നും ആരും അതിന് അനുവദിച്ചിട്ടില്ല. കേന്ദ്രത്തിൽ കോൺഗ്രസ് സർക്കാറായിരിക്കെ അനുവദിച്ചതും അനുഭവിച്ചുപോന്നതുമായ ദുരധികാരങ്ങളും അനർഹ അവകാശങ്ങളും ഇന്നും ചിലർ തുടരുകയാണ്. അവർ കേന്ദ്രത്തിൽ സർക്കാരുമാറിയതൊന്നും അറിയാതെയല്ല, അറിഞ്ഞുകൊണ്ടുതന്നെ അഹിതമായത് അധർമ്മമാണെന്നറിഞ്ഞും ചെയ്യുകയാണ്; ഒരുതരം വെല്ലുവിളി.

2015 സെപ്തംബർ 15 ൽ കോഴിക്കോട് ആകാശവാണി നിലയത്തിൽ നിന്ന് രാവിലെ 6.40 ന് പ്രക്ഷേപണം ചെയ്ത പ്രാദേശിക വാർത്ത അതിനുത്തമ ഉദാഹരണം. ശ്രീനാരായണ ഗുരുദേവനെ സിപിഎമ്മുകാർ ഔദ്യോഗികമായിത്തന്നെ അപകീർത്തിപ്പെടുത്തിയതിലെ വിവാദത്തെ തുടർന്ന്, ദൽഹിയിൽ ചേർന്ന സിപിഎം കേന്ദ്ര കമ്മറ്റിക്കുശേഷം പാർട്ടി

മുൻ ജനറൽ സെക്രട്ടറി പ്രകാശ് കാരാട്ട് തലേന്ന് നടത്തിയ പത്രസമ്മേളനമായിരുന്നു ആ ബുള്ളറ്റിനിലെ മുഖ്യവാർത്ത.

ആദ്യത്തെ ഏഴുവാക്യം കാരാട്ടിന്റെ വിശദീകരണം, തുടർന്ന് രണ്ടെണ്ണം മുൻ സംസ്ഥാന സെക്രട്ടറി പിണറായി വിജയന്റെ പ്രസംഗം. രണ്ടിലും മുഴച്ചുനിന്നത് സംഘപരിവാർ പ്രസ്ഥാനങ്ങൾക്കെതിരെയുള്ള ഏകപക്ഷീയമായ സിപിഎമ്മിന്റെ ആരോപണവും രാഷ്ട്രീയ ആക്രമണവും. പ്രസാർഭാരതിച്ചട്ടങ്ങൾ പ്രകാരം അതുപാടില്ല, അഥവാ അത്തരം വാർത്തകളിൽ വിമർശിക്കപ്പെടുന്നവരുടെവക വിശദീകരണവും വേണം. എന്നാൽ, അതുണ്ടായില്ലെന്നു മാത്രമല്ല, തലേന്ന് ആർഎസ്എസ് സംസ്ഥാന നേതൃയോഗം അതേ വിഷയത്തിൽ നടത്തിയ ചർച്ചയും തീരുമാനങ്ങളും, ആർഎസ്എസ് സംസ്ഥാന നേതൃയോഗം ഗുരുദേവ വിഷയത്തിൽ കൈക്കൊണ്ട നയങ്ങളും തീരുമാനങ്ങളും ആർഎസ്എസ് സംസ്ഥാന സെക്രട്ടറി പി. ഗോപാലൻകുട്ടി മാസ്റ്റർ കോഴിക്കോട്ട് പത്രസമ്മേളനത്തിൽ വിശദീകരിച്ചിരുന്നു.

അതിനെക്കുറിച്ച് ഒരു വരിപോലും കോഴിക്കോട്ടുനിന്നുള്ള ആകാശവാണി വാർത്തയിൽ കേട്ടില്ല. അതാണ് രാഷ്ട്രീയം. സുപ്രധാനമായ കേന്ദ്രങ്ങളിൽ, ഇത്രയും ആസൂത്രിതമായി, ആഴത്തിൽ ബാധിച്ചിരിക്കുന്ന ചില നിക്ഷിപ്ത താൽപ്പര്യങ്ങൾ വേരോടെ പിഴുതെറിയണമെങ്കിൽ പണി കുറച്ചുണ്ട്. ആകാശവാണിയെ 'അസുരവാണി'യെന്ന് വിളിച്ച വികെഎൻ എന്ന ജേർണലിസ്റ്റായിരുന്ന നോവലിസ്റ്റിന്റെ കറുത്തഫലിതം ഇന്നും എത്ര പ്രസക്തമാണെന്ന് നോക്കുക. ഈ അസുരവാണികൾ കേൾക്കാതിരിക്കണമെങ്കിൽ ചില നാവുകൾ നിശ്ചലമാക്കുകതന്നെ വേണം. കോഴിക്കോട് സ്റ്റേഷനും കശ്മീർ സ്റ്റേഷനും പ്രസാർ ഭാരതി കോർപ്പറേഷൻ പരിധിയിൽതന്നെയാണെന്ന് ചിലരെ ബോധ്യപ്പെടുത്തണം.

കശ്മീരിലെ മാറ്റം കേരളത്തിലും സംഭവിക്കുന്നുണ്ട്. കശ്മീരിൽ ആയുധം കൊണ്ടു നേടുന്നതിനേക്കാൾ അധികം കേരളത്തിൽ ചിലർ അടവുകൾകൊണ്ട് നേടിയെടുക്കുന്നുണ്ട്. പ്രത്യേകിച്ച് മുസ്ലിം വിഭാഗം. നേട്ടമുണ്ടാക്കുന്ന കാര്യത്തിൽ ഇസ്ലാമിക സംഘടനകളുടെ ഇടയിൽ ഒരു ഭിന്നതയുമില്ല, എന്നല്ല ഒന്നിച്ചുനിൽക്കുകയും ചെയ്യും. എന്നാൽ, ചില കാര്യങ്ങളിൽ അവർക്കിടയിൽ വിഭിന്നതയുണ്ടാകുന്നു. ആ വിയോജിപ്പ് അപകടകരമായ ചില വസ്തുതകൾ തുറന്നുകാട്ടപ്പെടാൻ സഹായകവുമാകുന്നു. ആഗോള പ്രശ്നമായ ഭീകരതയോടുള്ള സമീപനം നോക്കുക. ഇസ്ലാമിക രാജ്യം ഉണ്ടാക്കാൻ കൊല്ലും കൊലയും കൊള്ളയും കൊള്ളിവെയ്പ്പും തത്വ-പ്രയോഗങ്ങളാക്കിയ, ഇസ്ലാമിക രാജ്യം ഉണ്ടാക്കാൻ പുറപ്പെട്ടിരിക്കുന്ന, അന്താരാഷ്ട്ര ഭീകര സംഘടനയായ ഐഎസിനെ കേരളത്തിലെ ജമാഅത്തെ ഇസ്ലാമി എതിർക്കുന്നു. സപ്തംബർ 23 ന്

അവർ ഐഎസിനെതിരെ സിറിയൻ ഐക്യദാർഢ്യം പ്രഖ്യാപിച്ചിരിക്കുന്നു.

ഐഎസുകാർ തലയറുത്ത് കൊല്ലുന്നതിനേക്കാൾ ഭീകരമായി, എൻഡിഎഫ്, ഐഎസ്എസ്, സോളിഡാരിറ്റി, സിമി, പിഡിപി തുടങ്ങിയ സംഘടനകളും മുസ്ലിംലീഗുകാർ പോലും നടത്തിയതും നടത്തുന്നതുമായ കൊലപാതകങ്ങളെ അപലപിക്കാൻപോലും ഇതുവരെ തയ്യാറാകാത്ത ഇക്കൂട്ടർക്ക് മനംമാറ്റമുണ്ടാകുന്നത് നല്ലതാണ്. പക്ഷേ, അവരോട് യോജിക്കാൻ, ഐക്യദാർഢ്യത്തിന് ഐക്യം പ്രഖ്യാപിക്കാൻ മറ്റ് ഇസ്ലാമിക സംഘടനകൾ തുനിഞ്ഞില്ല എന്നത് ഉത്കണ്ഠാജനകമാണ്. എന്നാൽ, ഇക്കാര്യത്തിലാണെങ്കിലും അവർക്കിടയിൽ ഒരുമയില്ലെന്നത് മറ്റൊരർത്ഥത്തിൽ നല്ല കാര്യവുമാണ്. ഓരോ സംഘടനകളും സമൂഹമദ്ധ്യത്തിൽ സ്വന്തം നിലപാടുകളിലൂടെ തുറന്നുകാട്ടപ്പെടുകയാണല്ലൊ. ഒക്ടോബർ രണ്ടിന് ഇന്ത്യൻ നാഷണൽ മുസ്ലിംലീഗ് ഭീകരവിരുദ്ധദിനം ആചരിക്കുന്നുവത്രേ. അവർക്കു പക്ഷേ, ശത്രു ഐഎസ് അല്ല, സംഘപരിവാറാണ്. ഇസ്ലാമിക രാജ്യം എതിരാളികളുടെ തലയറുത്തായാലും നടപ്പാക്കുന്നതിനോട് മുസ്ലിം ലീഗിന് വിയോജിപ്പില്ലെന്നോ, ഇക്കാര്യത്തിലായാലും ജമാഅത്തെ ഇസ്ലാമിയോട് യോജിക്കാനാവില്ലെന്നോ എന്താണിതിന്റെ സന്ദേശമെന്ന് ലീഗ് നേതാക്കൾ കൂടുതൽ വ്യക്തമാക്കേണ്ടതുണ്ട്. എന്തുതന്നെയായാലും ചില നല്ല സൂചനകൾ അതിലുണ്ട്. കശ്മീരിൽ ആയുധം കൊണ്ട് പരസ്പരം പോരടിക്കുന്നതിനു സമാനമായി ആശയംകൊണ്ട് യുദ്ധം നടത്തിയാൽ കാര്യങ്ങൾ വ്യക്തമാകാൻ അത് ജനങ്ങളെ സഹായിക്കുമല്ലൊ. ഇവരുടെ പൊയ്മുഖങ്ങൾ അഴിഞ്ഞുവീഴാൻ സഹായകമാകുമല്ലോ.

** ** ** **

പിൻകുറിപ്പ്:

പണമുണ്ടാക്കുന്നത് നിർത്തി ജനസേവനത്തിനു തയ്യാറാകണമെന്ന് യുപിയിലെ സ്വന്തം പാർട്ടി നേതാക്കളോട് മുലായം സിങ്. കഴിഞ്ഞ ദിവസം കൈക്കൂലി ചോദിച്ച ഉദ്യോഗസ്ഥന് 40 മൂർഖൻ പാമ്പിനെ യുപിയിലെ ഒരു കർഷകൻ സമ്മാനിച്ചത് വാർത്തയായിരുന്നു. അതായിരിക്കും മുലായത്തിന്റെ തിരിച്ചറിവിനു കാരണം. അങ്ങനെയെങ്കിൽ, കേരളത്തിലെ കൈക്കൂലിക്കാരെ നേരിടാൻ മൂർഖൻ പാമ്പു മതിയാകുമോ. മൂർഖൻ പാമ്പുകൾ ജാഗ്രതൈ

(2015)

സലിം കുമാർ, മോഹൻലാൽ, സംവരണം

ബ്രാഹ്മണ്യംകൊണ്ട് കുന്തിച്ച് കുന്തിച്ച് ബ്രഹ്മാവുമെനിയ്ക്കൊക്കായെന്നും ചിലർ- എന്ന് കവി പൂന്താനം ജ്ഞാനപ്പാനയിലെഴുതിയത് ഒരു കാലഘട്ടത്തിന്റെ കണ്ണാടി കൂടിയായിരുന്നു. ബ്രഹ്മജ്ഞാനികളെന്ന് സ്വയം അഹങ്കരിച്ച് ഒരു വിഭാഗം പുലർത്തിയിരുന്ന മേൽക്കൈയും അവരുടെ താന്തോന്നിത്തവും മറ്റുള്ളവരുടെ മേലുള്ള കുതിരകയറലുമെല്ലാം ആ വരിയ്ക്ക് പിന്നിലുണ്ട്. കാലം ഏറെമാറി, നൂറ്റാണ്ടുകൾ പലതു കഴിഞ്ഞു. പക്ഷേ, ബ്രാഹ്മണ്യം എന്ന പ്രയോഗത്തിന്റെ ദോഷാർത്ഥത്തിന് ഇപ്പോഴും കുറവുവന്നിട്ടില്ല, അത് സവർണാധിപത്യമെന്നോ മറ്റോ മാറ്റി പ്രയോഗിക്കുന്നുവെന്നു മാത്രം.

ബ്രഹ്മജ്ഞാനികൾക്കിടയിൽ കടന്നുകൂടിയ സാമൂഹ്യചൂഷകരുടെ കൂട്ടം അന്ന് ബ്രാഹ്മണ്യത്തെ ദുഷിപ്പിച്ചതുപോലെ ഇന്ന് സർവസാന്നിദ്ധ്യമായിക്കഴിഞ്ഞ ദളിത് സംഘടിത പ്രസ്ഥാനങ്ങളിലും ദുഷിപ്പിക്കലിന്റെ ദുഷ്ടക്കൂട്ടം കടന്നുകയറിയിട്ടില്ലേ എന്നു സംശയിക്കണം. ചിന്തിക്കേണ്ട വിഷയമാണ്. ചരിത്രത്തിലും പുരാണത്തിലും ഇതിഹാസത്തിലും ശാസ്ത്രത്തിലും മറ്റുംമറ്റും കയറിക്കൂടിയിട്ടുള്ള അബദ്ധ ധാരണകൾ തിരുത്താൻ പ്രമുഖർ മുന്നിട്ടിറങ്ങിയിട്ടുള്ള ഇക്കാലത്ത് സാമൂഹ്യരംഗത്ത് പ്രവർത്തിക്കുന്ന പ്രസ്ഥാനങ്ങളിലും ഇത്തരം പുനഃപരിശോധനകൾ വരുത്തി സംശോധനം ആവശ്യമാണ്; കക്ഷിരാഷ്ട്രീയത്തിന്റെ ആധിക്യത്തിൽ അത് എളുപ്പമല്ലെങ്കിൽ കൂടിയും.

മണ്ഡൽ കമ്മീഷൻ റിപ്പോർട്ടും അത് നടപ്പാക്കുമെന്ന അന്നത്തെ കേന്ദ്രസർക്കാരിന്റെ പ്രഖ്യാപനവും ചരിത്രപരമായി ഇന്നു പരിശോധിച്ചാൽ കൃത്യമായ നിലപാടായിരുന്നോ? മതത്തിനും ജാതിക്കും അതീതമായി മതേതരത്വം കെട്ടിപ്പടുക്കാൻ പ്രതിജ്ഞാബദ്ധമായ, പാടുപെടുന്ന ഒരു രാജ്യത്ത് അന്ന് വിശ്വനാഥ് പ്രതാപ് സിങ് എന്ന വി.പി.സിങ് പ്രധാനമന്ത്രിയായിരിക്കെയാണ് മണ്ഡൽ കമ്മീഷൻ റിപ്പോർട്ട് ശുപാർശ നടപ്പാക്കാൻ തീരുമാനിച്ചത്. തൊഴിൽ-വിദ്യാഭ്യാസ മേഖലയിൽ ജാതിയിൽ പിന്നാക്കം നിൽക്കുന്നവർക്ക് നിശ്ചിത തോതിൽ സംവരണം നിശ്ചയിച്ച് പ്രവേശനം നടപ്പാക്കുന്ന പദ്ധതിയായിരുന്നു മണ്ഡലിന്റെ റിപ്പോർട്ടിലെ ശുപാർശ.

മതേതരത്വത്തിനു പ്രവർത്തിക്കുമ്പോൾ ജാതിയെ ഭരണപരമായി ത്തന്നെ അംഗീകരിക്കുന്ന നയനിലപാട് പക്ഷേ, ആരും അന്ന് ചോദ്യം ചെയ്തില്ല. കാരണം യുക്തികൊണ്ടുപോലും എതിർത്താൽ പിന്നാക്ക വിഭാഗത്തിന്റെ (അന്ന് ദളിത് പദം രൂപംകൊണ്ടിട്ടില്ല) ശത്രുവായി മുദ്ര കുത്തപ്പെടുമെന്ന് ഭയന്നുതന്നെ. കോൺഗ്രസ് ഭരണത്തെ തോൽപ്പിച്ച്, ബിജെപി പിന്തുണയോടെ അധികാരത്തിലെത്തിയ മൂന്നാം മുന്നണി യെന്ന ബിജെപി-കോൺഗ്രസ് ഇതര പാർട്ടികളുടെ സഖ്യത്തിന് അധി കാരത്തിൽ തുടരാനുള്ള കുറുക്കുവഴി മാത്രമായിരുന്നു മണ്ഡൽ കമ്മീഷൻ റിപ്പോർട്ട് നടപ്പാക്കുമെന്ന തീരുമാനവും പ്രഖ്യാപനവും. ഒരുപക്ഷേ, സാമൂഹ്യ സമത്വത്തിനും സംതുലനത്തിനും മറ്റു പല മാർഗങ്ങളും ഉണ്ടാ യിട്ടും ഈ സംവരണമെന്ന അപകടകരമായ വഴിയിൽ സഞ്ചരിക്കാൻ വി.പി. സിങ്ങിനെയും കൂട്ടരേയും പ്രേരിപ്പിച്ചത് എന്തായിരിക്കും? തീർച്ച യായും ആ തീരുമാനത്തിനു പിന്നിലെ നിർബന്ധങ്ങളും സമ്മർദ്ദങ്ങളും ഒന്നുകിൽ അതിനു മുതിർന്നവർ വെളിപ്പെടുത്തണം, അല്ലെങ്കിൽ കണ്ടെ ത്തണം. അത് ചരിത്രത്തോടു ചെയ്യുന്ന വലിയ നീതി തന്നെയാകും.

ഭരണഘടനാപരമായ ഭേദഗതികൾ കൊണ്ടുവന്ന് സംവരണം നടപ്പാ ക്കിയപ്പോൾ അത് എന്നെന്നേക്കുമായി രാജ്യത്തെ സാമൂഹിക പ്രശ്ന ങ്ങൾക്ക് പരിഹാരമാകുമെന്ന് നമ്മുടെ രാജ്യത്തെ നിയമനിർമാതാക്കൾ വിശ്വസിച്ചിരുന്നുവോ? കുടത്തിൽ നിന്നൊരു ഭൂതത്തെ തുറന്നു വിടുന്നതു പോലെയാണീ വിഷയമെന്ന് ചിന്തിക്കാനാകാഞ്ഞതാണോ അവർക്ക്. ഭരണഘടനാ നിർമ്മാതാക്കൾ ഈ വിഷയം ചർച്ച ചെയ്യുകയും തീരുമാന മെടുക്കാതിരിക്കുകയും ചെയ്തത് എന്തുകൊണ്ടാണ്. ജാതി സംവരണ മെന്ന പ്രശ്നം ഒരിക്കലും അഴിക്കാനാവാത്ത കുരുക്കായിത്തീരുമെന്ന് അറിയാമായിരുന്നില്ലേ. അതിന്റെ ചുവടുപിടിച്ച് മതസംവരണമെന്ന ആശയം ഉയരുമെന്ന് ദീർഘവീക്ഷണം ചെയ്യാൻ നമ്മുടെ നേതാക്കൾ ക്കായിരുന്നില്ലേ.

ഭരണഘടനയിൽ താൽക്കാലികമായി അനുവദിച്ചുകൊടുത്ത ചില ആനുകൂല്യങ്ങൾ പതിറ്റാണ്ടുകൾ കഴിഞ്ഞിട്ടും നിർത്താനാവാത്തത് ശ്രദ്ധയിൽ പെട്ടിട്ടില്ലേ. രാജ്യത്ത് മുഴുവൻ ഏകസിവിൽ നിയമം നടപ്പാ ക്കണമെന്ന തീരുമാനം പോലും പ്രാവർത്തികമാക്കാനാവാത്ത രാജ്യത്തെ പ്രത്യേകസ്ഥിതിയെക്കുറിച്ച് അറിയാമായിരുന്നില്ലേ. അപ്പോൾ രാജ്യത്തെ പ്രശ്നങ്ങൾക്ക് സ്ഥിര പരിഹാരം കാണാനല്ല, താൽക്കാലിക രാഷ്ട്രീയ നേട്ടത്തിനു മാത്രമായിരുന്നു മണ്ഡൽ കമ്മീഷൻ റിപ്പോർട്ട് നടപ്പാക്കിയത് എന്നു വ്യക്തം.

ഗുജറാത്തിലെ പട്ടേൽമാരും ഹരിയാനയിലെയും രാജസ്ഥാനിലെയും ജാട്ടുമാരും അക്രമസമരങ്ങളിലൂടെ സാമുദായിക സംവരണം നേടി

രാജ്യത്ത് സാമൂഹ്യ സ്ഥിതിസമത്വം ഉണ്ടാക്കാൻ ശ്രമിക്കുമ്പോൾ വാസ്തവത്തിൽ പരാജയപ്പെടുകയാണ് മണ്ഡൽ കമ്മീഷനും വിശാലാർത്ഥത്തിൽ നമ്മുടെ ഭരണഘടനപോലും. ഹരിയാനയിൽ സംവരണ സമരത്തിന്റെ പേരിൽ നടന്ന അക്രമങ്ങളിലൂടെ സംസ്ഥാനത്തിന് നഷ്ടമായത് 20,000 കോടി രൂപയാണ്. ഇത്തരം സമരങ്ങൾ മറ്റു സംസ്ഥാനങ്ങളിൽ വരും നാളുകളിൽ ഉയരില്ലെന്ന് ആർക്ക് ഉറപ്പു പറയാനാകും. ജാതി സംവരണമായിരുന്നോ, അതു മാത്രമായിരുന്നോ, സാമൂഹ്യ സമത്വത്തിലേക്കുള്ള ശരിയായ വഴി? സംവരണനയം തന്നെ പാളിപ്പോയെന്നു സംശയിച്ചുകൂടേ? ചോദ്യം നിലവിലുള്ള സംവരണത്തെ എതിർക്കാനല്ല, ഭരണഘടനാപരമായി നിലനിൽക്കുന്ന സംവിധാനത്തെ എതിർക്കുന്നത് ശരിയല്ലതാനും. പക്ഷേ, ഇത് പുനഃശ്ചിന്തക്ക് വഴിതുറക്കേണ്ട കാര്യം തന്നെയാണ്.

ഇവിടെയാണ് 'ബ്രാഹ്മണ്യ'ത്തിൽ കുന്തിച്ച (അഹങ്കരിച്ച)വരുടെ കാര്യംപോലെ 'ദാളിത്യ'ത്തിൽ (പ്രയോഗത്തിൽ തെറ്റാണ് എങ്കിലും) അഹങ്കരിക്കുന്ന ചിലരുടെ കാര്യവും ചിന്താവിഷയമാക്കേണ്ടത്. പിന്നാക്കക്കാരനായിത്തന്നെ നിൽക്കുക, മുന്നാക്കമെന്ന വിഭാഗത്തിനെ ശത്രുവായിക്കണ്ട് എക്കാലത്തും സ്വയം അസ്വസ്ഥനായും അസ്വസ്ഥതയുണ്ടാക്കിയും വർഗ്ഗസംഘർഷത്തിൽ തുടരുകയെന്ന സന്ദേശം മാത്രം സമൂഹത്തിൽ കൊടുക്കുന്ന ഒരു വിഭാഗം രാഷ്ട്രീയ കുതന്ത്രക്കാർ രാജ്യത്തില്ലേ എന്നു സംശയിക്കാനും ഇടനൽകുന്നുണ്ട് ചിലരുടെ ആനുകാലിക പ്രവർത്തനങ്ങൾ. ഇതിനുപിന്നിൽ വലിയൊരു ആസൂത്രിത പദ്ധതിയും ആലോചനാശൃംഖലയും ഉണ്ടെന്നുതന്നെ സംശയിക്കുകയും വേണം. മുമ്പൊരിക്കൽ ഒരു കുറിപ്പിൽ ചർച്ച ചെയ്തതുപോലെ പിന്നാക്ക വിഭാഗത്തിന്റെ മോചനമെന്ന പേരിൽ രൂപപ്പെട്ട ദളിത് പ്രസ്ഥാനങ്ങളിൽ ജാതിയ്ക്കപ്പുറം മതവും മറ്റു പരിഗണനകളും കടന്നുകൂടിയതിനുപിന്നിൽ അത്തരം ഒളി അജണ്ടകൾ ഇല്ലെന്ന് കരുതാനാവില്ലെന്ന് ആവർത്തിക്കട്ടെ.

ഈ പശ്ചാത്തലത്തിൽ രണ്ടു പ്രമുഖ വ്യക്തികളുടെ ഏറ്റവും പുതിയ പ്രതികരണങ്ങളിലേക്കു കൂടി ശ്രദ്ധ ക്ഷണിക്കാനുണ്ട്. ഒന്ന് പ്രമുഖ സിനിമാതാരം സലിംകുമാറിന്റെ അനുഭവവും പ്രതികരണവുമാണ്. ദളിത് വിഷയത്തിൽ, ഒരു ദളിതന് അനുഭവിക്കേണ്ടിവന്ന ജീവിതാവസ്ഥയെക്കുറിച്ച് നടൻ സലിംകുമാർ ഒരു സിനിമ നിർമിച്ചു. പക്ഷേ, സിനിമ കേരളത്തിലെ തീയറ്ററുകളിൽ പ്രദർശിപ്പിക്കാനാവുന്നില്ല. സിനിമ തീയറ്ററുകാർക്ക് സാമ്പത്തികനേട്ടമുണ്ടാക്കില്ലെന്നതു മാത്രമല്ല കാരണം, സിനിമയിലെ ഉള്ളടക്കവും സന്ദേശവും എതിർപ്പുകൾക്കു കാരണമാകുമത്രെ. ദളിത് യുവാവിന്റെ ജീവിതസാഹചര്യങ്ങൾ, അയാളുടെ കുടുംബ

ത്തിന് ക്രിസ്തുമതത്തിലേക്ക് പരിവർത്തനം ചെയ്യപ്പെടേണ്ടിവന്ന നിർബന്ധങ്ങൾ തുടങ്ങിയ, ആനുകാലിക അനുഭവകഥയാണ് സിനിമയുടെ ഇതിവൃത്തം. അന്യസംസ്ഥാനങ്ങളിലെ ദളിത് വിഷയങ്ങൾ കേരളത്തിൽ പ്രചരിപ്പിക്കാൻ മത്സരിക്കുന്ന സംഘടനകളും സലിംകുമാർ വിശ്വസിച്ചും പ്രവർത്തിച്ചും പോന്നിരുന്ന സംഘടനകളും സഹായിക്കാനെത്തിയില്ല. അങ്ങനെ ഒരു കലാകാരന്റെ ആവിഷ്കാരസ്വാതന്ത്ര്യം ഫിലിം പെട്ടിയിൽ ഉറങ്ങുകയാണ്.

മുട്ടാത്ത വാതിലില്ല. ഒടുവിൽ ബിജെപി സംസ്ഥാന അധ്യക്ഷൻ കുമ്മനം രാജശേഖരന്റെ ശ്രദ്ധയിൽപ്പെടുത്തിയപ്പോൾ ചിത്രം ദൂരദർശൻ വഴി ടെലികാസ്റ്റ് ചെയ്യാൻ സഹായിക്കാമെന്ന് ഉറപ്പു നൽകിയെന്ന് സലിം കുമാർ പറയുന്നു. ആ വാഗ്ദാനം പോലും ആശ്വാസം നൽകുന്നുവെന്ന് സലിംകുമാർ പറയുമ്പോൾ ഒരു വീർപ്പുമുട്ടൽ അടങ്ങിയ ആശ്വാസമുണ്ട്. "രാജ്യത്ത് ആവിഷ്കാര സ്വാതന്ത്ര്യം തടയുന്ന, അടിയന്തരാവസ്ഥ കൊണ്ടുവരാൻ പ്രയത്നിക്കുന്ന നരേന്ദ്രമോദി ഭരണകൂടം," എന്ന് എതിരാളികൾ പ്രചരിപ്പിക്കുന്നത് വ്യാജമാണെന്ന് തെളിയിക്കുന്നതുകൂടിയാണ് കുമ്മനത്തിന്റെ നിലപാട്. ഇനി ബിജെപി ബന്ധം ആരോപിച്ച് കേരളത്തിലെ കപട ബുദ്ധിജീവികൾ സലിംകുമാറിനെ വിലക്കുമോ എന്നു കണ്ടാൽ മതി

സൂപ്പർ സ്റ്റാർ മോഹൻലാൽ എഴുതിയ ബ്ലോഗാണ് മറ്റൊരു പ്രധാന പ്രതികരണം. സൈന്യം നൽകിയ ബഹുമതിയായ ലഫ്റ്റനന്റ് കേണൽ പദവി കൂടിയുള്ള മോഹൻലാൽ സൈനിക സമൂഹത്തിന്റെ കീർത്തിയുയർത്തുന്ന കുറിപ്പിൽ പറയുന്നു, രാഷ്ട്രവിരുദ്ധവാദികൾക്ക് ആവിഷ്കാര സ്വാതന്ത്ര്യം വേണ്ടെന്ന്. സ്വജീവിതം ബലിവെച്ച് അതിർത്തി കാത്ത് നമുക്ക് സുഖമായുണ്ട് ഉറങ്ങാൻ കാവൽനിൽക്കുന്ന സൈനികരോടുള്ള, അവർ സംരക്ഷിക്കുന്ന മാതൃഭൂമിയോടുള്ള, പെറ്റമ്മയോടുള്ള അനാദരവും അവഗണനയുമാണ് ഇന്ന് രാജ്യത്തെ ചില പ്രദേശങ്ങളിലും ഇടങ്ങളിലും കാണുന്ന രാജ്യദ്രോഹപ്രവർത്തനങ്ങളും ചർച്ചകളും വിവാദങ്ങളുമെന്ന് ലാൽ പറയുന്നു. ഇതിനെ ആവിഷ്കാര സ്വാതന്ത്ര്യമായി കണക്കാക്കാനാവില്ലെന്നും അദ്ദേഹം പറയുമ്പോൾ, രാജ്യത്ത് മറ്റു പലരും പറയാൻ പല കാരണങ്ങൾകൊണ്ടും മടിക്കുന്ന ശബ്ദമാണ് മുഴങ്ങിക്കേൾക്കുന്നത്.

ന്യൂദൽഹിയിൽ, വിരമിച്ച സൈനികരും മുതിർന്ന മുൻ സൈനികോദ്യോഗസ്ഥരും ചേർന്നുനടത്തിയ പടുകൂറ്റൻ ദേശസ്നേഹ റാലിയിൽ റിട്ട. എയർമാർഷൽ പി. കെ. റോയ് പറഞ്ഞ വാക്യമുണ്ട്, "വഴിതെറ്റിപ്പോയ ചിലരാണ് ഇപ്പോഴത്തെ ചില വിക്രിയകൾക്കു കാരണം. അവരെ നേർവഴിക്കു നയിക്കുകയാണ് ഞങ്ങളുടെ കടമ. അതാണു ചെയ്യുന്നത്." പക്ഷേ, വഴിതെറ്റിക്കുന്നവർക്ക് വഴിവിളക്കു സ്ഥാപിക്കുന്നവരും കൈ

വിളക്ക് കാണിച്ചുകൊടുക്കുന്നവരുമാണ് ഇന്ന് അധികം. അവർക്കിടയിൽ മോഹൻലാലുമാർ യഥാർത്ഥ ദീപസ്തംഭങ്ങൾതന്നെയാണ്. പക്ഷേ, മോഹൻലാലിന്റെ ഈ രാജ്യസ്നേഹം മുഴക്കുന്ന ബ്ലോഗ് പല മാധ്യമങ്ങളും പ്രചരിപ്പിക്കാൻ മടിച്ചു. അതാണ് കേരളത്തിലെ സ്ഥിതി. ഇനി മോഹൻലാലിനും സാമൂഹ്യവിലക്കു വന്നേക്കുമോ എന്നു ഭയക്കണം

** ** **

പിൻകുറിപ്പ്:-

പൂന്താനം ഋഗ്വേദ സൂക്തങ്ങളുടെ ഗഹനാർത്ഥം അതിലളിതമാക്കി മലയാളിക്കു സമ്മാനിച്ചതാണ് ജ്ഞാനപ്പാനയെന്ന് പ്രൊഫ. തുറവൂർ വിശ്വംഭരൻ. എഴുത്തച്ഛന് മലയാളത്തിലെഴുതാൻ പ്രേരണയായത് പൂന്താനമാണെന്നും സംസ്കൃതഭാഷാ പണ്ഡിതരും സമകാലീനരുമായിരുന്ന പൂന്താനത്തിനെയും എഴുത്തച്ഛനെയും ചേർത്ത് പ്രചരിക്കുന്ന, അവരെ അപകീർത്തിക്കുന്ന കഥകൾ വെറും നുണയാണെന്നും തുറവൂർ. അതെ, ചരിത്രത്തിലെ, സാഹിത്യത്തിലെ, സാമൂഹ്യബന്ധങ്ങളിലെ നുണയും നേരും കണ്ടെത്താൻ അഗാധവും സത്യസന്ധവും ആത്മാർത്ഥവുമായ ഗവേഷണങ്ങൾ കൂടിയേ തീരൂ.

ഫെബ്രുവരി 23, 2016

തുല്യനീതിയും തുല്യവേദിയും

ഗാന്ധിദർശനം വാസ്തവത്തിൽ ഭാരത ജീവിത ദർശനമാണ്, ആർഷ ഭാരതീയമായ ശാസ്ത്രമാണ്, സനാതന മൂല്യപ്രമാണങ്ങളിൽ അധിഷ്ഠിതമായ പ്രയോഗമാണ്. അതിനെ മേൽപ്പറഞ്ഞതൊന്നുമല്ലെന്ന് സ്ഥാപിക്കാൻ ശ്രമിക്കുന്ന ചിലരുടെ ആസൂത്രിത പരിശ്രമത്തിന്റെ ഭാഗമാണ് ഗാന്ധിദർശനമെന്നോ ഗാന്ധിസമെന്നോ ഒക്കെ വിളിപ്പേരിൽ അറിയപ്പെടുന്ന സമ്പ്രദായം. ജീവിതം സന്ദേശമാക്കിയ ഗാന്ധിജിയെക്കുറിച്ചുള്ള സൂക്ഷ്മമായ പഠനം അത് ആർക്കും വ്യക്തമാക്കും.

ഗാന്ധിജിക്ക് ഭഗവദ് ഗീത അടിസ്ഥാന ജീവിതമൂല്യങ്ങളുടെ സ്രോതസ്സായിരുന്നു. കർമ്മത്തെ ധർമ്മമായിക്കണ്ട ഗാന്ധിജി ഭഗവദ് ഗീതയിൽ അനാസക്തിയോഗം കണ്ടെത്തി, അത് പ്രചരിപ്പിച്ചു. ഗാന്ധിജിയുടെ യഥാർത്ഥ ശിഷ്യനും അനുയായിയുമായിരുന്ന വിനോബാജി എന്ന വിനോബ ഭാവെ അതേ ഭഗവദ്ഗീതയ്ക്ക് മറ്റൊരു കാഴ്ചപ്പാടിലൂടെ വ്യാഖ്യാനം നൽകി. ഗാന്ധിജിയും വിനോബാജിയും തമ്മിലുള്ള തുടർച്ച അവിടെയാണ്. അടിസ്ഥാന മൂല്യസങ്കൽപ്പങ്ങൾ ഒന്നായവർ, ആ മൂല്യങ്ങൾ ശാശ്വതവും സത്യവും ആണെങ്കിൽ ഒരിക്കലും പരസ്പര പൂരകങ്ങളാകാതിരിക്കില്ല. ഈ പ്രസ്താവന തികച്ചും ശരിയാകണമെങ്കിൽ ഇങ്ങനെ കൂടി ചേർക്കേണ്ടതുണ്ട്, 'അവർ നിസ്വാർത്ഥരും നിർമോഹികളുമാണെങ്കിൽ' എന്നുകൂടി. അതുകൊണ്ടാണ് ഗാന്ധിജിയുടെ തുടർച്ചയായി വിനോബാജി മാറിയത്. രാമകൃഷ്ണ പരമഹംസരുടെ തുടർച്ചയായി സ്വാമി വിവേകാനന്ദൻ മാറിയത്. ചില ശിഷ്യന്മാർ ഗുരുവിനോട് കലഹിച്ചു വഴി പിരിയുന്നതിനു പിന്നിൽ യഥാർത്ഥ കാരണം സൂക്ഷ്മ നിരീക്ഷണത്തിൽ വ്യക്തമാകും, നിസ്വാർത്ഥതയും നിർമോഹത്വവും അവർക്ക് അതിജീവിക്കാത്തതുതന്നെയാണെന്ന്.

ഭഗവദ് ഗീതയിലെ എട്ടാം അദ്ധ്യായം, ജ്ഞാനവിജ്ഞാനയോഗം, വ്യാഖ്യാനിച്ച് വിനോബാജി പറഞ്ഞ ചില കാര്യങ്ങളുണ്ട്, അത് ഗാന്ധിജിയുടെ അനാസക്തിയോഗവും കടന്നുള്ള കർമ്മ സന്യാസത്തിന്റെ വിശദീകരണമാണ്. ഗാന്ധിജി എന്തിനായിരുന്നു ദിവസവും സ്വയം ചർക്കയിൽ നൂറ്റത്. അദ്ദേഹത്തിനാവശ്യമായ ഒന്നോ രണ്ടോ ജോടി വസ്ത്രങ്ങൾക്ക് നിത്യവും ചർക്ക തിരിയ്ക്കണമെന്നില്ലായിരുന്നു. പിന്നെയോ, ആ കർമ്മം തന്റെ ജീവിത സാധനയാക്കാൻ ഉദ്ദേശിച്ചാ

യിരുന്നു അതു ചെയ്തതെന്ന് വിനോബാജി. അതായത് നിത്യശീല മാക്കുക. അങ്ങനെ അത് സംസ്കാരമാക്കുക. ആ സംസ്കാരമാണ് നിർണ്ണായക നിമിഷത്തിൽ പ്രകടമാകുക. ആ പ്രകടീകരണമാണ് മരണാ നന്തരം ജീവനെ ബാധിക്കുക, പിന്നെ ജനനമില്ലാത്ത മോക്ഷത്തിനു മുമ്പുള്ള ഏതു മരണമുഹൂർത്തത്തിലും പ്രകടമാകുന്നത് സഞ്ചിത സംസ്കാരത്തിന്റെ ഈ ആകെത്തുകയായിരിക്കും. അതുകൊണ്ട് നിത്യജീവിതത്തിലൂടെ സമ്പാദിക്കുന്നതാണ് സംസ്കാരം. ആ സംസ് കാരത്തിന്റെ സത്തയാണ് പ്രധാനം. ഭഗവദ്ഗീതയിലെ എട്ടാം അദ്ധ്യായ ത്തിലെ പ്രസക്ത ശ്ലോകങ്ങൾ വിനോബാജി ഇതിന് ആധാരമായി വിശദീ കരിക്കുന്നുണ്ട്. 'യം യം വാപിസ്മരൻ ഭാവം ത്യജത്യന്തേ കളേബരം...' അത് അതിഗഹനമായ വേദാന്ത ശാസ്ത്രം.

രാഷ്ട്രീയ സ്വയംസേവക സംഘത്തിന്റെ സ്ഥാപകൻ ഡോക്ടർജിയെന്ന ഡോ. ഹെഡ്ഗേവാറും സംസ്കാരത്തിലധിഷ്ഠിതമായ വ്യക്തിജീവിത മെന്ന ഈ ചിന്താപദ്ധതിക്കാരനായിരുന്നു. അതുകൊണ്ടാണ്, അടിസ്ഥാന ലക്ഷ്യമായ രാഷ്ട്രഭക്തി നിർമ്മാണത്തിന് അടിസ്ഥാന ഘടകമായി നിത്യശാഖാ പ്രവർത്തന പദ്ധതി വിഭാവനം ചെയ്തത്. സന്നദ്ധ ഭടന്മാരുടെ സംഘടന ഉണ്ടാക്കി, അതിന് നിയമാവലിയും നിയന്ത്രണ പദ്ധതിയും എഴുതിത്തയ്യാറാക്കി അവതരിപ്പിച്ചു നടപ്പാക്കിയതുകൊണ്ടു മാത്രം കാര്യമാകില്ല, മറിച്ച്, അത് ജീവിത രീതിയായി മാറണമെന്ന് അദ്ദേഹം തീർപ്പെടുത്തു. അതുകൊണ്ടുതന്നെയാണ്, ഗാന്ധിജിയുടെ ചർക്ക തിരിയ്ക്കൽ പോലെ പ്രതിദിനം ഒരു മണിക്കൂർ ശാഖാ പ്രവർത്തനം എന്ന പദ്ധതി നടപ്പിൽ വരുത്തിയത്. അദ്ദേഹത്തിന്റെ തുടർച്ചയായി വന്ന ശ്രീ ഗുരുജിയും മറ്റ് സർസംഘചാലകന്മാരെല്ലാവരും സനാതന സങ്കൽ പ്പത്തിലൂന്നിയ ഈ പദ്ധതി പിന്തുടരുന്നതും 100 വർഷം അടുക്കാറായിട്ടും ഈ പ്രസ്ഥാനം ഒരു ഇളക്കവും കുലുക്കവും തട്ടാതെ കുതിക്കുന്നതും അതുകൊണ്ടുതന്നെയാണ്. അവിടെ രൂപംകൊള്ളുന്ന വ്യക്തിത്വങ്ങൾ നിർണ്ണായക നിമിഷങ്ങളിൽ സാംസ്കാരിക ധന്യതയും സമ്പൂർണതയും പ്രകടിപ്പിക്കുന്നതും അതുകൊണ്ടുതന്നെയാണ്.

ഇതിവിടെ പറയാൻ കാരണമുണ്ട്. നിയമസഭാ തെരഞ്ഞെടുപ്പ് അതിന്റെ ഉച്ചച്ചൂടിലേക്ക് എത്തിക്കഴിഞ്ഞു. നമ്മെ നയിക്കേണ്ടവരെ നമുക്കു വിലയിരുത്താൻ കിട്ടുന്ന അവസരം. അവിടെ വ്യക്തിവൈശിഷ്ട്യം വിലയിരുത്തുന്ന വേളയിൽ കക്ഷിരാഷ്ട്രീയം മനസ്സാക്ഷിയെ തോൽപ്പി ച്ചുകളയാതിരിക്കാൻ പലർക്കും ഏറെ പണിപ്പെടേണ്ടിവരുമെന്നതു വാസ്തവം. പക്ഷേ, ഏറെ സാഹസികമായി അതു ചെയ്യുമ്പോഴാണ് ശരിയായ ഇസങ്ങൾ വിജയിക്കുന്നത്. സർവാദരണീയതയും സർവാംഗീ കാരവും നേടാൻ ഗാന്ധിസമാണെന്റെ മാർഗ്ഗമെന്നു പറയുന്ന വെറും

ഫാഷനപ്പുറം ആ ദർശനം പഠിപ്പിക്കുന്നത് വ്യക്തിശുദ്ധത ജീവിതത്തിൽ പാലിക്കേണ്ടതിന്റെ ആവശ്യകതയെക്കുറിച്ചാണല്ലോ.

ഗാന്ധിസമാണെങ്കിൽ സമ്പൂർണ്ണ മദ്യനിരോധനമല്ലേ വേണ്ടതെന്നും മാർക്സിസമാണെങ്കിൽ അതല്ല നിയന്ത്രണമല്ലേ വേണ്ടതെന്നും പറയുമ്പോൾ വിലക്കുകളൊന്നും അടിച്ചേൽപ്പിക്കാതെതന്നെ, വ്യക്തിശുദ്ധി കൈവരിക്കാൻ ആകെ ഒറ്റ ലഹരിയേ വേണ്ടൂ അത് രാഷ്ട്രപ്രേമമാണെന്നു പറയുന്ന ഇസവും അടിസ്ഥാനപരമായി ചെയ്യുന്നത് സ്വയം ത്യാഗമാണ്. അത് ആരും അടിച്ചേൽപ്പിക്കേണ്ടതല്ലതന്നെ. അങ്ങനെ നോക്കുമ്പോൾ മദ്യനിരോധനം ആദ്യം സ്വന്തം സംഘടനയിൽ നടപ്പാക്കാൻ തയ്യാറുണ്ടോ എന്നു ചോദിച്ചാൽ പല സംഘടനകളുടെയും നേതാക്കന്മാർ ആദ്യം പിണങ്ങുമോ അണികൾ സംഘടനയിൽനിന്നു പിരിയുമോ എന്നു മാത്രം നോക്കിയാൽ മതി. ഇവിടെയാണ് വ്യക്തികളുടെ മാറ്റുരയ്ക്കപ്പെടുന്നത്. (പരനാറിയെന്ന് പിണറായി വിജയനും മാധ്യമ തെമ്മാടിത്തരമെന്ന് വി.എസ്. അച്യുതാനന്ദനും മറ്റും വാക്കു പ്രയോഗിക്കുമ്പോൾ എന്തെല്ലാം വിശദീകരണങ്ങൾ പറഞ്ഞാലും വെളിവാകുന്നത് ഈ സാംസ്കാരികതയാണ്.)

തെരഞ്ഞെടുപ്പിൽ എല്ലാവരും പറയുന്നത് ഏറെക്കുറേ ഒന്നുതന്നെയാണ്. ഭാഷ വേറൊന്നാണെന്നു മാത്രം. വികസനമാണ് എല്ലാവരുടെയും അജണ്ട. കാര്യപരിപാടിയിലും കാഴ്ചപ്പാടിലുമാണ് വ്യത്യാസം. കാര്യപരിപാടി വിശ്വസിക്കണമെങ്കിൽ പറയുന്നവരുടെ വിശ്വാസ്യത പ്രധാനമാണ്. കഴിഞ്ഞ ദിവസം ഒരു ടെലിവിഷൻ ചാനൽ പ്രമുഖ പാർട്ടികളുടെ നേതാക്കളെ അണിനിരത്തി ഒരു ചർച്ച സംഘടിപ്പിച്ചു. അതിൽ വ്യക്തികളെ തിരിച്ചറിയാനുള്ള, ജനങ്ങൾക്ക് വിലയിരുത്താനുള്ള അവസരമൊരുങ്ങി. വാസ്തവത്തിൽ അതൊരു നല്ല തുടക്കമായിരുന്നു. അമേരിക്ക പോലെയുള്ള രാജ്യങ്ങളിൽ നേതാവിനെ നേരിട്ടു തെരഞ്ഞെടുക്കുന്ന സംവിധാനത്തിൽ അതാവശ്യമാണ്. ഇവിടെ ജനാധിപത്യം തലയെണ്ണം അടിസ്ഥാനമാക്കി ആയതിനാൽ അത്തരമൊരു ചർച്ചയ്ക്ക് പ്രസക്തിയില്ലെന്നു വാദിക്കാം. പക്ഷേ, എണ്ണം കൂടുതൽ നേടി അധികാരം കൈയാളാൻ പോകുന്നവരുടെ നേതാവിലൂടെ ആ പാർട്ടിയെ തിരിച്ചറിയാൻ കഴിയുന്നത് മികച്ച അവസരം തന്നെയാണ്. അവിടെ കൃത്രിമമില്ലാതെ, കാപട്യമില്ലാതെ കാഴ്ചപ്പാട് അവതരിപ്പിക്കുന്നവരെ ജനങ്ങൾക്ക് മനസ്സിലാക്കാനും മാർക്കിടാനുമുള്ള അവസരം ഉണ്ടാകുന്നു. ആ നേതാക്കൾ പ്രകടിപ്പിക്കുന്ന നിലവാരം അങ്ങനെ ആ പാർട്ടിയുടേതാകുന്നു, ആ പാർട്ടി നയിക്കുമ്പോൾ നമ്മുടെ സംവിധാനത്തിന്റെ തുടർന്നുള്ള പോക്ക് ഇന്ന തരത്തിലാകും എന്നു വിശ്വസിക്കാനുമാകുന്നു.

പക്ഷേ, ഇങ്ങനെ തിരിച്ചറിയാൻ അവസരം കിട്ടണമെങ്കിൽ അവർക്കു നൽകുന്ന അവസരങ്ങളും അത്തരത്തിലാകണം, ഒരേ കളിസ്ഥലത്ത് കളി നടത്തിവേണം മത്സര ഫലം നിശ്ചയിക്കാൻ. അതായത് മാർക്കിടാൻ പൊതുമാനദണ്ഡം വേണം. ചർച്ചകളും വേദികളും അത്തരത്തിൽ തുല്യ അവസരങ്ങൾ അനുവദിക്കുന്നുണ്ടോ. പരിശോധിച്ചാൽ വ്യക്തമാകു ന്നത് അങ്ങനെ സംഭവിക്കുന്നില്ലെന്നുതന്നെയാണ്.

ഭരണപക്ഷം, പ്രതിപക്ഷം എന്നാണ് ജനാധിപത്യത്തിന്റെ ഇരുപക്ഷം. എന്നാൽ, ഭാരത രാഷ്ട്രീയത്തിന്റെ പ്രത്യേകതയായി മൂന്നാം പക്ഷം ശക്തിപ്പെട്ടിട്ടുണ്ട്. അത് ദേശീയതലത്തിലും പ്രാദേശിക തലത്തിലും ശക്തിപ്പെട്ടിട്ടുണ്ട്, കൂടുതൽ കരുത്തു നേടുന്നുണ്ട്. ഈ സാഹചര്യത്തിൽ ആ 'മൂന്നാം മുന്നണി'യും പരിഗണിക്കപ്പെടണം. ജനമനസ്സിനെ സ്വാധീനി ക്കുന്നതിൽ ഇന്നും മുഖ്യപങ്കുവഹിക്കുന്ന മാധ്യമങ്ങൾ ഒരുക്കുന്ന വേദിക ളിൽ നിശ്ചയമായും ഇതുണ്ടാവണം. ഭരണപക്ഷത്തിന് കൊടുക്കുന്ന അവസരവും അർഹതയും ഇതര കക്ഷികൾക്കും കൊടുക്കണം. അതു പക്ഷേ, സംഭവിക്കുന്നില്ല എന്നിടത്താണ് ഇപ്പോഴത്തെ പ്രശ്നം. അത് വ്യക്തികളെ തിരിച്ചറിയാനുള്ള അവസരത്തിലെ തുല്യത ഇല്ലാതാ ക്കുന്നു. എല്ലാ രംഗത്തും ഈ തുല്യതയാണ് നമ്മൾ ജനാധിപത്യത്തിൽ വിഭാവനം ചെയ്യുന്നത്, അതിനു വേണ്ടിയാണ് പോരാടുന്നത്.

ബിജെപിക്ക്, ബിജെപി നയിക്കുന്ന എൻഡിഎ എന്ന മൂന്നാം മുന്നണിക്ക് കേരള നിയമസഭാ തെരഞ്ഞെടുപ്പിൽ ഈ അർഹമായ സ്ഥാനവും അവസരവും ലഭിക്കുന്നുണ്ടോ, നൽകുന്നുണ്ടോ എന്ന് സ്വയം പരിശോധിക്കേണ്ടത് മാധ്യമങ്ങളാണ്. അങ്ങനെ പരിഗണിക്കപ്പെടുന്നി ല്ലെന്ന് ആ മുന്നണിയും പാർട്ടികളും പറയുമ്പോൾ, അതിന് കാരണമായി അവർ മാധ്യമങ്ങളുടെ മനപ്പൂർവമുള്ള അജണ്ടയെന്നോ, ആസൂത്രിതവും സംഘടിതവുമായ പരിപാടിയെന്നോ സംശയിക്കുമ്പോൾ മുമ്പു പറഞ്ഞ തുല്യതലത്തിലെ പോരാട്ടമെന്ന പൊതു മാനദണ്ഡം ഇല്ലെന്ന തോന്ന ലാണ് അതിനു കാരണം. ഉദാഹരണത്തിന്, ഒരു ഏഷ്യാനെറ്റ് ടെലിവിഷൻ ചർച്ചയിൽ, മൂന്നു മുന്നണികളുടെ നേതൃത്വം വഹിക്കുന്ന പാർട്ടികളുടെ നേതാക്കളെ നിരത്തി. കോൺഗ്രസ് (വി.എം.സുധീരൻ), സിപിഎം (കോടിയേരി ബാലകൃഷ്ണൻ), ബിജെപി (കുമ്മനം രാജശേഖരൻ). ഓരോരോ വിഷയങ്ങളിലെ അഭിപ്രായ പ്രകടനത്തിന്റെ അടിസ്ഥാന ത്തിൽ കുമ്മനം രാജശേഖരന്റെ പ്രകടനത്തെ പ്രേക്ഷകർ അഭിനന്ദിച്ചു, അടുത്ത ശ്വാസത്തിൽ അവർ അദ്ദേഹത്തിന് മറ്റുള്ളവർക്കു തുല്യമായ അവസരം നൽകിയില്ലെന്ന് ആക്ഷേപിച്ചു. ദ ന്യൂ ഇന്ത്യൻ എക്സ്പ്രസ് ഒരു പ്രാദേശിക പേജിൽ തൃപ്പൂണിത്തുറ മണ്ഡലത്തെക്കുറിച്ച് വിശകലനം നടത്തി. അതിൽ, വ്യക്തിത്വം കൊണ്ടും യോഗ്യത കൊണ്ടും മറ്റും മറ്റും

ഒട്ടും പിന്നിലല്ലാത്ത ബിജെപിയുടെ സ്ഥാനാർത്ഥി പ്രൊഫ. തുറവൂർ വിശ്വംഭരനെക്കുറിച്ച് പരാമർശമേ ഇല്ലായിരുന്നു. ഇങ്ങനെ ഓരോ മാധ്യമങ്ങളെയും പേരെടുത്തു പറയാനുണ്ട്...

പക്ഷേ, കഴിഞ്ഞ പാർലമെന്റ് തെരഞ്ഞെടുപ്പിലും അതിനു ശേഷം നടന്ന തദ്ദേശ സ്വയംഭരണ തെരഞ്ഞെടുപ്പിലും മൂന്നാം ശക്തിയായി ബിജെപിയെ അവതരിപ്പിച്ച, ത്രികോണ മത്സരം എന്നുപോലും പറയാൻ തയ്യാറായ, മൂന്നു സ്ഥാനാർത്ഥികളെ അവതരിപ്പിച്ച മാധ്യമങ്ങൾ തദ്ദേശ സ്വയംഭരണ തെരഞ്ഞെടുപ്പിലെ ഫലം വന്നതോടെ നിലപാടു മാറ്റി. എന്നാൽ, കൂടുതൽ പരിഗണന ആ പാർട്ടിക്കും മുന്നണിക്കും കൊടുക്കുകയല്ലേ വേണ്ടത്. കാരണം, ബിജെപി ഇന്ന് ഒറ്റപ്പാർട്ടിയല്ല, മുന്നണിയാണ്. ബിജെപി സംസ്ഥാനത്ത് ഭരിക്കുകയോ നിയമസഭയിൽ അംഗത്വം നേടുകയോ ചെയ്തിട്ടില്ലെങ്കിലും ദേശീയ പാർട്ടിയാണ്.

ഒറ്റയ്ക്ക് മത്സരിച്ചാൽ പ്രമുഖ പാർട്ടിയെന്നോ, ദേശീയ പാർട്ടിയെന്നോ ഒക്കെയുള്ള വിശേഷണം സ്വയം ചാർത്തിയിട്ടുള്ള പാർട്ടികളേക്കാൾ ജനപിന്തുണ തെളിയിക്കാൻ പറ്റുന്ന പാർട്ടിയാണ്. കേരള നിയമസഭയിലേക്കുള്ള സ്ഥാനാർത്ഥിപ്പട്ടിക പരിശോധിച്ചാൽ, ഏറ്റവും മികച്ച വ്യക്തിപ്രഭാവവും വ്യക്തിശുദ്ധിയും അവകാശപ്പെടാൻ കഴിയുന്ന സ്ഥാനാർത്ഥികൾ ബിജെപി-എൻഡിഎയുടേതാണ് എന്നും കാണാം. ജനങ്ങൾക്ക് വ്യക്തികളെ വിലയിരുത്താനുള്ള അവസരം ഉണ്ടാകട്ടെ. അപ്പോഴാണ് വിനോബാജി പറഞ്ഞ സഞ്ചിത സംസ്കാരത്തിന്റെ പ്രകടനം കാണാനാകുന്നത്. അങ്ങനെ വ്യക്തികളിലൂടെ സംഘടനയെ തിരിച്ചറിയാനാവുന്നത്. കുമ്മനത്തെയും വിഎസ്സിനെയും ഉമ്മൻചാണ്ടിയേയും ഒ. രാജഗോപാലിനെയും വി.എം. സുധീരനേയും കോടിയേരിയേയും ചെന്നിത്തലയേയും പ്രൊഫ. തുറവൂർ വിശ്വംഭരനേയും ജനങ്ങൾ തിരിച്ചറിയുന്നതും അംഗീകരിക്കുന്നതും തെരഞ്ഞെടുക്കുന്നതും.

** ** **

പിൻകുറിപ്പ്:

പ്രധാനമന്ത്രിയാകാൻ ആർക്കെങ്കിലും വിധിയുണ്ടെങ്കിൽ ആർക്കും തടയാനാവില്ലെന്ന് ജനതാദൾ നേതാവ് നിതീഷ് കുമാർ. രാജ്യത്തിനു ദുർവിധിയുണ്ടെങ്കിലും അതു സംഭവിക്കുമെന്ന് ഐക്യമുന്നണി സർക്കാരിന്റെ കാലത്ത് ദേവഗൗഡ തെളിയിച്ചതാണല്ലോ.

ഏപ്രിൽ 26, 2016

അവർ ദിഗ്വിജയം മുടക്കാൻ വരും

കേരളത്തിലെ മാരാർജി ഭവൻ കത്തിച്ച് ചാരം അല്പം ഡെറ്റോൾ ചേർത്ത് ദൽഹിക്ക് അയക്കാൻ അര ദിവസം പോലും വേണ്ട, എന്ന് ആർഎസ്എസ്-ബിജെപി നേതാക്കൾക്ക് ഒരു ഭീഷണി സോഷ്യൽ മീഡിയയിൽ വന്നു. സിപിഎം ജനറൽ സെക്രട്ടറി സീതാറാം യെച്ചൂരിയുടെയോ നിയുക്ത മുഖ്യമന്ത്രി പിണറായി വിജയന്റെയോ ഫേസ്ബുക്ക് അക്കൗണ്ടിലല്ല. അതിനാൽ ഔദ്യോഗികമല്ല. എന്നാൽ, പാർട്ടിക്കുവേണ്ടി ചാകാനും കൊല്ലാനും തയ്യാറുള്ള ആയിരക്കണക്കിന് പ്രവർത്തകരിൽ ഒരാളുടെ കുറിപ്പാണ്. ഒരു ശരാശരി സിപിഎം പ്രവർത്തകന്റെ മനസ്സാണ് കാണിക്കുന്നത്. എതിരാളിയെ എങ്ങനെ കൊന്നുവെന്ന് എണ്ണം പറയുന്ന എം.എം. മണിയും (അദ്ദേഹം സംസ്ഥാന നിയമസഭയിലെ ചീഫ് വിപ്പാകാൻ പോവുകയാണ്) എങ്ങനെ കൊല്ലണമെന്ന് ബംഗാൾ മാതൃകയ്ക്ക് സ്റ്റഡിക്ലാസ് കൊടുക്കുന്ന പിണറായി വിജയനും (അദ്ദേഹം സംസ്ഥാന മുഖ്യമന്ത്രിയാകാൻ പോവുകയാണ്) മറ്റും മറ്റും ചേർന്നു വളർത്തിവിട്ട ദുർഭൂതങ്ങളുടെ ഫേസും ഫേസ്ബുക്കും സംസാരിക്കുന്നത് കൊലയെയും അക്രമത്തെയും കുറിച്ചാകുന്നത് സ്വാഭാവികം.

ഇടിപ്പടത്തിലെ ഗ്രാഫിക് വർക്കും കമ്പ്യൂട്ടർ ആനിമേഷൻ നിർമ്മിത സാങ്കൽപ്പികദൃശ്യങ്ങളും കണ്ട് രസിക്കുന്ന പിണറായിനേതാവിന്റെ ശിഷ്യന്മാർ അതൊക്കെ യാഥാർത്ഥ്യമാക്കി കാണിച്ചുകൊടുക്കാൻ മത്സരിക്കുമല്ലോ. അതാണിപ്പോൾ പിണറായിയിലും കേരളമൊട്ടുക്കും കണ്ടുകൊണ്ടിരിക്കുന്നത്; ഗുരുദക്ഷിണ. 25 ന് മുമ്പ് ശരിയാക്കേണ്ട വരെയൊക്കെ പാർട്ടിതലത്തിൽ ശരിയാക്കുക, പിന്നെ ഔദ്യോഗികമായി കമ്മ്യൂണിസ്റ്റ് സർക്കാർ ശരിയാക്കുമെന്നായിരിക്കാം പാർട്ടി നേതൃത്വത്തിന്റെ അണികൾക്കുള്ള ഉറപ്പ്.

കേരളത്തിലെ സിപിഎം ആക്രമണങ്ങൾക്കെതിരെ ന്യൂദൽഹിയിൽ ബിജെപി നടത്തിയ പ്രതിഷേധമാണ് കുട്ടിസഖാവിനെക്കൊണ്ട് 'തിരുവനന്തപുരത്തെ മാരാർജിഭവൻ' തീവെക്കാനുള്ള ആഹ്വാനത്തിനു പ്രേരിപ്പിച്ചത്. ഇത്തിരിവട്ടം മാത്രം ചിന്തിക്കാനേ ആ മനസ്സിന്, അത്തരം മനസ്സുകൾക്ക് വലുപ്പമുള്ളൂ, വിവരമുള്ളൂവെന്നാണ് ആ കുറിപ്പ് വ്യക്തമാക്കുന്നത്. ദൽഹിയിലെ എകെജി ഭവൻ സിപിഎമ്മിന്റെ ദേശീയ ആസ്ഥാനമാണ്. മാരാർജിഭവൻ കേരളത്തിലെ ബിജെപി ആസ്ഥാനവും. പകര

ത്തിനു പകരമാണു ലക്ഷ്യമെങ്കിൽ, കത്തിയ്ക്കാൻ ചെല്ലേണ്ടത് ന്യൂദൽഹി അശോകാ റോഡിലെ 11-ാം നമ്പർ കെട്ടിടമാണ്. അതാണ് ബിജെപി ദേശീയാസ്ഥാനം.

ഇനി ആർഎസ്എസിനോടാണെതിർപ്പെങ്കിൽ ഒന്നുകിൽ ദൽഹിയിൽ ഝണ്ടേവാലനിലെ കേശവ് കുഞ്ജിലെത്തണം, അതല്ലെങ്കിൽ നാഗപ്പൂരിൽ മോഹിതവാഡെയിൽ ചെല്ലണം. അതായത്, എതിർക്കേണ്ടവരെക്കുറിച്ചുള്ള അടിസ്ഥാന അറിവോ ജ്ഞാനമോ ഇല്ലാത്ത അണികളെന്ന ദുർഭൂതങ്ങളെ അഴിച്ചുവിട്ടിരിക്കുകയാണെന്നർത്ഥം. മാത്രമല്ല, കേരളത്തിനപ്പുറത്തേക്ക് സഖാക്കൾക്ക് പിടിയില്ല, പിടിപാടുമില്ല. 90 വർഷത്തെ പ്രവർത്തനത്തിന്റെ നേട്ടം ഇതൊക്കെയാണ്. ദേശീയ പദവി പോകുന്നു, ബംഗാൾ ഭരണം എന്നെന്നേക്കുമായി നഷ്ടമാകുന്നു, ത്രിപുരയിൽ അടിപതറിത്തുടങ്ങിയിരിക്കുന്നു. കേരളത്തിൽ വടക്കിലേക്കൊതുങ്ങുന്നു, പിണറായിയിൽ തുടങ്ങിയത് പിണറായിയിൽ ഒടുങ്ങുന്നതിനുള്ള തുടക്കലക്ഷണം കാണിച്ചുതുടങ്ങിയിരിക്കുന്നു.

എന്നാൽ, ആർഎസ്എസും ബിജെപിയും അതിന്റെ ദിഗ്വിജയ യാത്രയിലാണ്. ആദിശങ്കരൻ അതിരിട്ടതുപോലെ നാലുവശങ്ങളിലും നാടെമ്പാടും പാർട്ടിയുടെ മികച്ച സ്വാധീനമായി. ജമ്മുകശ്മീരിലൂടെ വടക്കും കേരളത്തിലൂടെ തെക്കും ആസാമിലൂടെ വടക്കു-കിഴക്കും ബംഗാളിലൂടെ തെക്കു-കിഴക്കും അടക്കം കിഴക്കും ഗുജറാത്തിലൂടെ പടിഞ്ഞാറും ബിജെപി ശക്തമായ സാന്നിധ്യമായിക്കഴിഞ്ഞു. കേന്ദ്രത്തിൽ ഭരണം, അതും വമ്പിച്ച ഭൂരിപക്ഷത്തോടെ. 15 സംസ്ഥാനങ്ങളിൽ ഭരണം, ചിലേടത്ത് സഖ്യകക്ഷികളോടു ചേർന്ന്. ആകെ ജനസംഖ്യയുടെ 35 ശതമാനത്തിലും ഭൂപ്രദേശത്തിന്റെ 45 ശതമാനത്തിലും ശക്തമായ സ്വാധീനം. 11 കോടി പുതിയ പാർട്ടി അംഗങ്ങൾ... അങ്ങനെ ബിജെപി രാജ്യമെമ്പാടും വ്യാപിക്കുകയാണ്. അതായത് 90 വർഷമായ ആർഎസ്എസിന്റെ ആശയാദർശങ്ങളിലൂന്നിയ രാഷ്ട്രീയപ്രസ്ഥാനത്തിന് രാജ്യമെമ്പാടും സ്വീകാര്യത വർധിക്കുകയാണ്. അതായത് ദിഗ്വിജയത്തിന്റെ വഴികളിലാണ് പാർട്ടി. 2019 ലാണ് അതിന്റെ രണ്ടാംഘട്ടം. അന്ന് കേരളത്തിൽ എതിരാളി യുഎൽഡിഎഫുമായേക്കും. യുഡിഎഫും എൽഡിഎഫും ചേർന്ന ഐക്യ ഇടതു ജനാധിപത്യമുന്നണി.

ആ ലക്ഷ്യത്തിനു തടസ്സമിടുകയാണ് മൂക്കുമുറിച്ച് ശകുനം മുടക്കുന്നവരുടെ ലക്ഷ്യം. ഇക്കഴിഞ്ഞ നിയമസഭാ തെരഞ്ഞെടുപ്പ് ബിജെപിയുടെ എതിരാളികളെ ഞെട്ടിച്ചു. ബിജെപിയെ നിയമസഭയിൽ കാൽകുത്തിക്കില്ലെന്നു പറഞ്ഞവരും അതിന് കൈകോർത്തുനിന്നവരും ബോധരഹിതരായി. ചിലർ വിളികേൾക്കുന്നേയില്ല, മറ്റുചിലരാകട്ടെ പിച്ചുംപേയും പറയുന്നു. ഒരു സീറ്റിൽ വിജയം, ഏഴിടത്ത് രണ്ടാം സ്ഥാനത്ത്. എല്ലാ

മണ്ഡലത്തിലും ഏഴും എട്ടും പത്തും ഇരട്ടിവരെ വോട്ടുവർധന. ഫലിക്കാതെ പോകുമെന്ന് പ്രവചിക്കുകയോ ശപിക്കുകയോ ചെയ്ത ബിജെപി- ബിഡിജെഎസ് സഖ്യം വിജയമായി. പാർട്ടിക്ക് എതിരാളികൾ സംഘടിത മായി പ്രവേശനം നിഷേധിച്ചിരുന്ന മനസ്സുകളിലും വീടുകളിലും പ്രദേശ ങ്ങളിലും പാർട്ടി ആശയവും ആദർശവും നേരിട്ടെത്തിക്കാൻ ബിജെപിക്കും എൻഡിഎക്കും ആയി.

'രണ്ടാം ക്ഷേത്രപ്രവേശന വിളംബരം' പോലെ രാഷ്ട്രീയ അസ്പൃശ്യ തയിൽനിന്ന് ബിജെപിക്കുള്ള മോചനമായി ഈ തെരഞ്ഞെടുപ്പ്. അതാണ് പലരും വിലയിരുത്താത്ത ബിജെപി വിജയം. ശരിയാണ്, ബിഡിജെഎസ് ഒരു വലിയ സങ്കൽപ്പത്തിന്റെ സാക്ഷാൽക്കാരമാണെങ്കിലും അതിനെ എസ്എൻഡിപി എന്ന ഒറ്റസംഘടനയുടെ രാഷ്ട്രീയ പ്രസ്ഥാനമായി വ്യാഖ്യാനിക്കുന്നതിനും പ്രചരിപ്പിക്കുന്നതിനും എതിരാളികൾക്കായി. ആ കൊടിക്കീഴിൽ ഹൈന്ദവസമൂഹത്തിലെ എല്ലാ വിഭാഗങ്ങളുമുണ്ടെന്ന സന്ദേശം ചിലർക്കെങ്കിലും ബോധ്യപ്പെട്ടില്ല. അതുകൊണ്ടുതന്നെ എൻഎസ്എസുപോലുള്ള പ്രസ്ഥാനങ്ങൾക്ക് പൂർണമായി ബിഡിജെ എസിനോടും എൻഡിഎയോടും സഹകരിക്കാനായില്ല. വൈകില്ല, അവർക്കും തിരിച്ചറിവുണ്ടായി അത് സാധ്യമാകുമെന്ന് ഉറപ്പ്. എന്നാൽ, അപകടം എതിരാളികൾ തിരിച്ചറിഞ്ഞു.

അതുകൊണ്ടുതന്നെയാണ് ഇപ്പോഴത്തെ ഈ ആക്രമണ പരമ്പരകൾ. ഇടുക്കിയിലാണ് ആദ്യം തുടങ്ങിയത്. ബിഡിജെഎസ് പ്രവർത്തക രായിരുന്നു ടാർഗറ്റ്. കണ്ണൂരിൽ, തൃശൂരിൽ, കാസർകോട്ട്, ആലപ്പുഴയിൽ, പാലക്കാട്ട് എന്നുവേണ്ട കേരളമാകെ സിപിഎം ആക്രമണം. ഇത് ആർഎസ്എസ്-ബിജെപി പ്രവർത്തകർക്ക് നേരെയാണെങ്കിലും സന്ദേശം ബിഡിജെഎസിനും മറ്റുമാണ്. പക്ഷേ, ശക്തമായ രക്തബന്ധമുണ്ടായി ക്കഴിഞ്ഞു എൻഡിഎയിലെ ഘടകകക്ഷികൾ തമ്മിൽ. അതുകൊണ്ടു തന്നെ അതു കൂടുതൽ ശക്തമായി തുടരും. ഇന്നലെവരെ ചെങ്കൊടി ചുവപ്പിക്കാൻ ജീവരക്തം കൊടുത്തിരുന്നവരെ ഭയപ്പെടുത്തി ഒപ്പം നിർത്താമെന്ന വ്യാമോഹം വിജയിക്കില്ലെന്ന് സിപിഎമ്മിനറിയാം. എങ്കിലും മരണപ്പിടച്ചിലിൽ ഒരു വാലിട്ടടികൂടി. അത്രമാത്രം.

ആ പാർട്ടിയുടെ ദൈന്യം കാണുക. ധർമ്മടത്ത്, 'സിപിഎം അറിയാതെ ഈച്ചപോലും കടക്കാത്ത രാവണൻ കോട്ടയായ ധർമ്മടത്ത്', പിണറായി വിജയന്റെ വീട്ടിറമ്പത്തെ കൂറ്റൻ ഫ്ളെക്സ് ബോർഡ് ബിജെപിക്കാർ കത്തിച്ചെന്നായിരുന്നു കള്ളവാർത്ത. എൽഡിഎഫിന്റെ ട്രെയിനിലെ പരസ്യം നശിപ്പിച്ചെന്ന മറ്റൊരു കള്ളവാർത്ത അതിനു മുമ്പേ ഇറക്കി യിരുന്നു.

ധർമ്മടത്ത് പോളിങ്ബൂത്തിൽ സിപിഎം പ്രവർത്തകർ നടത്തിയ കള്ളവോട്ട്. ആഹ്ലാദപ്രകടനം നടത്തിയ സ്വന്തം പാർട്ടിക്കാരുടെ

കൈയിലെ ബോംബുപൊട്ടിയ വെപ്രാളത്തിൽ ഓടി സ്വന്തം അണികളുടെ വാഹനത്തിനിടയിൽപ്പെട്ട് സിപിഎം പ്രവർത്തകൻ കൊല്ലപ്പെട്ടത്. ഇതെല്ലാം ധർമ്മടത്ത് ബിജെപി-ആർഎസ്എസ് പ്രവർത്തകർ നടത്തിയ സിപിഎം വിരുദ്ധ പ്രവർത്തനങ്ങൾ എന്ന് ആരോപിക്കുന്നതുപോലും പാർട്ടിക്ക് ആക്ഷേപകരമാണ്. അത്രയ്ക്കു പാർട്ടി ദുർബ്ബലമായോ പാർട്ടിയുടെ ചെങ്കോട്ടയെന്നു പറഞ്ഞിരുന്നിടത്ത് എന്ന് പലരും സംശയിക്കാൻ തുടങ്ങി.

ഒന്നു വ്യക്തമായി. താലിബാൻ ഭീകരതയുടെയും, ഐഎസ് ഭീകരതയുടെയും അവയുടെ സ്രഷ്ടാക്കളുടെയും സ്ഥിതിയാണ് സിപിഎമ്മിന് വരാൻ പോകുന്നത്. ദുഷ്ടലക്ഷ്യം നടപ്പില്ലെന്നുറപ്പായി. അപ്പോൾ ലക്ഷ്യം മാറ്റാനാണ് ശ്രമം. പക്ഷേ, ദുഷ്ടസൈന്യം അവരെ ശീലിപ്പിച്ചത് മാത്രം പാലിക്കാൻ ഒരുങ്ങിനിൽക്കുകയാണ്. മുഖ്യമന്ത്രിക്കസേരയെന്ന ലക്ഷ്യത്തിലെത്താനാണ് ഇതുവരെ ചോരച്ചാലൊഴുക്കിയത്. അവിടെക്കയറിയിരിക്കുമ്പോൾ ലക്ഷ്യവും പദ്ധതിയും മാറിയെന്നു പറഞ്ഞാൽ, മറ്റു തൊഴിലറിയാത്തവർ എന്തുചെയ്യും. കോട്ടയത്ത് പാർട്ടി സമ്മേളനത്തിൽ കള്ളുകുടിയന്മാരായ അണികളെ ശാസിച്ചിരുത്താൻ പാർട്ടി സെക്രട്ടറി പിണറായി വിജയൻ എത്ര ആക്രോശിച്ചിട്ടും നടക്കാത്തത് കേരളം കണ്ട് ലജ്ജിച്ചതാണ്. അക്രമം നിർത്താനാഹ്വാനം ചെയ്താലും പിണറായിയെ, മുഖ്യമന്ത്രി പിണറായിയെ, കേൾക്കാനും സ്വിച്ചിട്ടപോലെ നിർത്താനും ചോരക്കൊതിയന്മാർ തയ്യാറാകില്ല.

അതിനാൽ കരുതലുണ്ടാവണം കേരള ജനതയ്ക്ക്. ഏറെ ജാഗ്രത വേണം സിപിഎമ്മിന്റെ നേരിട്ടുള്ള 'പ്രതിയോഗി'കളായി അവർ പ്രഖ്യാപിച്ചിട്ടുള്ള ആർഎസ്എസ്-ബിജെപി പ്രവർത്തകർക്ക്. ദിഗ്വിജയമാണ് ലക്ഷ്യമെന്ന് ഓർമ്മ വേണം. അത് മുടക്കുകയാണ് ദുർബുദ്ധികളുടെ പദ്ധതിയെന്നറിയണം. അതിന് അസമാധാനവും അക്രമവുമാണ് അവരുടെ മാർഗമെന്ന് ഓർമ്മ വേണം പക്ഷേ, 'പണ്ടേപ്പോലെ ഫലിക്കി'ല്ലെന്ന് അവരുടെ നേതാക്കൾക്കറിയാം, ആ വഴിയിലെ അപകടവും. പക്ഷേ, അണികൾ കുഴികൾ കുഴിച്ചുകൊണ്ടേയിരിക്കും. ആ കുഴിയിൽ വീഴാതെയും നോക്കേണ്ടതുണ്ട്.

** ** ** **

പിൻകുറിപ്പ്:

കേന്ദ്രമന്ത്രിമാർ രാഷ്ട്രീയ പ്രവർത്തകരെപ്പോലെ സംസാരിക്കുന്നുവെന്നാക്ഷേപം. മന്ത്രിമാർ കേന്ദ്രത്തിലെ ആയാലും സംസ്ഥാനത്തിലേതായാലും രാഷ്ട്രീയം പറയരുതെന്ന് നിയമം കൊണ്ടുവന്നാലോ. സാധിക്കുമെങ്കിൽ നല്ല ഐഡിയ സർ ജി.

മെയ് 24, 2016

www.ingramcontent.com/pod-product-compliance
Lightning Source LLC
LaVergne TN
LVHW090423051026
849518LV00006B/2416